ஜனநாயக சோதனைச்சாலையில்...

ஜனநாயக சோதனைச்சாலையில்...

ஜெயமோகன்

விஷ்ணுபுரம் பதிப்பகம்

ஜனநாயக சோதனைச்சாலையில்...
கட்டுரைகள் - ஜெயமோகன்

Jananaayaga Sodhanai Saalaiyil...
Essays by Jeyamohan ©
First Edition: Thamarai Brothers, 2016
Vishnupuram First Edition: Janurary 2025
No of Pages: 216
ISBN: 978-93-95260-55-8

Vishnupuram Publications
No. 1/28, Nehru Nagar, Kasthurinaicken Palayam, Vadavalli,
Coimbatore – 641041, Tamilnadu, India.
Phone: +91 90802 83887
Website: www.vishnupurampublications.com
Email: vishnupurampublications@gmail.com

Printer: Ramani Print Solutions, Chennai.

Author's Website: www.jeyamohan.in
Author's Email: jeyamohan.writer@gmail.com

All rights reserved. No part of the publication may be reproduced, stored in a retrievel system, or transmitted, in any form or by any means, electronic, mechanical, photocopying, recording or otherwise, without the prior permission of the publishers.

சமர்ப்பணம்
மார்ஷல் நேசமணி
அவர்களின் நினைவுக்கு

ஆசிரியர் குறிப்பு

நவீனத் தமிழ் இலக்கியத்தில் முதன்மை ஆளுமையாக கருதப்படும் ஜெயமோகன் தமிழில் நாவல்கள், சிறு கதைகள், நாடகம், இலக்கிய விமர்சனம், இலக்கிய வரலாறு, வாழ்க்கை வரலாறு, பயணக்கட்டுரைகள், சிறுவர் இலக்கியம், பண்பாடு, மரபு, மதம், தத்துவம், ஆன்மீகம் என பல தளங்களில் எழுதிவருகிறார். இலக்கியம், தத்துவம், மதம், மரபு என பல தலைப்புகளில் பேருரைகளையும், சிற்றுரைகளையும் நிகழ்த்திவருகிறார். மலையாளத்தில் கட்டுரைகள் எழுதி வருகிறார். இவரது படைப்புகள் மலையாளத்திலும் ஆங்கிலத்தும் மொழியாக்கம் செய்யப் பட்டுள்ளது. தமிழ் மற்றும் மலையாளத் திரைத்துறையில் வசனம் மற்றும் திரைக்கதை உருவாக்கத்தில் பணி யாற்றுகிறார்.

பள்ளி நாள்களிலேயே எழுத ஆரம்பித்த இவரது முதல் கதை ரத்னபாலா என்ற சிறுவர் இதழில் வெளிவந்தது. 1990இல் இவரது முதல் நாவலான 'ரப்பர்' வெளிவந்த போது 'அமரர் அகிலன் விருது' பெற்றது. 1997இல் வெளி வந்த 'விஷ்ணுபுரம்' நாவல் நவீனத் தமிழ் இலக்கியத்தில் முக்கியமான படைப்பு. நவீனத்துவ பாணி நாவல்கள் வெளிவந்துகொண்டிருந்த காலகட்டத்தில் மீபுனைவுத் தன்மை கொண்டதும், இந்தியக் காவியமரபின் அழகியலை ஒட்டி எழுதப்பட்டதும், தத்துவ விவாதத்தன்மை கொண்டதுமான 'விஷ்ணுபுரம்' தொடர் விவாதங்களை உருவாக்கி ஒரு புதிய வாசகர் வட்டத்தை உருவாக்கியது.

இவரது வாசகர்களால் உருவாக்கப்பட்ட 'விஷ்ணுபுரம் இலக்கிய வட்டம்' வாசிப்பு, விவாதம் பற்றிய பயிற்சிப் பட்டறைகளை நடத்திவருவதோடு, 2010 முதல் ஆண்டு தோறும் நவீன தமிழிலக்கியத்திற்கு செழுமை சேர்த்த முன்னோடி படைப்பாளுமைகளுக்கு 'விஷ்ணுபுரம் இலக்கிய விருது'-ம்; குமரகுருபரனின் மறைவுக்குப் பிறகு (2016) ஆண்டுதோறும் 'குமரகுருபரன் – விஷ்ணுபுரம்' என்ற பெயரில் இளம் கவிஞர்களுக்கான விருதும் வழங்கி வருகிறது.

2014 முதல் தொடர்ந்து ஏழு வருடங்களாக இவர் எழுதிய மகாபாரதத்தின் மறுஆக்கமான 'வெண்முரசு' தொடர் நாவல் வரிசை நவீன உலக இலக்கியத்தின் மிகப்பெரிய நாவலாகக் கருதப்படுகிறது. தமிழ் இலக்கியம், மொழி, கலாச்சாரம், வரலாறு சார்ந்த இணையத் தகவல் கலைக் களஞ்சியமான 'தமிழ் விக்கி' என்ற இவரது முன்னெடுப்பு தமிழ் இலக்கியத்திற்கு முக்கியமான பங்களிப்பு.

ஜனநாயகத்தின் அரசியல்

அரசியல் பற்றி நான் எழுதுவதில்லை, கட்சியரசியலில் பெரிய ஈடுபாடில்லை. பெரும்பாலும் கவனிப்பதுமில்லை. இரவும்பகலும் கட்சியரசியலில் ஈடுபடுபவர்கள் பற்றி எனக்கு எந்த மரியாதையும் இல்லை. அவர்கள் ஊரில் ஒதுக்குப்புறமாக அமர்ந்து சீட்டாடுபவர்கள் போன்றவர்கள். அவர்களிலும் பலர் ஆடாமல் எட்டிப்பார்த்து ஆட்டத்தில் கலந்துகொள்பவர்கள். என் நோக்கில் வேறெந்த இலட்சியமும், செயற்களமும் இல்லாத வெட்டிமனிதர்கள் அவர்கள்.

தேர்தல் அணுகும்போது அரசியல் ஈடுபாடு வருவதும், கொஞ்சம் கட்சியரசியல் பேசுவதும் மன்னிக்கத்தக்கதுதான். அது உலகக்கோப்பைக் காலகட்டத்தில் கால்பந்து ரசிகர்களாக ஆகும் சிலரைப்போன்ற ஒரு தற்காலிகக் கேளிக்கை. அதில் கூட்டணிக்கணக்குகள், வாக்கு எண்ணிக்கைக் கணக்குகள் பற்றிப் பேசுபவர்களெல்லாம் பேதைகள் என்றே எண்ணுகிறேன். ஏனென்றால் மெய்யான எந்த செய்தியும் அவர்களுக்குத் தெரியாது. கட்சிகளும் ஊடகங்களும் உருவாக்கும் செய்திகளையே அவர்கள் நம்பி ஏற்றுக்கொண்டிருக்கிறார்கள். தங்கள் சார்பு எதுவோ அதையொட்டியே அவர்கள் ஏற்கிறார்கள்.

ஆகவே என்னிடம் தேர்தலை ஒட்டி அரசியல் பற்றி ஒரு பத்தி எழுதமுடியுமா என்று தினமலர் நாளிதழ் கேட்டபோது தயங்கினேன். அரசியல் பற்றி பொதுவாக எழுதட்டுமா என்று கேட்டேன், ஒத்துக்கொண்டார்கள். அவ்வாறுதான் இந்த நூலில் உள்ள கட்டுரைகள் எழுதப்பட்டன. எனக்கே ஒரு சவாலாக இருந்தது. நாநூறு சொற்களுக்குள் கட்டுரை முடியவேண்டும். அதில் ஒரே ஒரு விஷயமே சொல்ல முடியும். அதை சுருக்கமாகவும், பொதுவாசகர்களுக்குரிய வகையில் தெளிவாகவும்

சொல்லிவிடவேண்டும். சொல்லிவிட்டேன் என நினைக்கிறேன். வாசக எதிர்வினைகள் அதைக் காட்டின. தினமலர் இந்தக் கட்டுரைகளை நூலாக ஆக்கியது. அன்றுமுதல் இன்றுவரை இந்நூலுக்கான தேவை இருந்துகொண்டே இருக்கிறது.

இந்நூல் தேர்தலரசியலையே பேசுகிறது. ஆனால் கட்சி யரசியலை அல்ல. அரசியலை பேசும் சாக்கில் இது ஜனநாயகம் பற்றி பேசுகிறது. ஜனநாயகத்தின் அடிப்படைகளையும், இன்றைய சூழலில் ஜனநாயகம் சந்திக்கும் அறைகூவல்களையும், நடைமுறைச் சிக்கல்களையும் ஆராய்கிறது. அரிய தகவல்கள் இதில் இல்லை. புதிய பார்வைகளும் இல்லைதான். இதிலுள்ளது நாம் அறிந்த அன்றாடத்தின் அடியிலுள்ள சில உண்மைகள். நாம் சற்றே அறிந்து, முழுமையாகக் கவனிக்காத சில அடிப்படைகள். உலகமெங்கும் ஜனநாயகத்தின் ஆதாரமான கருத்துகளாக கருதப்படுபவை இந்நூலில் பேசப்பட்டுள்ளன. அவை இங்கே பெரும்பாலும் பேசப்படுவதில்லை என்பதனாலேயே இந்நூல் முக்கியமானதாக ஆகிறது.

இவற்றை ஏன் இப்படி தொகுத்து எழுதவேண்டும்? ஒவ்வொரு தலைமுறையிலும் ஜனநாயகம் பற்றி நாம் மீண்டும் மீண்டும் பேசிக்கொண்டே இருக்கவேண்டும். புதியவர்களுக்குக் கற்பிக்கவேண்டும். ஜனநாயகம் என்பது எத்தனை அரிதான ஒன்று என்று நாம் உணர்ந்தாகவேண்டும், நம்மைச் சூழ்ந்துள்ள நாடுகளே நமக்கு மாபெரும் எச்சரிக்கை. ஜனநாயகத்தை உணராத மக்கள் அதை மெல்ல மெல்ல இழப்பார்கள். ஜன நாயகத்தை இழப்பவர்கள் காலப்போக்கில் எல்லாவற்றையும் இழந்துவிடுவார்கள். அந்த எச்சரிக்கையே இந்நூலின் ஆதார உணர்வு.

இந்நூலின் கட்டுரைகளை வெளியிட்ட தினமலர் நாளித ழுக்கும், மறுபதிப்பை வெளியிடும் விஷ்ணுபுரம் பதிப்பகத் திற்கும் நன்றி.

18.11.2024 ஜெ

நாகர்கோவில்

முன்னுரை

(தினமலர் பதிப்பின் முன்னுரை)

நான் பல்லாயிரம் பக்கங்கள் எழுதிய எழுத்தாளன். என் துறைகள் இலக்கியம், மதம், தத்துவம், வரலாறு. அரசியல், சினிமா இரண்டையும்பற்றி பேசுவதில்லை என்பது என் கொள்கை. ஏனென்றால் இங்கே அத்தனைபேரும் அதைத்தான் பேசிக்கொண்டிருக்கிறார்கள். அந்தப்பேச்சில் ஈடுபட எனக்கு ஆர்வமில்லை.

ஆனாலும் இக்கட்டுரைகளை எழுதத்துணிந்தேன் என்றால் தினமலர் ஆசிரியரின் கோரிக்கை ஓர் உடனடிக்காரணம். சமகாலக் கட்சி அரசியலை தொடாமல் எப்போதைக்குமான ஜனநாயக அடிப்படைகளைப்பற்றிப் பேசலாமென அவர்கள் எனக்கு அளித்த உறுதி இன்னொரு காரணம். சிலவற்றை பொதுவாக நம் ஊடகங்களில் எவருமே எழுதுவதில்லை என்னும் மனக்குறை எனக்குண்டு. உதாரணமாக, இக்கட்டுரைகளில் உள்ள புரட்சி பற்றிய கருத்தை வேறெந்த அச்சு ஊடகத்திலும் கண்டிருக்கமுடியாது. ஆகவே எழுதலாமென எண்ணினேன்.

இக்கட்டுரைகள் ஜனநாயகம் என்பதன் அடிப்படைகள் என்ன, அதுசெயல்படும் விதிகள் என்ன, அதை வெற்றிகரமாகக் கையாள்வது எப்படி என்பதைப்பற்றிப் பேசுகின்றன. இவை தமிழகத்தின் பொதுவான வாசகர் சூழலுக்கு வேண்டுமென்றால் புதியவையாக இருக்கலாம். ஜனநாயகம் பற்றிய விவாதங்களில் உலகமெங்கும் பேசப்படும் கருத்துகள்தான் இவை.

ஜனநாயகத்தின் அடிப்படை இரண்டே. ஒன்று, பன்முகத் தன்மை. அனைவருக்கும் இடமளிக்கும் இயல்பு. அனைவ ருக்கும் நடுவே ஒரு சமரசமாக, ஒத்திசைவாக செயல்படும்

தன்மை. இரண்டு, முரணியக்கம். பல்வேறு சக்திகள் ஒன்றோ டொன்று மோதி விவாதித்து முன்னகரும் இயல்பு. அவற்றைப் புரிந்து கொண்டால் மட்டுமே ஜனநாயகத்தை நம்மால் கையாள முடியும்.

இன்று, நாம் நம் அனைத்துத் தோல்விகளுக்கும் பிரச்சினை களுக்கும் அரசியல்வாதிகளைக் குறை சொல்கிறோம். அடுத்த கட்டமாக ஜனநாயகத்தைக் குறை சொல்கிறோம். உச்சகட்ட மாகச் சென்று தேசத்தை, தேசியமுன்னோடிகளை குறைசொல் கிறோம். நம் சொந்தக்குறையை எண்ணுவதே இல்லை. அதை எண்ணாமலிருக்கவே நாம் பிறரைக் குறை சொல்கிறோம்.

நமக்கு அளிக்கப்பட்ட ஜனநாயகம் மிகப்பெரிய வாய்ப்பு. நம்முடன் சுதந்திரம் பெற்ற பலநாடுகளில் இல்லாத ஒன்று. நாம் நம் அறியாமையால், உதாசீனத்தால் ஜனநாயகத்தை சரியாகப் பயன்படுத்தவில்லை. நம் பிரச்சினைகளுக்குக் காரணம் நம் அறியாமைதான். சுயநலம்தான். இந்நூல் அதைச் சுட்டிக்காட்டு கிறது.

இந்நூலை எங்களூரின் மறைந்த தேசியத்தலைவரான மார்ஷல் நேசமணி அவர்களின் நினைவுக்குச் சமர்ப்பணம் செய்கிறேன்.

ஜெயமோகன்

பொருளடக்கம்

1. ஜனநாயக ஒழுக்கம் — 15
2. தனிமனிதனின் அடையாளக்கொடி — 20
3. குற்றவாளிகள் யார்? — 24
4. ஜனநாயகம் எதற்காக? — 29
5. பேச்சுரிமை எதுவரை? — 35
6. ஏன் கத்துகிறார்கள்? — 39
7. வயிற்றைப் பற்றி பேசுங்கள்! — 44
8. யாருடைய கூலி பெறுகிறார்கள்? — 50
9. ஊழலின் அடித்தளம் — 56
10. நமது செவியில்லாமை தான் காரணம் — 61
11. உறிஞ்சும் பூச்சிப்படை — 66
12. வாக்காளராக வயதுக்கு வருதல் — 71
13. அரசியலின் இளிப்பு — 76
14. யானை நடை — 81
15. திண்ணை பேரத்தின் தேவை — 86
16. எது நாளைய ஊடகம்? — 91
17. வாழ்பவர்களும் பிரிப்பவர்களும் — 96
18. நடிகர் நாடாளும்போது... — 101
19. தடி ஏந்திய ஆசிரியர்கள் தேவை — 106
20. இரண்டுக்கும் நடுவே... — 111

21. எதிரும் புதிரும்	116
22. பாத்திரத்தின் களிம்பு	121
23. பொம்மைகளின் அரசியல்	126
24. நாம் – அவர் என்னும் அரசியல்	131
25. குடிமகனின் சுயமரியாதை	136
26. நீர்ப்பாசி	141
27. ஒற்றை வரிகளின் வெற்றி	146
28. குருதியோட்டத்தில் இணைவது	151
29. அணைக்க முடியாத நெருப்பு	156
30. தேசியம் என்னும் கற்பிதம்	161
31. பல குரல்களின் மேடை	166
32. மதமும் தேசியமும்	171
33. புரட்சி வரவேண்டும்	176
34. சுயேச்சைகளின் அரசியல்	181
35. துலாக்கோலின் முள்	186
36. நிபுணர்கள் வருக!	192
37. தனித்து நடப்பவர்கள்	197
38. அனைவருக்குமான அரசு	202
39. கேளாக்குரல்களைக் கேட்போம்	207
40. மீளும் வாசல்	212

ஜனநாயக ஒழுக்கம்

குமரி மாவட்ட உருவாக்கத்தில் பெரும்பங்கு வகித்தவரும், காந்தியவாதியும், சுதந்திரப்போராட்டத் தியாகியும் ஆகிய தாணுலிங்க நாடார் அவர்களின் காகிதங்களை ஒழுங்குபடுத்தும் வாய்ப்பு முப்பதாண்டுகளுக்கு முன்பு எனக்கு வாய்த்தது. அப்போது ஒரு தனிப்பட்ட உரையாடலில் நான் கேட்டேன். “ஐயா தாங்கள் அறிந்த எழுபத்தைந்து ஆண்டுகால இந்திய வரலாற்றில் மிகப்பெரிய நிகழ்ச்சி எது?”

சற்று நேரம் தலைகுனிந்து சிந்தித்தபின் அவர் என்னென்ன சொல்வார் என்று நான் எதிர்பார்த்தேனோ அதற்கு முற்றிலும் மாறாக “தலை எண்ணி ஓட்டெடுப்பு வந்ததுதான் தம்பி” என்று சொன்னார். சற்று வியப்புற்றாலும் பின்பு அவர் பேசப்பேச அப்பதிலில் இருந்த வரலாற்று விரிவை எண்ணிப் பிரமித்தேன்.

ரிக் வேத காலத்தில் இருந்தே இந்திய வரலாறு நமக்குக் கிடைக்கிறது. சங்க காலத்திலிருந்து தமிழ் வரலாறு நமக்குக் கிடைக்கிறது. ஆரம்ப காலத்தில் இங்கே சின்னச் சின்னப் பழங்குடி அரசுகள் இருந்தன. அவை ஒன்றுடன் ஒன்று இணைந்து சிற்றரசுகளாக மாறின. அவற்றில் சில அரசுகள் பெருகி பேரரசுகளாகி பிற அரசுகளை விழுங்கி வளர்ந்தன. தமிழகத்தில் முடியுடை மூவேந்தர் உருவானார்கள். பின்னர் அந்நிய படையெடுப்பு நிகழ்ந்தது. வரலாறு முழுக்க இங்கே மன்னராட்சி நிலவியது. பின்னர் பிரிட்டிஷ்காரர்களின் வருகைக்குப்பிறகு காலனி ஆதிக்கம் ஏற்பட்டது. காலனி ஆதிக்கத்திற்கு எதிராக காங்கிரஸ் தலைமையில் நடந்த சுதந்திர போராட்டத்தின் விளைவாக நவீன ஜனநாயக அரசு இங்கே அமைந்தது.

நாம் அறியும் இந்த 2500 வருட கால வாழ்க்கை வரலாற்றில் எங்குமே சாமான்ய மனிதனுக்கு அவனுடைய அரசாங்கத்தை தீர்மானிக்கும் உரிமை அளிக்கப்படவில்லை. மக்களுக்கும் அதிகாரத்துக்கும் சம்பந்தமே இருக்கவில்லை. மன்னர்கள் பெரு நகரங்களை மையமாகக் கொண்டு ஆட்சி செய்தன. கிராமங்கள் தனித்தனி கிராமசபைகளின் ஆட்சியில் இருந்தன. சாதிக்குழுக்கள் தங்கள் தலைவர்களாலும் ஆட்சிக் குழுக்களாலும் ஆளப்பட்டன.

மன்னர்கள் சாலைகளில் சுங்கம் வசூலித்தார்கள். கிராம நிர்வாக அமைப்பு வழியாக நிலவரி வசூலித்தார்கள். மற்றபடி அரசாங்கம் மக்களுக்குச் திருப்பிச்செய்வதென்பது எதுவுமே இருக்கவில்லை. வரிகொடுக்காவிட்டால் கிராமங்கள் சூறையாடப்பட்டன. போர்களில் மக்களின் செல்வம் கொள்ளையடிக்கப்பட்டது. அந்நிய படையெடுப்புகளால் அவர்களின் சேமிப்பு கவரப்பட்டது. மாறி மாறி எல்லா அரசுகளும் மக்களை கொள்ளையிட்டன.

பெரும்பாலான தருணங்களில் தாங்கள் யாருடைய குடி மக்கள் என்பதே மக்களுக்குத் தெரியாமல் இருந்தது. ஆட்சி எங்கு, எவ்வாறு நடக்கிறது என்பதே மக்கள் அறிந்திருக்க வில்லை. ஆனால் அவர்களின் தலையெழுத்தை அந்த அரசுதான் தீர்மானித்தது. வரலாற்றுக் காலம் முழுக்க அடிமைப்படுத்தப் பட்டு சுரண்டப்பட்டு போர்களில் கொல்லப்பட்டு பஞ்சங்களில் செத்துக்குவிந்து அழிந்தனர் சாமான்ய மக்கள்.

பிரிட்டிஷ் ஆட்சிக்கு எதிராக காங்கிரஸ் தலைமையில் இங்கு நடந்த ஜனநாயக போராட்டத்தினால் உருவான அழுத்தம் சிறுகச் சிறுக தான் இங்கு ஜனநாயகத்தை கொண்டு வந்தது. பிரிட்டிஷ் ஆட்சி காங்கிரஸுடன் செய்து கொண்ட சமரசங்களின் விளை வாக 1920ல் மாகாண சபைகள் அமைந்து அவற்றுக்கு தேர்தல் வந்தது. திருவிதாங்கூர் போன்ற மன்னராட்சி பகுதி களிலும் மக்கள் சபைகள் அமைந்தன.

ஆனால் இந்த தேர்தல் அனைத்துமே வரி கட்டும் மக்கள் மட்டுமே வாக்களிக்கும் உரிமை கொண்டவை. சாமான்ய மக்க ளுக்கு அவற்றில் பங்கே இருக்கவில்லை. இந்திய வரலாற்றில் முதல் முறையாக சாமான்யன் அரசியலில் ஏதேனும் ஒரு

பங்களிப்பை ஆற்றியதென்பது 1951 - 52ல் இங்கு நடந்த முதல் பொதுத்தேர்தலில் தான். இந்தியாவுக்கு சுதந்திரம் கிடைத்ததும் நேரு தலைமையில் உருவான அரசு காந்தியின் வழிகாட்டு நெறிகளின்படி வயது வந்தோர் அனைவருக்கும் வாக்குரிமை என்ற முறையை கொண்டு வந்தது அந்தத் தேர்தலில் தான்.

அதைத்தான் தாணுலிங்க நாடார் அவர்கள் 'தலை எண்ணி வாக்கு' என்று சொன்னார். பெண்களுக்கு வாக்குரிமை. அரசனுக்கும் பிச்சைக்காரனுக்கும் ஒரே வாக்குரிமை. வீடற்ற வர்களுக்கு வாக்குரிமை அன்று வரை நாம் மனிதரென்றே நினைத்திராத பழங்குடிகளுக்கும் வாக்குரிமை. நாம் அந்த ஜனநாயக உரிமையைப் பெற்ற 1947ல், நாகரிகத்தின் மடித் தொட்டில்கள் என்று நினைக்கப்பட்ட சில ஐரோப்பிய நாடு களில் அனைவருக்கும் வாக்குரிமை இருக்கவில்லை. உதாரண மாக 1971ல்தான் ஸ்விபட்சர்லாந்தில் பெண்களுக்கு வாக்குரிமை அளிக்கப்பட்டது.

அனைவருக்கும் வாக்குரிமை வந்தபிறகுதான் கூப்பிய கரங்களுடன் பெரிய மனிதர்கள் சேரியை நோக்கி வரத் தொடங்கினார்கள். குடிசைகளுக்குள் புகுந்து அங்குள்ள மக்கள் எப்படி வாழ்கிறார்கள் என்று பார்த்தார்கள். தெருக்களில் வாழும் மக்களுக்கும் ஏதேனும் செய்யவேண்டுமென்று உணர்ந்தார்கள். அரசாங்கம் அந்த மக்களுக்கும் கடமைப்பட்டது தான் என்ற எண்ணம் ஏற்பட்டது. இன்றைக்கும் கூட வேறெதற்கும் பயன்படாதவர்கள் என்று ஒதுக்கப்படும் மக்களுக்கு ஏதேனும் மதிப்பு வருவது தேர்தல் காலத்தில் தான். தொண்ணூறு வயதாகி திண்ணையில் படுத்திருக்கும் பாட்டியைக் கூட மதிப்போடு தூக்கிக் கொண்டு தேர்தல் களத்திற்கு கொண்டு செல்கிறார்கள். இந்திய வரலாற்றை பொறுத்தவரை வயதுவந்தோர் வாக்குரிமை மிகப்பெரிய திருப்புமுனை.

இந்தியாவைச் சுற்றியுள்ள பலநாடுகளில் நாம் சுதந்திரம் பெற்ற அதே காலத்தில் தான் சுதந்திரம் வந்தது. பர்மா, பாகிஸ்தான், மலேசியா, இலங்கை, சீனா, ஆப்கானிஸ்தான். ஆனால் இவற்றில் எங்குமே இன்று வரை முழுமையான ஜனநாயகம் இல்லை. போலி ஜனநாயகம், தற்காலிக ஜனநாயகம் மட்டுமே உள்ளது. இந்நாடுகள் அனைத்துமே அடக்குமுறை அரசுகளைக் கொண்டுள்ளன. இத்தனை குறைபாடுகளுக்குப்

பிறகும் கூட உலகின் மிக வெற்றிகரமான ஒரு ஜனநாயக அரசாக நாம் திகழ்கிறோம்.

ஆறாண்டுகளுக்கு முன்பு விமானத்தில் டெல்லி சென்று கொண்டிருந்த போது என் அருகே இருந்த கன்னட உயரதிகாரி ஒருவரிடம் பேச நேர்ந்தது. நான் ஒரு கன்னட நாவலை வாசித்துக் கொண்டிருந்ததைக் கண்டு அவர் என்னிடம் அறிமுகம் செய்து கொண்டார். இருபதாண்டுகாலம் தமிழகத்தில் பணியாற்றியவர். தமிழகத்தைப்பற்றிய பல நினைவுகளை என்னிடம் சொல்லிக் கொண்டு வந்தபோது தமிழகப் பெண்கள் ஓட்டுக்கு பணம்பெறுவதைக் கண்டு தான் அருவருப்படைந்ததாகச் சொன்னார்.

ஒரு கணம் என் கைகால் நடுங்கிவிட்டது. "என்ன சொல்கி றீர்கள்?" என்றேன். "தமிழ்ப்பெண்கள் ஒழுக்கத்தில் இத்தனை தீவிரமாக இருக்கிறார்களே? யாரோ ஒருவனிடமிருந்து தன் அடிப்படை உரிமைக்காக பணம் பெறுவதும் ஒழுக்கம் தவறு வதுதான் என ஏன் தோன்றவில்லை?" என்று அவர் கேட்டார். என்னால் பதில் சொல்லமுடியவில்லை.

"தமிழகத்தில் தேர்தல் காலங்களில் படித்தவர்கள் குடும்பப் பெண்கள் கூட ஓட்டு போடுவதற்கு பணம் கேட்டு தெருவில் வந்து நிற்பதை பார்க்கிறேன். தயங்கியபடி நிற்கும் ஆண்களைக் கூட வீட்டுக்குள் இருந்து கொண்டு அன்னையரும், மனைவியரும் தள்ளி பணம் வாங்க சொல்வதைப் பார்த்திருக்கிறேன். எவனோ ஒருவன் வந்து நமக்கு பணம் கொடுப்பதா என்ற ஒழுக்கம் சார்ந்த கூச்சம் கொஞ்சம் கூட அவர்களிடம் இல்லை. அதைக் கண்டு நான் கூசியிருக்கிறேன். ஆந்திரத்திலும் கர்நாடகத்திலும் கூட ஓட்டுக்கு பணம் கொடுப்பதுண்டு. குடிகாரர்கள்தான் அவற்றை வாங்குவார்கள். அவர்களே கொஞ்சம் கூச்சமாக ரகசியமாகத்தான் வாங்குவார்கள். குடும்பப் பெண்கள் அவற்றை வாங்க மறுப்பார்கள்" என்றார் அந்த அதிகாரி.

அதன்பிறகு எனக்கு ஒன்றும் பேசத்தோன்றவில்லை. ஆனால் டெல்லி சென்று இறங்குவது வரை என் கைகால்கள் நடுங்கிக் கொண்டு இருந்தன. அந்த அதிகாரி சொன்னது அப்பட்டமான உண்மை என்று நாம் அறிவோம். நமது தங்கையும் மனைவியும் அன்னையும் எவனோ ஒருவன் கொண்டு தந்த அந்தக் காசை

கைநீட்டி வாங்குவதை நாம் எப்படி அனுமதிக்கிறோம். இது எவ்வளவு பெரிய கீழ்மை என்று ஏன் நமக்குத் தோன்றவில்லை?

ஜனநாயகத்தை கூவி விற்பது இது. இது மிகப்பெரிய ஒரு ஒழுக்க வீழ்ச்சி என்று நமக்குத்தோன்றும் போது தான் ஜனநாயகம் என்னும் பெருமையை நமக்கு வாங்கி அளித்த முன்னோர்களின் முன்னால் தலை நிமிர்ந்து நிற்கக்கூடிய தகுதியை நாம் அடைகிறோம்.

தனிமனிதனின் அடையாளக்கொடி

இந்தியாவில் 1956ல் நடந்த முதல் பொதுத்தேர்தல் பற்றிய பல சுவாரசியமான செய்திகளை ராமச்சந்திர குகா எழுதி கிழக்கு பதிப்பக வெளியீடாக வந்துள்ள 'காந்திக்குப் பின் இந்தியா' என்ற நூலில் நாம் காண முடியும். தேர்தல் கமிஷனர் தலைமையில் நடந்த அந்த முதல் பொதுத் தேர்தலை உலகமே கூர்ந்து கவனித்துக் கொண்டிருந்தது. ஏனென்றால் உலக அளவில் அன்று அத்தனை மக்கள் பங்கெடுக்கக்கூடிய ஒரு பொதுத்தேர்தல் நடந்ததே கிடையாது. சொல்லப் போனால் மனித குல வரலாற்றிலேயே அது ஒரு பெரிய நிகழ்வு. இன்னமும் கூட உலகத்தின் மிக அதிகமான மக்கள் தேர்தலுக்கு செல்லும் சந்தர்ப்பம் இந்திய பொது தேர்தல். அந்த பொது தேர்தலை நடத்த பல வகையான சவால்களை தேர்தல் கமிஷன் சந்திக்க வேண்டியிருந்தது.

ஒன்று சாலை வசதிகள், பொது செய்தித் தொடர்பு வசதிகள், பிற நிர்வாக வசதிகள் இல்லாத ஆயிரக்கணக்கான கிராமங்களில் வாக்களிக்க வசதி செய்ய வேண்டியிருந்தது. அங்கெல்லாம் அரசு ஊழியர்கள் சென்று தேர்தலை நடத்தி வாக்குப்பெட்டிகளை சுமந்து வாக்கு எண்ணும் மையங்களுக்கு கொண்டுவரவேண்டியிருந்தது. வடகிழக்கில் பல பகுதிகளில் கோவேறு கழுதைகளில் வாக்குப்பெட்டிகளை கொண்டு சென்றார்கள். இமயமலைப்பகுதிகளில் பல இடங்களில் ஹெலிகாப்டரில் இருந்து வாக்குப்பெட்டிகள் இறக்கப்பட்டன. அத்தேர்தல் நடந்து முடிந்த போது அமெரிக்க நாளிதழ் ஒன்று மனித வரலாற்றின் மிகப்பெரிய சாதனைகளில் ஒன்று என்று பாராட்டியது.

ஆனால் அந்தத் தேர்தலில் மிக முக்கியமான ஒரு சவால் இருந்தது. அது என்னவென்றால் முதல்முறையாக வாக்களிக்க வந்த இந்தியாவின் அடித்தள மக்களில் கணிசமானவர்களுக்கு சொந்தமான அடையாளம் இருக்கவில்லை. அதாவது பலருக்கு சொந்தமான பெயர்களே கிடையாது. உதாரணமாக முண்டா சாதியினரின் ஒரு கிராமத்திற்கு சென்றால் அத்தனை பேருக்கும் முண்டா என்றுதான் பெயர் இருக்கும். அவர்களுக்குள் குள்ள முண்டா, நெட்டை முண்டா, பல்லில்லாத முண்டா, நொண்டி முண்டா, காலில்லாத முண்டா என்று பெயர் வைத்திருப்பார்கள். யாரைக்கேட்டாலும் தன்னுடைய சாதியின் பெயரையோ தன்னுடைய இனக்குழுவின் பெயரையோ சொல்வார்கள்.

இன்னும் பெரிய விஷயம் என்னவென்றால் பெண்களுக்கு சொந்தமாக பெயரே அடையாளமாக இல்லை. இன்னாரின் மனைவி என்பது தான் அவருடைய அடையாளமாக இருக்கும். இது உயர்குடிகளுக்கு. இந்தியாவின் முதல் தேர்தலில் தேர்தல் கமிஷனின் மிகப்பெரிய பணிகளில் ஒன்றாக இருந்தது, அந்த மக்களுக்கு ஒரு தனி அடையாளத்தை உருவாக்கிக் கொடுப்பது. அவர்களுக்கு ஒரு பெயரை போட்டு அந்த பெயர் தான் அவர்கள் என்று அவர்களுக்குச் சொல்லி அவர்களை ஓட்டுப்போட கொண்டுவருவது.

இன்றைக்கு சிந்திக்கும் போது சற்று வேடிக்கையாக இருக்கும் ஆனால் இது ஒரு பெரிய வரலாற்றின் / மனிதகுல வரலாற்றின் வளர்ச்சியை மிகப் பிந்தித்தான் தனிமனிதன் என்ற சிந்தனையே வந்திருக்கிறது. மனிதன் மிகத்தொன்மையான காலத்தில் கூட்டங்கூட்டமாக வாழ்ந்தான். கூட்டங்களின் பெயரைத்தான் தனக்கென வைத்திருந்தான். தானொரு தனி மனிதன் என்ற எண்ணமே அவனுக்கு இருக்கவில்லை. தனக்கு சொந்தமாக ஆசாபாசங்கள் உண்டு. எண்ணங்கள் உண்டு தான் விரும்பியதைச் செய்யும் சுதந்திரம் தனக்குண்டு என்றே அவனுக்குத் தெரிந்திருக்கவில்லை.

நூறாண்டுகளுக்கு முன்பும் கூட நம்முடைய குடும்பங்களில் எவருக்குமே தன்னுடைய வாழ்க்கையைப்பற்றிய ஒரு எளிய முடிவைக்கூட எடுக்கும் சுதந்திரம் இருக்கவில்லை. கூட்டாகத்தான் அந்த முடிவை எடுத்துக் கொண்டிருந்தார்கள். நாம் வாழ்கின்ற காலகட்டத்தை நவீன ஜனநாயக காலம்

என்கிறோம். இதற்கு முந்தைய காலகட்டத்தை விவசாய மைய வாழ்க்கை நிகழ்ந்த காலகட்டம் என்கிறோம். நிலப்பிரபுத்துவ காலகட்டம் என்று அதை அரசியல் சிந்தனையில் குறிப்பிடு வார்கள். அந்தக்காலகட்டத்தில் ஆட்சியாளர்கள் உயர்குடிகள் மட்டுமே தங்களை தனி மனிதர்களாக நினைத்துக் கொண்டி ருந்தார்கள். மற்றவர்கள் அனைவருமே தங்களை கூட்டம் கூட்டமாக நினைத்துக் கொண்டிருந்தார்கள்.

ஆனால் நவீன ஜனநாயகம் தனி மனிதர்களுக்குரியது. அது ஒவ்வொருவர் கையிலும் ஒரு ஓட்டுச் சீட்டை கொடுக்கிறது. அந்த ஓட்டை தானாகவே சுயமாக முடிவு செய்து போட வேண்டும் என்று அது சொல்கிறது. அப்படி சுயமாக சிந்தித்து ஓட்டுப்போடும்போது தான் உண்மையான ஜனநாயகம் வளர முடியும்.

உண்மையில் ஐரோப்பா போன்ற நாடுகளில் முதலில் தனி மனிதன் என்ற சிந்தனை உருவாகி வந்தது. அங்கிருந்த கிறித்துவ மதம் தனி மனித சிந்தனை என்பது ஒரு பாவம் என்று எண்ணியது. மக்களை ஒரு பெருந்திரளாக ஆக்கி வைத்திருந்தது. அந்த மத மேலாதிக்கத்திற்கெதிராக அங்கே உருவான சுதந்திர சிந்தனையாளர்கள் தான் தனி மனிதன் என்ற சிந்தனையை மக்களிடம் கொண்டு சென்றார்கள். தனி மனித சிந்தனை உருவான பிறகு அதன் விளைவாக அங்கே ஜனநாயகம் வந்தது. தனி மனிதர்கள் கூடி வாக்களித்து தங்கள் அரசாங்கத்தை தேர்ந்தெடுக்கும் முறைதான் ஜனநாயகம்.

இந்தியாவில் ஜனநாயக முறை வந்தபிறகு அந்த ஜனநாயக முறையால் தனி மனிதன் என்னும் கருத்து உருவாக்கப்பட்டது. இது நிகழ்ந்து அரை நூற்றாண்டு கடந்துவிட்டது. ஆனால் இன்னமும் கூட நாம் முழுமையாக தனி நபர்களாகவில்லை. என்றைக்கு நாம் ஒரு ஜாதியாக ஒரு மதமாக ஒரு இனமாக ஒரு கூட்டமாக சிந்திக்காமல் தனியாக நாம் மட்டுமே சிந்தித்து ஓட்டு போடுகிறோமோ அன்றைக்கு தான் நாம் தனி மனிதர்களா கிறோம். இப்போது கூட இந்தியாவில் வாக்களிப்பவர்கள் பாதிக்கு மேலானவர்கள் தனி மனிதனாக சிந்திக்காமல் ஓட்டுப் போடுகிறார்கள் என்பதனால்தான் இன்னும் நமது ஜனநாய கத்தில் இவ்வளவு பிழைகள் இருக்கின்றன.

நாம் வாக்களித்து தேர்வு செய்து வரக்கூடிய ஒரு எம்.எல்.ஏ.யை தனிப்பட்ட முறையில் நாம் ஏற்றுக் கொள்ளவே மாட்டோம். அவர் ஒழுக்கமில்லாதவர் நேர்மையில்லாதவர் வன்முறையாளர் என்று நாம் நினைப்போம். ஆனால் வாக்களிக்கும்போது ஒரு மதமாகவோ ஜாதியாகவோ பார்த்து வாக்களிப்போம். ஆகவேதான் தகுதியற்றவர்கள் இங்கே தேர்வு செய்யப்படுகிறார்கள்.

ழாக் லக்கான் என்ற உளவியல் அறிஞர் ஒரு முக்கியமான கருத்தை சொல்கிறார். பதினெட்டு மாதம் ஆகும் வரை ஒரு குழந்தை தன்னை தான் என்று உணர்வதில்லை. தன் அன்னையின் உடம்பின் ஒரு பகுதியாக தன் அருகில் உள்ளவர்களுடன் சேர்ந்து தன்னை உணர்கிறது. பதினெட்டு மாதத்தில் நான் என்று அது சிந்திக்க ஆரம்பிக்கிறது. ஒரு கண்ணாடியைப்பார்த்து அது தான் தான் என்று அடையாளம் காணத்துவங்குகிறது. ஆகவே இது மிர்ரர் ஸ்டேஜ், கண்ணாடிப்பருவம் என்கிறார் லக்கான். இதன் பிறகு நாம் செல்லும் பயணம் என்பது எப்போதும் தனிநபர் பயணம் தான் நமது இன்பங்களை தனிமையாகவே அடைகிறோம். துன்பங்களையும் தனியாகத் தான் அனுபவிக்கிறோம். கடவுளை தனியாகத்தான் சந்திக்கப் போகிறோம். வாக்களிக்கும்போது மட்டும் ஏன் கூட்டமாக செல்கிறோம்.

நாம் தனிப்பட்ட முறையில் சிந்தித்து முடிவெடுத்து வாக்களிக்கத் தொடங்கும்போது மட்டுமே தகுதியானவர்களுக்கு வாக்கு சென்று விழும். சாதி மதம் சார்ந்து வாக்களிப்பது இப்போதெல்லாம் எல்லாரும் இவருக்குத்தான் அளிக்கிறார்கள் என்ற சிந்தித்து வாக்களிப்பது ஆகியவை ஜனநாயகத்துக்கு எதிரானவை.

ஜனநாயக சோதனைச்சாலையில்... ❈ 23

குற்றவாளிகள் யார்?

சில ஆண்டுகளுக்கு முன், பேருந்தில் என்னருகே பயணம் செய்த ஒருவரிடம் பேசிக் கொண்டிருந்தேன். அவருடைய தொகுதியில் தேர்ந்தெடுக்கப்பட்ட சட்டமன்ற உறுப்பினர் ஒரு தொழில்முறைக் குற்றவாளி என்று அவர் குற்றம் சாட்டினார். பல குற்ற வழக்குகளில் சம்பந்தப்பட்டவர். கட்டப்பஞ்சாயத்து செய்பவர். நிலமோசடிக்கு புகழ் பெற்றவர். அவருக்கும் பிறிதொருவருக்குமான சண்டையில், நேரில் அடிதடிக்கு அவர் களம் இறங்கியதையே தான் பார்த்ததாக சொன்னார்.

நான் கேட்டேன்: "அந்த தொகுதி மக்களில் பெரும்பான்மையினர் அவரைப் போன்ற குற்றவாளிகள் என்று தானே இதற்கு பொருள்?" கோபத்துடன், "அதெப்படி சொல்ல முடியும்?" என்றார் அவர். "ஏராளமான குடும்பப்பெண்களும், தாய்மார்களும் ஓட்டளித்து தானே அவர் தேர்ந்தெடுக்கப்பட்டிருக்கிறார்? அவர்களெல்லாம் தங்கள் வாழ்நாளில் எந்த குற்றச்செயலிலும் ஈடுபடக்கூடியவர்கள் அல்ல. மானசீகமாக எந்த குற்றத்தையும் ஒப்புக்கொள்ளக்கூடியவர்களும் அல்ல."

பொதுவாகவே தமிழ் சமுதாயம் என்பது குற்றத்திற்கு எதிரான மனநிலை கொண்டது. எனக்குத் தெரிந்த காவல் உயரதிகாரி ஒருவர் ஒருமுறை சொன்னார்: உலகத்திலேயே காவலர், பொதுமக்கள் விகிதம் மிகக்குறைவாக இருக்கும் நாடு இந்தியா தான். ஏறத்தாழ முப்பதாயிரம் மக்களுக்கு ஒரு காவலர் என்றிருக்கிறார்.

ஆனால், இங்குள்ள மக்கள் தொகையையும் மக்கள் வாழும் அடர்த்தியையும் பல்வேறு வகையான ஜாதி இனப்பிரிவுகளையும் பார்க்கும்போது இங்கு நிகழும் குற்றச்செயல்கள் மிகவும் குறைவு என்றார்.

நான் அதற்கான காரணம் என்ன என்று கேட்டேன். “காவலர்களுக்கு பயந்து இந்தக் குற்றங்கள் கட்டுக்குள் நிற்க வில்லை” என்றார் அந்த மேலதிகாரி. ”இங்குள்ள மக்களுக்கு குற்றச்செயல்கள் மேல் இயல்பாகவே ஒரு கசப்பு உள்ளது. ஒருவன் திருடன் என்றால், கொலைகாரன் என்றால் அவனுக்கு ஒரு பெரும் சமூக புறக்கணிப்பு உள்ளது. அதன்பின் அவன் குடும்பத்துடன் இருக்கமுடியாது. தன் உற்றார், உறவினருடன் சேர முடியாது. தன்னைப்போன்ற பிற குற்றவாளிகளின் உலகுக்குள் தான் அவன் சென்றாக வேண்டும். அங்குதான் அவனுக்கு நட்பும், சுற்றமும் அமையும்.

அவ்வாறு அவன் சென்ற அந்த உலகத்தை மட்டும் கண்காணித்தால் போதும். புதிய குற்றவாளிகளைப் பிடித்துவிட லாம். இங்கு குற்றவாளிகள் ஒரு தனி சமுதாயமாகத்தான் வாழ்கின்றனர். ஆகவே, அவர்களைக் கண்காணிப்பது எளிது. இக்காரணத்தால் தான் இங்கு குற்றப்புலனாய்வே இவ்வளவு எளிதாக நடக்கிறது” என்றார் அந்த அதிகாரி.

இந்த அளவுக்குக் குற்றங்களை வெறுக்கக்கூடிய ஒரு சமுதாயம், ஏன் கொடுங்குற்றவாளிகளை தன்னுடைய அரசியல் பிரதிநிதிகளாக தேர்ந்து அனுப்புகிறது?

என் அருகே பேருந்தில் வந்த நபர் சொன்னார்: “அதுக்கு நாம என்ன செய்வது சார்? கட்சியிலிருந்து அவரைத்தான் எங்கள் தொகுதிக்கு நிறுத்துகின்றனர். மாநில அளவில் நமக்கு பிடிச்ச ஒருத்தர் முதல்வராக பதவிக்கு வரவேண்டுமென்று நினைத்தால், இவருக்கு தான் ஓட்டுப் போடவேண்டியிருக்கிறது. அல்லது நாம் விரும்பாத ஒருவர் முதல்வராக வந்துவிடுவார். வேறு வழியில்லாமல் தான் இந்த மாதிரி குற்றவாளிகளுக்கு நாம் ஓட்டளிக்கிறோம்.”

சரி, அப்படியென்றால் அந்த அரசியல் கட்சிகள் ஏன் குற்றவாளிகளை நிறுத்துகின்றன? குற்றவாளிகளிடம் குற்றம் மூலம் சேர்த்த பணம் இருக்கிறது என்பது முதல் காரணம். அவர்கள் தங்களைப்போன்ற குற்றவாளிகளைத் தேர்ந்து எடுத்து, ஒரு நிர்வாக அமைப்பை உருவாக்கி வைத்திருக்கின்றனர். தேவை ஏற்பட்டால் ஒரு கலவரத்தை உருவாக்கவோ, ஒரு கடை யடைப்பை நிகழ்த்தவோ அவர்களுக்கு ஆற்றல் இருக்கிறது

என்பது இன்னொரு காரணம். கடைசியாக, எந்த மனசாட்சித் தடையுமில்லாமல் ஊழல் செய்து மேலிடத்திற்கு கப்பம் கட்ட அவர்களால் முடியும்.

ஆக, வேறு வழியில்லாமல், மத்தியிலோ, மாநிலத்திலோ ஒரு ஆட்சி மாற்றத்தை உருவாக்குவதற்காக நாம் குற்றவாளிகளுக்கு ஓட்டளித்துக் கொண்டிருக்கிறோம். குற்றவாளிகள் தேர்தலில் வெல்லும் தோறும் நேர்மையானவர்களால் அரசியலில் நீடிக்க முடியாமல் ஆகிறது. ஏனென்றால், நேர்மையான ஒருவர், ஒரு குற்றவாளியை அரசியல் களத்தில் சந்திப்பதே மிகக்கடினம். அவரும் குற்றத்தை கையிலெடுக்க வேண்டியிருக்கலாம்.

குற்றவாளிகளின் வெற்றி பிற குற்றவாளிகளுக்கு ஊக்கமூட்டுகிறது. தாங்களும் ஜெயித்து விடலாம் என்று அவர்கள் நினைக்கின்றனர். அரசியல் அதிகாரம் கைக்கு வரும்போது, தாங்கள் செய்த குற்றங்களை எளிதாக மறைக்கலாம் என்று திட்டமிடுகின்றனர். ஆரம்பத்தில் உத்தரப்பிரதேசத்திலும், பீஹாரிலும் தான் குற்றவழக்கு பின்னணி கொண்டவர்கள் தேர்தலில் வென்று வருவது அதிகமாக இருந்தது. அதன் பிறகு இந்தியா முழுக்க அந்தப்போக்கு வலுப்பெற்றது. இன்றைக்கு தமிழ்நாட்டில் ஏறத்தாழ உத்தரப்பிரதேசம், பீஹார் அளவுக்கே அரசியல் குற்றவாளிகளின் புகலிடமாக மாறியுள்ளது.

எந்தக் காரணத்தின் பொருட்டும் ஒரு குற்றவாளியை அரசியலில் ஓட்டளித்துத் தேர்ந்தெடுக்கக்கூடாது என்ற உணர்வு நமக்குத் தேவை. நமது ஓட்டு வீணாகிப்போகும் என்றாலும் சரி, நாம் விரும்பிய ஒருவர் பதவிக்கு வரமாட்டார் என்று நாம் நினைத்தாலும் சரி, எக்காரணம் கொண்டும் குற்றவாளிக்கு ஓட்டளிக்கக்கூடாது என்ற உணர்வு வேண்டும்.

ஏனென்றால், ஒரு குற்றவாளியை, அரசியலில் வெற்றி பெறச்செய்வதன் வழியாக, நம் குழந்தைகளுக்கு நாம் மிக மோசமான ஒரு முன்னுதாரணத்தை அளிக்கிறோம். நேர்மை மேலும், அறம் மேலும் அவர்களுக்கு நம்பிக்கை இல்லாமல் ஆக்குகிறோம். ஏதோ ஒரு தருணத்தில் அவர்களுக்கு நம் மீதும், நமது பாரம்பரியத்தின் மீதும் அவநம்பிக்கை ஏற்படும்.

அன்று பேருந்தில் இருந்து மதுரையில் இறங்கி ஒரு நண்பரை பார்த்து பேசிக்கொண்டிருந்த போது, அவர் அவருடைய சொந்த

பிள்ளைகளால் எப்படி வஞ்சிக்கப்பட்டார் என்று சொன்னார். அவருக்கு கிராமத்தில் மிகப்பெரிய அளவு நிலமும், வீடும் இருந்தது.

அவரது நான்கு பிள்ளைகளும் வெவ்வேறு நகரங்களில் குடியிருந்தனர். அந்த நிலத்தை விற்றுப்பணமாக மாற்றி கொண்டு செல்ல அவர்கள் எண்ணினர். தன்னுடைய கடைசி காலம் வரைக்கும் தன் முன்னோர்கள் வாழ்ந்த அந்த வீட்டில் வாழ வேண்டுமென்பது அவருடைய ஆசையாக இருந்தது. மிகக்கடுமையாக உழைத்து தன் பிள்ளைகளை படிக்க வைத்து அனுப்பியவர் அவர்.

ஆனால், பிள்ளைகள் பலவகையிலும் நெருக்கடி கொடுத்தனர். ஒரு கட்டத்தில் அவர் இறந்தால் இறுதிச்சடங்கு கூட செய்யமாட்டேன் என்றனர். அவர் உறுதியாக மறுத்துவிட்டார். அவர்கள் இணைந்து அவரது கையெழுத்தை மோசடி செய்து, அவரறியாமல் அவரது நிலத்தையும், வீட்டையும் விற்று விட்டனர். ஒருநாள் வீட்டை வாங்கியவன் வந்து வெளியேறச் சொன்னபோது தான் அவருக்கே அது தெரிந்தது.

சொந்தப் பிள்ளைகளுக்கெதிராக நீதிமன்ற வழக்கை அவர் விரும்பவில்லை. அதற்கான பணமோ, பின்புலமோ அவருக் கில்லை. ஆகவே, எஞ்சிய சேமிப்புடன் மதுரைக்கு வந்து, தனி யாக தன் மனைவியுடன் ஒரு சிறு இல்லத்தில் தங்கியிருந்தார். இந்தக் கதையை சொல்லும்போது அவர் கண்ணீர் விட்டுக் கதறி அழுதார்.

பேருந்தில் வந்த போது ஒருவர் சொன்னதையும், இதையும் உடனடியாக என் மனம் இணைத்து பார்த்தது. பொது வாழ்வில் எந்த அறமும் இல்லாத ஒருவருக்கு ஓட்டளித்து சட்டமன்றத் துக்கு அனுப்பும் நாம், நம்முடைய சொந்த பிள்ளைகள் மட்டும் அறத்துடனும் ஒழுக்கத்துடனும் இருக்கும் என்று எப்படி எதிர்பார்க்க முடியும்? அந்த முன்னுதாரணத்தை நாம்தானே உருவாக்கி நம் பிள்ளைகளுக்கு அளிக்கிறோம்.

அந்தப் பிள்ளைகளுக்கு மோசடியும், அநீதியும் தான் வெற்றிக்கான வழி என்பதை மறைமுகமாக நாம் கற்பிக்கி றோம் இல்லையா? அதன்பின்பு நம்மிடம் நியாயத்துடன் நடந்து

கொள்ள வேண்டும் என்று அவர்களிடம் எதிர்பார்க்க நமக்கு என்ன உரிமை இருக்கிறது?

எக்காரணம் கொண்டும், கட்சி, மதம், சாதி எந்த பின்னணி யான, குற்றவாளிகளுக்கும் ஒட்டளிப்பதில்லை என்ற உறுதி நமக்குத் தேவை. இது நம் பிள்ளைகளுக்கும், பேரப்பிள்ளை களுக்கும் நாம் அளிக்கும் வாக்குறுதி.

ஜனநாயகம் எதற்காக?

எனக்கு நாள்தோறும் வரும் மின்னஞ்சல்கள் ஒன்றில் ஓர் இளைய நண்பர் கேட்டிருந்தார்.

"இந்தியாவுக்கு சுதந்திரம் கிடைத்ததனால் என்ன லாபம்? இங்கே ரயில் பாதைகளை அமைத்தவர்கள் துறைமுகங்களை கட்டியவர்கள், காவல் நிலையங்களையும், நீதிமன்றங்களையும் ஏற்படுத்தி சட்டம் - ஒழுங்கை நிலை நாட்டியவர்கள், தேசம் முழுக்க இணைக்கும் செய்தித் தொடர்பை உருவாக்கியவர்கள், வலுவான நிர்வாக அமைப்பை கட்டி எழுப்பியவர்கள் பிரிட்டிஷார் தானே? அவர்களே நீடித்திருந்தால் இந்த நாடு இன்னும் முன்னேறியிருக்கும் அல்லவா? சுதந்திரம் கிடைத்த பிறகு நமக்கு என்ன வந்தது? எங்கு பார்த்தாலும் ஊழல், சுரண்டல். இந்த ஊழல்வாதிகளை விட வெள்ளைக்காரன் எவ்வளவோ மேல் அல்லவா?"

மூன்று மாதங்களுக்கொரு முறையாவது ஒரு இளைஞன் இந்தக் கேள்வியை கேட்காமல் இருப்பதில்லை. ஏனென்றால் நம் நாட்டில் பரவலாக டீக்கடைகளில் புழங்கும் ஒரு கேள்வி இது. அரசியல் பற்றிப் பேசினாலே "வெள்ளைக்காரன் ஆட்சி போய் கொள்ளைக்காரன் ஆட்சி வந்தது" என்று யாராவது ஒரு முதியவர் சொல்வதுண்டு. ஆனால் நாம் இதைச் சொல்லும் போது வரலாற்றை கொஞ்சமேனும் யோசிப்பதில்லை. வரலாற்று உணர்வுடன் கருத்துகளை சொல்பவர்கள் நம்மிடம் மிக மிகக் குறைவு.

உண்மை என்ன? வெள்ளையர் ஆட்சி நம்மிடம் மேலே சொன்ன வளர்ச்சிகளை உருவாக்கியது உண்மை தான். அது

வெள்ளையர்களின் கொடை அல்ல. நவீன முதலாளித்துவத்தின் கொடை. அது உலகமெங்கும் ஒரே சமயம் உருவான வளர்ச்சி.

ஆனால் கூடவே வெள்ளையர் ஆட்சி மனிதகுல வரலாறு காணாத பெரும்பஞ்சங்களை இந்த நாட்டில் உருவாக்கியது. அதைப்பற்றி ஆங்கிலேய அறிஞர்களே மிக விரிவாக எழுதி யிருக்கிறார்கள். அமர்த்தியா சென் அவர்கள் அப்பஞ்சங்களை பற்றி ஆராய்ச்சி செய்திருக்கிறார். 1769 முதல் இருபதாண்டுக் காலம், மீண்டும் 1837 முதல் இருபதாண்டுக்காலம் இந்தியாவில் மிகப்பெரிய பஞ்சங்கள் வந்தன.

இவற்றை தாதுவருஷ பஞ்சங்கள் என்று நம் முன்னோர் குறிப்பிட்டுள்ளனர். இவ்விரு பெரும்பஞ்சங்களுக்கு நடுவிலும் தொடர்ந்து பஞ்சங்கள் நிகழ்ந்து கொண்டிருந்தன. வெள்ளை யர்கள் மிகத்தந்திரமாக, வங்கப்பஞ்சம், தக்காணப் பஞ்சம் என்று பிரித்து சிறு சிறு பஞ்சங்களாக மாற்றி வரலாற்றில் பதிவு செய்தி ருக்கிறார்கள்.

ஒட்டுமொத்தமாக சுமார் 150 ஆண்டுகாலம் இந்தியாவில் தொடர்ந்து பஞ்சம் இருந்தது என்பது தான் உண்மை. வெள்ளை யர் வருவதற்கு முன்பு இங்கு சிறிய அளவில் பஞ்சங்கள் இருந்தன. பெரும்பஞ்சங்கள் இல்லை. பிரிட்டிஷ் ஆட்சியே அந்தப் பெரும்பஞ்சங்களை உருவாக்கியது. அவை செயற்கைப் பஞ்சங்கள் என்று ஆய்வாளர்களால் நிரூபிக்கப்பட்டுள்ளன.

இந்தியநிலம் என்பது பருவக்காற்றுகளால் மழைபெறக் கூடியது. பருவக்காற்றுகள் பொய்த்துப் போகும்போது உணவுப் பஞ்சம் வருவது தலைமுறை தலைமுறையாக நடந்து வருவது தான். ஆகவே இந்தப்பஞ்சங்களை சமாளிக்கவும் ஒரு வழிமுறை இங்கே இந்தியாவில் இருந்தது. பஞ்சம் வரும்போது உணவு இருக்கும் இடங்களை நோக்கி இடம் பெயர்வது தான் அந்த வழிமுறை.

இந்தியா மிகப்பெரிய நாடாகையால் கிழக்குப்பகுதியிலே பஞ்சம் வந்தால் மேற்குப்பகுதியிலே விளைச்சல் அதிகம் இருக்கும். இரு தாது வருஷப்பஞ்சங்களின் போது இந்தியாவின் மேற்குப்பகுதிகளில் நல்ல விளைச்சல் இருந்தது.

ஆனால் இந்த பாரம்பரியமான பஞ்சம் சமாளிக்கும் முறை பிரிட்டிஷ் ஆட்சியால் இல்லாமல் ஆக்கப்பட்டது எப்படி என்பதை பிரிட்டிஷ் ஆய்வாளரான ராய் மாக்ஸம் 'உப்புவேலி' என்ற பெயரில் எழுதியிருக்கிறார். தமிழில் இந்த நூல் மொழி பெயர்க்கப்பட்டு என்னுடைய முன்னுரையுடன் வந்துள்ளது. பிரிட்டிஷார் 1750ல் இந்தியாவில் ஒரிஸ்ஸாவிலிருந்து காஷ்மீர் வரை இந்தியாவை நெடுக்காக பிளக்கும் ஒரு பெரிய வேலியை கட்டினார்.

இது உலக அளவில் கட்டப்பட்ட மிகப்பெரிய முள்மரவேலி. இதில் ஆயிரத்துக்கு மேற்பட்ட வாசல்களை அமைத்து சரக்கு போக்குவரத்தை கட்டுப்படுத்தி சுங்கம் வசூலித்தார்கள். ஆகவே மேற்குப்பகுதியில் விளைந்த நெல் தானியங்கள் கிழக்கு பகுதியில் வந்த மாபெரும் பஞ்சத்திற்கு உதவ முடியாத நிலைமை ஏற்பட்டது.

மேலும் விசாகப்பட்டினம், மும்பை, நாகப்பட்டினம், காரைக்கால் போன்ற துறைமுகங்களை ரயில் பாதைகளால் இணைத்து, இங்கே விளைந்த தானியங்களை கொள்முதல் செய்து கப்பல்களில் ஏற்றி தங்கள் ஆதிக்கம் இருந்த பிற பகுதிகளுக்கு கொண்டு சென்றார்கள். அன்றைக்கு வெள்ளை யர்கள் உலகம் முழுக்க நூற்றுக்கணக்கான போர் முனைகளில் உலகத்தை பிடித்து வெல்வதற்கான போர்களில் ஈடுபட்டி ருந்தார்கள் அதற்கான உணவு முழுக்க இங்கிருந்து கொண்டு செல்லப்பட்டது. ஒரு பக்கம் மக்கள் செத்துக்குவிய மறுபக்கம் உணவு ஏற்றுமதி செய்யப்பட்டது. இவை அனைத்தையுமே இன்று ஆய்வாளர்கள் ஆவணப்படுத்தி வருகிறார்கள்.

இப்பஞ்சங்களின் விளைவாக இந்திய மக்கள் தொகையில் மூன்றில் ஒரு பகுதியினர் செத்துக் குவிந்தனர். இந்தப்பஞ்சத்தில் முதல் பஞ்சத்தில் மூன்று கோடி பேர் செத்திருக்கலாம். இரண்டாவது பஞ்சத்தில் ஏழு கோடி பேர் செத்தார்கள். அதே அளவு மக்கள் பஞ்சம் பிழைக்க அகதிகளாகக் கிளம்பி மொரி ஷியஸ், நியூசிலாந்து, மலேசியா, இலங்கை, தென்னாப்பிரிக்கா, கரீபியன்தீவுகள் என்று உலகம் முழுக்க பரவினார்கள். அவ்வாறு சென்ற இடங்களில் தொற்று நோயால் கூட்டம் கூட்டமாக செத்துக் குவிந்தனர்.

உலகத்தில் எந்த நாட்டிலும் இவ்வளவு பெரிய பஞ்சங்கள் வந்ததில்லை. இத்தனை பேர் செத்து அழிந்ததும் இல்லை. இந்த சித்திரங்கள் அனைத்தையும் நான், 'வெள்ளையானை' என்ற நாவலில் விரிவாக அளித்திருக்கிறேன். நாகரீக காலம் என்று சொல்லக்கூடிய இந்தக் காலகட்டத்தில் மனிதர்கள் இத்தனை கோடிக்கணக்கில் பஞ்சத்தில் சாவதென்பது சாதாரண விஷயமல்ல. ஓரிருநாள் உணவு இல்லாவிட்டால் மனிதர்கள் சாவதில்லை, தொடர்ந்து பதினைந்து இருபது நாட்கள் ஒரு பிடி உணவு கிடைக்காமல் இருந்தால் மட்டும் தான் மனித உடல் உயிர் துறக்கும்.

பிரிட்டிஷ் கணக்குகளின்படியே ஒரு நாளில் ஒரு நாளில் கோவையில் மட்டும் இருபதாயிரம் பிணங்கள் அடக்கம் செய்யப்பட்டிருக்கின்றன. சென்னையில் முப்பத்தைந்தாயிரம் பிணங்கள் அடக்கம் செய்யப்பட்டிருக்கின்றன. பெரும்பாலும் குழந்தைகள், பெண்கள், முதியவர்கள். தாதுவருஷக்கும்மி என்ற பெயரில் அன்றைக்கிருந்த அந்த பட்டினி சாவுகளை பாவலர்கள் பாடி வைத்திருக்கிறார்கள்.

இந்திய சுதந்திரப் போராட்டம் நடக்கும் போது கூட இந்தியா முழுக்க பெரும்பஞ்சம் நிலவியது. மதுஸ்ரீ முக்கர்ஜி என்னும் ஆய்வாளர் 'சர்ச்சில்ஸ் சீக்ரெட் வார்' என்ற நூலில் பிரிட்டிஷ் பிரதமராக இருந்த சர்ச்சில் பட்டினி மூலம் எப்படி இந்திய சுதந்திர போராட்டத்தை அழிக்க முயன்றார் என்பதை ஆவணப்படுத்தியிருக்கிறார். 1942ல் கூட இந்தியாவில் 30000 பேர் பஞ்சத்தில் செத்திருக்கிறார்கள்.

1947ல் இந்தியாவுக்கு சுதந்திரம் கிடைத்தது. அதே அரசு நிர்வாகம். பிரிட்டிஷ் காலத்தில் இருந்ததை விட மிக பொருளியல் நிலைமை. அரசாங்கத்திற்கு மோசமான கருவூலம் என்ற ஒன்றே இல்லை. இருந்த நிதியாதாரங்களும் பாகிஸ்தானுடன் பாதியாக பங்கிடப்பட்டுவிட்டன. ஆனால் இந்தியாவின் பிரதமராக நேரு பொறுப்பேற்றார். ஒரு மனிதர் கூட சாகும்படி விடப்படவில்லை. உலகம் முழுக்க சென்று மன்றாடி கையேந்தி இரந்து நன்கொடையாக பெற்ற உணவை கஞ்சித்தொட்டிகளாக மாற்றி உணவளித்து எவரும் சாகாமல் பார்த்துக்கொண்டார் நேரு. கஞ்சித்தொட்டி இயக்கத்தின் நாயகன் என்று சொல்லப்படும்

ஜெயப்பிரகாஷ் நாராயண் பீகார் பஞ்சத்தை ஒருவரும் சாகாமல் வெற்றிகரமாக சமாளித்தார்.

முதல் ஐந்தாண்டுத் திட்டத்தில் அணைக்கட்டுகளை எழுப்பி விவசாய நிலத்தின் பரப்பை பெருக்கி உணவு உற்பத்தியைக் கூட்டி வெறும் 25 ஆண்டுகளில் உணவு அளவில் தன்னிறை வான நாடாக இந்தியாவை மாற்ற நேருவால் முடிந்தது. இன்றும் இந்தியாவில் பட்டினி இருக்கிறது. ஆனால் பஞ்சத்தில் எவரேனும் செத்த செய்தி நம் காதில் விழுவதில்லை. 1947க்கு முன்னால் இருந்தது ஒரு அந்நிய ஆட்சி. நாம் கோடிக்கணக்கில் செத்து விழுந்தபோது அவர்கள் எந்த வகையிலும் கவலைப்பட வில்லை. மாபெரும் திருவிழாக்களை நடத்தினார்கள். பிரம் மாண்டமான விருந்துகளை கொண்டாடினார்கள். 1947க்கு பிறகு வந்தது நாம் தேர்ந்தெடுத்த அரசு. ஆகவே தான் நாம் பஞ்சத்தில் தவிக்கும் போது பிரதமர் மாளிகையில் நேருவால் தூங்க முடியவில்லை. இதுதான் நாம் சுதந்திரத்தால் பெற்ற நன்மை.

அமெரிக்காவில் பிரிக்லி பல்கலைக்கழகத்தில் நூலகத்தில் ஒரு குறிப்பை பார்த்தேன். பஞ்சத்தில் இந்தியா அவதிப்பட்ட போது நேரு கலிஃபோர்னியா மாநிலத்திடம் உதவி யாசித்து கடிதம் எழுதினார். அவர்கள் நிதி திரட்டி அனுப்பினார்கள். அதற்கு நன்றி சொல்லி நேரு எழுதிய கடிதத்தில் ‘இந்தப் பணத்தை எங்களால் திருப்பி தரமுடியாது. எங்கள் அன்புக்காக சில நூல்களை அனுப்பியிருக்கிறோம். பெற்றுக்கொள்ளுங்கள்’ என்று எழுதியிருக்கிறார்.

அந்தக் கடிதத்தை பார்த்த போது என் அருகே நின்றிருந்த அமெரிக்க வாழ் இந்திய இளைஞர் ஒருவர், ‘பார்த்தீர்களா சார் நாம் பிச்சை கேட்டதை எல்லாம் ப்ரேம் போட்டு மாட்டி வைத்து நம்மை அவமதிக்கிறார்கள்?’ என்றார். நான் சொன்னேன். ‘நேரு பிச்சை கேட்டது தனக்காக அல்ல. தன்னவர்களுக்காக அல்ல. தன் நாட்டு மக்களுக்காக. தன் குடிமக்களில் ஒருவர் கூட சாகக்கூடாது என்று சொல்லி தன் சுயமரியாதையைக் கூட இழந்து பிச்சையெடுத்த ஒரு தலைவனை பெற்றிருக்கிறோம் என்பதற்காக நாம் பெருமிதம் அல்லவா அடைய வேண்டும்?’

எனக்கு கண்ணீர் இல்லாது அந்தக் கடிதத்தை படிக்க முடியவில்லை. சுதந்திரத்தால் என்ன அடைந்தோம் என்றால்

இதைத்தான். நமக்காக கவலைப்படும் ஒரு அரசை, அதற்குத் தலைமை தாங்கும் தலைவரை. அத்தகைய அரசியல்வாதிகளை நாம் இழந்தோம் என்றால் அது நம்முடைய பிழை. நம்முடைய கையாலாகாத தன்மைக்கு, நேர்மையின்மைக்கு நாம் நம் முன்னோடிகளை குற்றம் சொல்கிறோம். அது இன்னமும் கீழ்மை.

பேச்சுரிமை எதுவரை?

சில ஆண்டுகளுக்கு முன்பு, நான் நண்பர்களுடன் மலேசியா சென்றிருந்தேன். அங்கு பினாங்கு நகரை சுற்றிப் பார்த்துவிட்டு, கோலாலம்பூருக்கு திரும்பும் வழியில் அப்பகுதி யில் இருக்கும் சீன நாட்டு வழிபாட்டிடங்களை பார்த்துவிட்டுச் செல்லலாம் என்று திட்டமிட்டேன்.

என்னுடன் வந்த நண்பர் வழக்கறிஞர் கிருஷ்ணன் இந்தியா விலிருந்தே விரிவான பயணத்திட்டம் ஒன்றை உருவாக்கி வைத்திருந்தார்.

ஆனால் அதைச் சொன்னபோது, மலேசியாவில் எங்களுக்குத் துணை வந்த ஓட்டுநர் பதறிப்போய், "இல்லை நான் வர மாட்டேன். பினாங்கு - கோலாலம்பூருக்கு மையச்சாலை வழி உள்ளது. அதன் வழியாகத்தான் வருவேன்" என்றார். "ஏன்? நாங்கள் வந்ததே இந்தப்பகுதிகளை சுற்றிப்பார்க்கத்தானே? எதற்காகப் பயப்படுகிறீர்கள்?" என்றோம். "இல்லை அதற்கு நீங்கள் முன்னரே அனுமதி பெறவில்லை" என்றார் அவர்.

"சரி, நாங்கள் அனுமதி பெறுகிறோம். அதற்கு என்ன செய்ய வேண்டும்?" என்றோம். மலேசியாவில் உள்ள சுற்றுலா மையத்தில் எழுதிக்கொடுத்தால் அனுமதி பெற்றுக் கொள்ளலாம் என்றார் ஓட்டுநர். ஆவணங்களை அளித்து, முறைப்படி அனுமதி பெற்றோம். ஆனால் அப்போதும் ஓட்டுநரும், அவருடன் வந்த மலேசிய குடிமக்களான இரு நண்பர்களும் பதறிக் கொண்டே வந்தனர். அவர்களில் ஒருவர் தொலைபேசியில் மலேசிய அரசின் நிர்வாகத் துறையினர் பலரிடம் பேசியபின் வந்து சற்றே நிம்மதி பெற்றவராக "சரி, நாங்களும் வருகிறோம்" என்றார்.

"சரி, என்ன செய்தீர்கள்?" என்று கேட்டேன். மலேசியாவின் நிர்வாக மேல்மட்ட குழுவில் உள்ள ஒருவரிடம் பேசியதாகவும், நாங்கள் செல்லுமிடங்கள் அனைத்திலும் இந்தியக் கடவுச்சீட்டு எண்களை பதிவு செய்தபடிச் செல்லலாம் என்றும், நாளை ஏதாவது விசாரணை வந்தால் அவர்கள் எங்களுக்கு துணை வந்த தாக எழுதிக் கொள்ளவேண்டும் என்றும் அந்த அலுவலகத்தில் ஆலோசனை சொல்லப்பட்டதாக சொன்னார் மலேசிய நண்பர்.

வியப்பாக இருந்தது. "எதற்காக இத்தனை தூரம் அஞ்சு கிறீர்கள்?" என்றேன். "நாங்கள் செல்லும் அனைத்து பயணங் களும் எங்கெங்கோ பதிவாகும். வழக்கத்துக்கு மாறான இந்தப் பாதையில் நாங்கள் ஏன் சென்றோம் என்ற கேள்வி எப்போது வேண்டுமானாலும் எழக்கூடும். அதற்கு நாங்கள் எழுத்து மூல மாக ஆதாரங்களை வைத்திருக்க வேண்டும். இல்லையேல் ஆபத்து" என்றார் அந்நண்பர்.

காரில் செல்லும்போது நண்பர் கிருஷ்ணன், "என்னிடம் ஜனநாயகம் என்றால் என்ன என்று இப்போதுதான் தெரிகிறது சார்" என்று முணுமுணுத்தார்.

இந்தியாவில் நாங்கள் பல பயணங்களை செய்திருக்கிறோம். ஒரு முறை சென்னையிலிருந்து கிளம்பி காரில் எட்டாயிரம் கிலோமீட்டர் பயணம் செய்து, காசி வழியாக கல்கத்தா சென்று, விசாகப்பட்டினம் வழியாக சென்னைக்கே திரும்பி வந்தோம். சென்னையை விட்டு கிளம்பும்போது ஒரு காவலர் எங்கள் ஓட்டுநர் உரிமத்தை சோதனை செய்து அனுப்பினார். திரும்பி நள்ளிரவில் சென்னைக்கு வந்தபோது ஒரு காவலர் "எங்கிருந்து வருகிறீர்கள்?" என்று கேட்டார். நடுவே ஒரு சோதனை கூட கிடையாது. ஓர் இடத்தில் கூட நாங்கள் தடுத்து நிறுத்தப்படவில்லை.

இந்த சிறிய சோதனைகள்கூட சென்ற இருபதாண்டுகளாகத் தான். தீவிரவாதம் உருவான பின்னர் ஏற்பட்ட விழிப்புணர்வு இது. என் இளமைப்பருவத்தில் நான் வீட்டை விட்டுக் கிளம்பி மாதக்கணக்கில் இந்தியாவில் அலைந்து திரும்பியிருக்கிறேன். எங்கும் எந்த கேள்வியும் கேட்கப்பட்டதில்லை. முற்றிலும் அந்நியனாக புதிய கிராமங்களுக்கு சென்று, அங்குள்ள மக்க ளுடன் அவர்கள் வீட்டிலேயே தங்கி, ஏதாவது வேலை செய்து

சாப்பிட்டு விட்டு மறுபடியும் கிளம்பி சென்றிருக்கிறேன். அந்நியர்களை இன்முகத்துடன் வரவேற்பதும், அவர்களை நண்பர்களாக நினைப்பதும் இந்தியாவின் பண்பாடாக இன்ன மும்கூட இருக்கிறது. இந்தியாவின் பெரும்பாலான கிராமப் பகுதி களில் மனநிலை அது. அந்த மனநிலைதான் இந்தியாவின் ஜனநாயகத்துக்கு அடித்தளமாக இருந்து கொண்டிருக்கிறது.

ஒரு ஜனநாயக நாட்டில் பிறந்து வளர்ந்த நமக்கு உண்மையில் நாம் அடைந்திருப்பது என்ன என்றே தெரியாது. அரசியல் சட்டம் அளித்திருக்கிற நடமாட்ட உரிமை என்பது எவ்வளவு அபூர்வமான செல்வம் என்பதை நாம் உணர்வதில்லை. நம்மைச் சூழ்ந்துள்ள ஜனநாயகம் இல்லாத நாடுகளுக்கு செல்லும்போது தான் அங்குள்ள ஒவ்வொரு மனிதரும் அரசாங்கத்தால் கண்கா ணிக்கப்படுவதைக் காண்கிறோம். ஒரு மேடையில் பேசுவதற்கு முன்பு முறையாக அனுமதி வாங்கியிருக்க வேண்டும். நாம் பேசுவது ஒவ்வொன்றும் பதிவாகி ஆவணப்படுத்தப்படும். அதற்கு நாம் பொறுப்பேற்க வேண்டும். எப்போது விசாரித் தாலும் அதை நாம் விளக்கவேண்டும்.

பலநாடுகளில் நம்மை எப்போது வேண்டுமானாலும், எந்த வினாவும் இன்றி, சிறைப்படுத்த முடியும். அச்சம் ஒரு மிகப்பெரிய பாரமாக ஒவ்வொருவர் மேலும் ஏறி அமர்ந்தி ருக்கிறது அங்கெல்லாம். சிங்கப்பூரில் ஒரு தேசியப் பறவைப் பூங்கா உள்ளது. அங்கு ஒரு குட்டிக் காட்டை உருவாக்கி அதில் ஏராளமான பறவைகளை விட்டிருக்கிறார்கள். அந்தக் காட்டை முழுக்க மூடியபடி மிகப்பெரிய வலை ஒன்று வானத்தில் இருக்கும். ஆகவே பறவைகள் அங்கிருந்து எங்கும் செல்ல முடியாது. சிங்கப்பூரின் ஜனநாயகமும் சுதந்திரமும் அதைப் போலத்தான். வானம் உண்டு; ஆனால் அங்கு செல்ல முடியாது.

இந்தியா பேச்சுரிமைக்கு, எழுத்துரிமைக்கு, சிந்தனை உரிமைக்கு அளித்துள்ள சுதந்திரத்திற்கு சமானமான சுதந்திரம் இன்று உலகத்தின் எந்த நாட்டிலும் கிடையாது. ஜனநாயகம் என்பதை உருவாக்கி நமக்கு அளித்த நாடுகளான பிரான்ஸிலோ, அமெரிக்காவிலோ கூட இதற்கிணையான சுதந்திரம் இல்லை. அதை அந்நாடுகளில் சென்றவர்கள் உணரமுடியும். அமெரிக்கா வில் ஒருமுறை நான் பேச்சுவாக்கில் 'பாம்ப் பிளாஸ்ட்' என்றேன். உடனிருந்த நண்பர் "குண்டுவெடிப்பு என்று தமிழில்

சொல்லுங்கள். இங்கே எங்கு வேண்டுமானாலும் ஒலிகளைப் பதிவுசெய்யும் வசதி இருக்கும். இச்சொல்லை வைத்தே நம்மைப் பிடித்து விசாரிப்பார்கள்" என்று பயத்துடன் சொன்னார்.

இந்த சுதந்திரம் நமக்கு நமது அரசியல் முன்னோடிகளால் அளிக்கப்பட்டது. எந்த சுதந்திரமும் ஒரு பெரிய பொறுப்பும் கூட. சுதந்திரம் என்பது ஓர் அரிய கருவி. இந்தச் சுதந்திரத்தை நம்மை நாமே கடுமையாக விமர்சித்துக் கொள்ளவும், அதன் வழியாக நம்மை மேம்படுத்திக் கொள்ளவும் நாம் பயன்படுத்தும் போதுதான் அது அர்த்தப்படுகிறது.

நாம் நம் இந்தியச் சமூகம் மிகச்சிக்கலான பல்வேறு உள் அடுக்குகள் கொண்டது. அனைத்தையும் பற்றி வெளிப்படையாக பேசும்போதுதான் நமக்கு என்னென்ன பிரச்னைகள் இருக்கிறது என்பது வெளிவரும். ஆகவே தான் எதையும் பேசக்கூடிய ஒரு உரிமையை நமக்கு அளித்தார்கள் முன்னோர்.

அது நம்மை நாமே அழித்துக்கொள்ளும் பேச்சுக்களை பேசு வதற்காக அல்ல. நமது தேசத்திற்கும் சமூகத்திற்கும் எதிரிகளை நம்மிடையே ஊடுருவ விடுவதற்கான உரிமை அல்ல அது.

இன்று இந்தியாவில் பேச்சுரிமை, கருத்துரிமை என்பது இந்தியாவை அழிப்பதற்கான பேச்சுகளை பேசும் உரிமை என்று எடுத்துக்கொள்ளப்பட்டுள்ளது. இது, பேச்சுரிமையை நமக்களித்த முன்னோடிகளுக்கு மிகப்பெரிய அவமதிப்பு அன்றி வேறல்ல. பொறுப்பற்ற உரிமை என்பது போல அழிவை அளிப்பது வேறொன்றும் இல்லை.

இப்போது தேர்தல் களம். இது எல்லாவகையான கருத்து செயல்பாடுகளும் மேடைக்கு வந்து தங்கள் தரப்பை சொல்வ தற்கான ஒரு தருணம். ஒவ்வொரு நாளும் ஒரு கருத்துக்குரலை நாம் கேட்டுக் கொண்டிருக்கிறோம். அவையனைத்தும் ஒலிக்க வேண்டியது அவசியம். பல குரல்கள் ஒலிப்பதற்குப் பெயர்தான் ஜனநாயகம். ஆனால் அவற்றின் நடுவே 'இந்தியா ஒழிக! இந்திய சமுதாயம் அழிக!' என்று ஒரு குரல் வருமென்றால் அங்கு நாம் பேச்சுரிமையை முன்னிறுத்தவில்லை என்றும் அவ்வுரிமையை நமக்களித்த முன்னோடிகளின் நெஞ்சில் நமது வாளைப் பாய்ச்சுகிறோம் என்று புரிந்து கொள்ள வேண்டும்.

ஏன் கத்துகிறார்கள்?

உலகில் ஜனநாயகம் பற்றி யோசிப்பவர்கள் அனை வருமே வாசித்திருக்க வேண்டிய ஒரு முக்கியமான நூல் ஜெர்மானிய சர்வாதிகாரியான ஹிட்லர் எழுதிய, 'மெயின் காம்ப்' என்னும் சுயசரிதை. பின்னாளில் மார்க்சிய சிந்தனையாளராகிய வில்ஹெல்ம் ரீஹ் (Wilhelm Reich), 'பாசிசத்தின் மந்தை உளவியல் ஹிட்லரின் சுயசரிதையை முன்வைத்து' என்ற நூலில் மிக விரிவாக, ஹிட்லரின் பிரச்சார உத்திகளைப் பற்றியும் அவர் பொதுமக்களை புரிந்துகொண்டிருந்த முறை பற்றியும் விவாதிக்கிறார்.

ஹிட்லர் தன் சுயசரிதையில் சொல்லியிருக்கும் பல கருத்து களை வில்ஹெல்ம் ரீஹ் ஆராய்கிறார். சிலவற்றை நாமே அறிந்திருப்போம். ஹிட்லர் சொல்கிறார், 'எழுத்து வாசிப்பு என்பவற்றுக்கு வெகுஜன அரசியலில் இடமே இல்லை என்று. மக்கள் வாசிப்பவற்றை பொதுவாக நினைவில் கொள்வதில்லை. சொல்லப்போனால் வாசிப்பதில் மக்கள் ஆர்வமே காட்டுவ தில்லை. அவர்களுக்கு மேடைப்பேச்சுதான் முக்கியமாகப் படுகிறது. மேடையில் தீவிரமாக வெளிப்படுத்தப்படும் கருத்துகள்தான் மக்களிடம் சென்று சேர்கின்றன. அதிகாரத்தை கைப்பற்றுபவர்கள் எழுத்தாளர்களோ சிந்தனையாளர்களோ அல்ல, மாபெரும் வாயாடிகள் தான்.'

மேடையில் எப்படிப் பேசவேண்டும் என்பதையே ஹிட்லர் எழுதி வைத்திருக்கிறார். தர்க்கபூர்வமாக, சிந்தனையை தூண்டும் விதத்தில், ஆதாரபூர்வமாகப் பேசுவோமென்றால் அதைக் கேட்பவர்கள் நம்மிடம் வாதிடத்தான் வருவார்கள் என்கிறார். அவர்கள் நம் தரப்பை ஒருபோதும் முழுமையாக ஏற்கமாட்டார்கள். ஆனால் மேடையிலே அழுது கொந்தளித்து,

உணர்ச்சிப்பெருக்காக ஒரு பிழையான கருத்தை முன்வைத்தால் கூட அந்தக்கணத்தில் மக்கள் அதை ஏற்றுக்கொள்வார்கள். அதாவது மேடையிலே தேவைப்படுவது கருத்தல்ல, வெறும் நாடக நடிப்பு தான் என்கிறார் ஹிட்லர்.

உண்மையில் ஆழ்மனம் மேடையிலே பேசுபவர் ஒளியில் இருக்க, கேட்பவர்கள் இருளில் இருக்க வேண்டும் என்று ஹிட்லர் வகுக்கிறார். பேசுபவர் கைகளை மிக வேகமாக ஏற்றி இறக்கிப் பேச வேண்டுமென்று சொல்கிறார். அப்படி கையசைப்பது பேசப்படும் கருத்தைக் கூர்ந்து கவனிப்பதை தடுக்கிறது. ஆனால் கேட்பவனுடைய தன்னையறியாமலே அச்சொற்களை ஏற்றுக் கொள்கிறது. மேடையிலே அழுவதும், விம்முவதும், முகத்தை மூடிக்கொண்டு திரும்பிக் கொள்வது மெல்லாம் மிக அவசியம் என்கிறார் ஹிட்லர். ஒருவர் நம் கண்ணைப்பார்த்து அழுதால் நாமும் அழுவோம். சிரித்தால் நாமும் அறியாமலேயே சிரிப்போம். அதற்குக் காரணம் தேவை இல்லை. மேடைப் பேச்சு அதைத்தான் செய்கிறது.

மிக மெல்லிய குரலில் பேச்சை இறக்கி, அரங்கில் இருப்பவர்கள் கூர்ந்து கேட்க வைத்துவிட்டு, திடீரென்று உரத்த குரலில் சொல்ல ஆரம்பிப்பது ஒரு முக்கியமான பேச்சுமுறை என்று ஹிட்லர் கண்டுபிடித்தார். அது கேட்பவர்களை திடுக்கிடச் செய்யும். அவர்கள் அதை கவனிக்காமலிருக்க முடியாது. அப்படி உரத்த குரலில் சொல்லப்படும் விஷயம் மிக முக்கியமானது என்ற எண்ணத்தை கேட்பவர்களிடம் உருவாக்கும். அது அசட்டுக்கருத்தாகக்கூட இருக்கலாம். இவ்வாறு நாடகத்தனமாக ஒரு சமூகத்தை அழிக்கக்கூடிய கருத்தையே சொல்லி அந்த சமூகத்தை ஏற்க வைத்துவிடலாம் என்கிறார் ஹிட்லர்.

மாபெரும் மேடைப்பேச்சாளராகிய ஹிட்லர் ஜெர்மானிய சமுதாயத்தைச் சேர்ந்தவரே கிடையாது. அந்தத் தேசியத்துக்கு வெளியில் இருந்து வந்தவர். ஆனால் மொத்த ஜெர்மனியையே தன்னுடைய பேச்சாற்றலால் அடிமைப்படுத்தி, ஆட்சிக்கு வந்து, அந்த நாட்டை போரில் ஈடுபடுத்தி, அந்த நாட்டின் பொருளாதாரத்தை அழித்து, அம்மக்களின் வாழ்க்கையைக் குப்பைக்கூடைக்கு கொண்டு சென்றார். முப்பது லட்சம் யூதர்களை கொன்றொழித்தார்.

ஹிட்லர் சொல்கிறார் 'ஒரு மேடைப்பேச்சு ஆயிரம் கட்டுரை களுக்கு சமம். ஆனால், ஒரு சின்ன அடிதடி நிகழ்ச்சி ஆயிரம் மேடைப்பேச்சுகளுக்கு சமம்! மக்கள் மேடைப் பேச்சுகளைக் கூட கவனிக்க மாட்டார்கள், ஆனால் ஒரு சின்ன அடிதடி நிகழ்த்தினால் அதை உடனே ஆவலோடு விசாரித்து அதை அறிந்து கொள்வார்கள். அது எதன் பொருட்டு என்று உடனே அவர்களிடம் சென்றுசேரும்.' ஹிட்லர்தான் சாலை மறியல், கடையடைப்பு போன்ற அடிதடி நிகழ்ச்சிகளை அரசியலுக்குக் கொண்டு வந்தவர். இன்றைக்கு நம் அரசியலில் இதெல்லாம் இல்லாத நாளே இல்லை. வளர்ந்த நாடுகளின் ஜனநாயகத்தில் இதெல்லாம் இன்று கிடையாது.

கடைசியாக ஹிட்லர் ஒன்றை சொல்கிறார். மக்களிடம் ஒரு போதும் அவர்களுடைய பிரச்னைக்கு அவர்கள்தான் காரணம் என்று சொல்லக்கூடாது. அதை அவர்கள் திருத்திக் கொள்ள வேண்டும் என்று கேட்கக்கூடாது. அது அவர்களுக்குப் பிடிக்காது.

அவர்களுடைய அனைத்துப் பிரச்சினைகளுக்கும் வேறு எவரோதான் காரணம் என்று சொல்லவேண்டும். அப்படி சொல்லப்படுபவர்கள் அந்தச்சமூகத்தில் சிறுபான்மையினராக இருக்க வேண்டும். அந்தப் பொது எதிரியை முன் வைத்து அவன் மேல் உச்சகட்ட வெறுப்பை தூண்டி பேசிக்கொண்டே இருந்தால் மக்கள் நம்மை ஆதரிப்பார்கள். ஹிட்லர் அப்படித்தான் மக்களாதரவை அடைந்து காட்டினார். ஜெர்மனியின் அத்தனை பிரச்சினைகளுக்கும் காரணம் யூதர்களே என்றார்.

இன்றைக்கு வரைக்கும் உலக அளவில் ஜனநாயக அரசியலில் கணிசமான அரசியல்வாதிகள் கடைபிடிப்பது இந்த வழிமுறைகளைத்தான். இந்த தேர்தல் களத்தில் மேடையிலே பேசும் பேச்சாளர்களைப் பாருங்கள். இவர்கள் ஒவ்வொரு வரும் எப்படிப் பேசுகிறார்கள்?

நம்மை சிந்திக்க வைப்பது போல் பேசுகிறார்களா, வெறும் உணர்ச்சிக்கத்தல்களை வெளிப்படுத்துகிறார்களா? வெறும் உணர்ச்சியை வெளிப்படுத்துபவர் நம்மை மோசடி செய்கிறார். நம்மை அறியாமலேயே அவரது அரசியலை ஏற்க வைத்து தன்னுடைய லாபத்திற்கு பயன்படுத்திக் கொள்கிறார். அதாவது

அது ஒரு பிக்பாக்கெட் தந்திரம். நம் சிந்தனையைப் பார்த்துப் பேசுபவர்தான் உண்மையில் எதையாவது சொல்ல முயல்கிறார்.

தொலைக்காட்சி நிகழ்ச்சிகளைப் பாருங்கள். எதற்காக அந்த நிகழ்ச்சி? அதை உட்கார்ந்து பார்க்கும் நமக்கு ஏதோ சில கருத்துகளைச் சொல்ல விரும்புகிறார்கள், இல்லையா? ஆனால் மாறிமாறி உணர்ச்சிவசப்பட்டு கத்தி நமக்கு ஒரு வார்த்தைகூட கேட்காமல் ஆக்கிவிட்டு எழுந்து செல்கிறார்கள். அதனால் என்ன லாபம்? அவர்கள் என்ன முட்டாள்களா?

இல்லை, நாம் தான் முட்டாள்கள். தொலைக்காட்சியில் ஒருவர் ஆவேசமாகக் கத்தினால் நாம் என்ன நினைப்போம் தெரியுமா? அவர் சொல்வது நமக்கு கேட்டிருக்காது, ஆனால் அவர் மிக நியாயமான ஒன்றைத்தான் உணர்ச்சிவசப்பட்டு சொல்கிறார் என்று எண்ணிக்கொள்வோம். நம்மை அறியாமலேயே அவரை ஆதரிக்க ஆரம்பித்திருப்போம். இதுதான் ஹிட்லர் காட்டிய வழி.

நாம் படித்தவர்கள். நமக்கு உண்மையைச் சொல்லும் அரசியல்வாதிகள் தேவை. தாகூர் சொன்னார், "மிக மெல்லிய குரலில் பேசிய காந்திதான் மிக அதிகமான மக்களிடம் பேசினார்" என்று. காந்தி உணர்ச்சிகளை தூண்டவில்லை. நம்மிடம் இருக்கும் உணர்ச்சிகளே அடங்கும் விதத்தில்தான் அவர் எப்போதும் பேசினார்.

மிக மெல்லிய குரலில், மிகக் குறைவான சொற்களில் அவர் கருத்துகளை முன்வைத்தார். எந்த ஒரு விஷயத்தையுமே எவ்வளவு முடியுமோ அவ்வளவு தூரம் சாதாரணமாக சொல்லத் தான் காந்தி முயற்சி செய்தார். இன்றைக்கு பதிவு செய்யப்பட்ட அவருடைய உரைகளைக் கேட்கையில் அவர் நமது உணர்ச்சிகளிடம் பேசவில்லை. நம்முடைய மனசாட்சியுடன் மிக அந்தரங்கமாக பேசுகிறார் என்று தோன்றுகிறது.

காந்தியும், ஹிட்லரும் ஒரே காலகட்டத்தில் வாழ்ந்தார்கள். இருவரும் இருதுருவங்கள். ஹிட்லர் உலகத்தை அழித்தார். காந்தி உலகத்தை வாழவைப்பதற்கான கருத்துகளை சொன்னார். ஹிட்லரை உலகமே வெறுக்கிறது. இருபதாம் நூற்றாண்டின் இணையற்ற மாமனிதர் என்று உலகம் காந்தியை வழிபடுகிறது. இந்தியர்களாகிய நமக்கு காந்தியின் குரல் வழியாக

ஒரு ஜனநாயகம் கிடைத்து, அதை ஹிட்லரின் குரலில் பேசு பவர்களிடம் நாம் கொடுத்துக் கொண்டிருக்கிறோம்.

தேர்தல் களம் என்பது நாம் வேறுவழியில்லாமல் அரசியலைக் கவனிக்கும் நேரம். மேடைகளிலும் தொலைக் காட்சிகளிலும் பேசுபவர்களைக் கூர்ந்து பார்ப்போம். யார் உணர்ச்சி பிரவாகமாகப் பேசுகிறாரோ அவர் வெறும் நடிகர் என்று புரிந்துகொள்வோம். அவர் ஹிட்லரின் வடிவம். நம் சிந்தனையை நோக்கி பேசுபவர்தான் அரசியல்வாதி.

வயிற்றைப் பற்றி பேசுங்கள்!

ஹிட்லர் அவருடைய சுயசரிதையாகிய, 'மெயின் காம்ப்' நூலில் திகைப்பூட்டும் உண்மை ஒன்றைச் சொல்கிறார். மக்கள் எந்தக்காலத்திலும் அவர்களுடைய வாழ்க்கையின் ஒவ்வொரு அம்சத்தையும் தீர்மானிக்கும் அடிப்படை விஷயங்களான பொருளாதாரக் கொள்கைளை ஒரு பொருட்டாகவே நினைக்க மாட்டார்கள். அதைப்பற்றி பேசுபவர்களுக்கு அவர்கள் ஓட்டளிக்க மாட்டார்கள்.

மாறாக, அவர்கள் எப்போதுமே பண்பாட்டு விஷயங்களை மட்டும் தான் கவனிப்பார்கள். அதற்குத்தான் அவர்கள் போராடு வார்கள். பண்பாட்டு பிரச்னைகளை சொல்லித்தான் அவர்களை கிளர்ந்து எழச்செய்ய முடியும். அதைச் சொல்லித்தான் அவர் களை ஒன்று திரட்ட முடியும்.

இன்னும் சொல்லப்போனால் பண்பாடு அழிகிறது என்றும், பண்பாட்டை எதிரிகள் சூழ்ந்திருக்கிறார்கள் என்றும் சொல்லி மக்களை எளிதாக ஒன்று திரட்ட முடியும்.

வயிறு காய்ந்து கிடப்பவனிடம் சென்று உன் மொழி அழிகிறது என்று சொன்னால் சீறிச்சினந்து கிளம்புவான். உன் தொழில் அழியப்போகிறது என்று சொன்னால் அதை பெரிதாக நினைக்கமாட்டான் என்கிறார் ஹிட்லர். சென்ற ஐம்பதாண்டு கால தமிழக அரசியலைக் கூர்ந்து பார்ப்பவர்களுக்கு இது எவ்வளவு உண்மை என்று தெரியும்.

அவை நம் வாழ்க்கையின் அத்தனை அம்சங்களையும் அரசாங்கத்தின் பொருளாதாரத் தீர்மானங்களும், செயல்படும் விதங்களும் தான் தீர்மானிக்கின்றன. அவற்றில் நிகழும்

ஊழலும், பொறுப்பின்மையும் நம் ஒவ்வொருவருடைய வாழ்க்கையையும் அழித்துக் கொண்டிருக்கின்றன.

ஆனால் நாம் ஓட்டளிக்கும்போது ஒருபோதும் ஓர் அரசு பொருளாதாரத் திட்டங்களை ஒழுங்காக கையாண்டிருக்கிறதா, நேர்மையாக நடந்து கொண்டிருக்கிறதா என்று பார்ப்பதில்லை. மொழியைக் காக்க இனத்தைக் காக்க ஜாதியைக் காக்க ஓட்ட ளிக்கிறோம்.

இது ஏன் என்பதை ஹிட்லரின் ஃபாசிசத்தைப்பற்றி ஆராய்ச்சி செய்யும் போது கண்டடைந்திருக்கிறார்கள். நீண்ட நெடுங்காலமாக மக்கள் அவர்களுடைய பொருளாதாரத்தை அவர்களே தான் தீர்மானித்துக் கொண்டிருக்கிறார்கள். கடந்த கால மன்னராட்சிகள் மக்களுக்கு என்று பொருளாதாரம் சார்ந்து பெரிதாக ஏதும் செய்ததில்லை. அவ்வப்போது ஓர் அணை கட்டுவதோ, ஏரி வெட்டுவதோ, சாலைகளைப் போடுவதோ தவிர, நேரடியான மக்கள் நலத்திட்டங்கள் எதுவும் அரசர் காலகட்டத்தில் இருந்ததில்லை.

ஒவ்வொரு கிராமமும் ஒரு சுதந்திரமான பொருளாதார அமைப்பாக இருந்தது.

மக்கள் நலத்திட்டங்களைச் செயல்படுத்தும் அரசு என்பது நவீன ஜனநாயகம் வந்தபின்னரே உருவானது. நலம்நாடும் அரசு என இதை அழைக்கிறார்கள்.

மக்கள்நலத் திட்டங்களுக்காகத்தான் அரசுகள் இவ்வளவு வரி போடுகின்றன. ஆகவே மக்களுக்கு இன்னமும்கூட அரசு தங்களுக்கு என்னென்ன செய்ய வேண்டும் என்று தெரிய வில்லை. ஒரு சாலை போட்டால், ஒரு நீர்த்தொட்டி அமைத்தால் அது ஆட்சியாளர்கள் அளித்த நன்கொடை என எண்ணி, நன்றி நன்றி என்று தட்டி வைக்கிறார்கள்.

அது, ஜெயலலிதாவோ, கருணாநிதியோ அளிக்கும் கொடை என நினைக்கிறார்களே ஒழிய மன்னராட்சிக் காலத்தை விட இருமடங்கு வரி வசூல் செய்யும் ஜனநாயக அரசு செய்தேயாக வேண்டிய கடமை என நினைப்பதில்லை.

ஆனால், பழங்காலத்தில் ஒவ்வொரு சாதியும் தங்களுடைய தனித்தன்மையை பாதுகாக்க வேண்டும் என்று நினைத்துக்

கொண்டிருந்தது. ஆகவே, ஒவ்வொரு ஜாதியும் தன்னை இறுக்கமாக அமைத்துக் கொண்டு புறப்பாதிப்புகளிலிருந்து பாதுகாத்துக் கொள்ள முயன்றது.

பழங்குடிகளாக இருந்த காலம் முதல் இன்றைக்கு வரைக்கும் நீடிக்கும் மக்களின் முதற்கவலை என்பது தன்னுடைய சாதி, மதம், மொழி முதலிய பண்பாட்டு விஷயங்களை பேணிக் கொள்வதுதான்.

ஆகவே பண்பாட்டைப் பாதுகாக்கிறோம் என்று வாக்குறுதி அளிக்கும் அரசியல்வாதியை உடனடியாக மக்கள் ஆதரிக்கிறார்கள்.

அதற்கு எதிரிகள் வந்துவிட்டார்கள் என்று அவர்கள் சத்தம் போடும்போது அவர்களுடன் சேர்ந்து கொண்டு கொந்தளிக்கிறார்கள். இந்த நிலைமை ஹிட்லர் அரசியல் செய்த 1918 - 40களில் ஜெர்மனியில் இருந்திருக்கிறது. அதைத் தான் ஹிட்லர் சொல்கிறார்.

இன்று அந்த நிலைமை ஐரோப்பிய நாடுகளிலோ அமெரிக்காவிலோ இல்லை. அங்குள்ள மக்களிடம் அங்குள்ள அரசியல் வாதிகள் பண்பாடு சார்ந்த பிரச்னைகள் பேசுவது இல்லை. வலதுசாரியோ இடதுசாரியோ பொருளாதாரக் கொள்கையைத் தான் முன்வைக்க வேண்டியிருக்கிறது. அவற்றை எப்படி நடைமுறைப்படுத்துவோம் என்று பேச வேண்டியிருக்கிறது.

நடைமுறைப்படுத்துவதில் உள்ள சிக்கல்களையும், வெற்றி, தோல்விகளை விளக்க வேண்டியிருக்கிறது. அதை அடிப்படையாக கொண்டு தான் மக்கள் ஓட்டளிக்கின்றனர். ஆகவே தான் அந்நாடுகள் வளர்கின்றன.

இங்கு நாம் ஓட்டளிக்கும்போது அந்த அரசின் பொருளாதாரத் திட்டம் என்ன என்பதைப் பற்றி, எந்த வகையிலும் கருத்தில் கொள்வதில்லை. அந்த அறிக்கைகளை கட்சிகள் வெளியிடும் போது அவற்றை நாம் வாசிப்பதில்லை. வாசித்தாலும் அவற்றை ஒரு பொருட்டாக கருதுவதில்லை.

எந்தக் கட்சியிடமும் அவர்களின் பொருளாதாரத் திட்டம் என்ன என்று கேட்பதில்லை. பல கட்சிகளின் பொருளாதார நிலைப்பாடு அவர்களுக்கே தெரியாது.

மிக விரிவான அளவில் பொருளாதார நிலைப்பாடுகளை இருவகையாகப் பார்க்கலாம். வலதுசாரிப் பொருளாதார முறையில் அரசு தனியார்மயத்தை ஊக்குவிக்கும். அரசாங்கம் நேரடியாக நலத்திட்டங்களை செய்வதைக் குறைத்துக் கொண்டு பொருளாதார வளர்ச்சி மூலம் அவை இயல்பாகக் கிடைக்க வழிவகுக்கும். ஆகவே வரிகளை கூடுமானவரை குறைக்கும். அதிகாரிகளின் செல்வாக்கு முடிந்தவரை குறையும்.

இடதுசாரி பொருளாதாரம் என்பதில் அரசாங்கத்தின் பொருளாதாரப் பங்களிப்பு மிகுந்திருக்கும். நலத்திட்டங்களை அரசே நடத்தும். ஆகவே செல்வந்தர்களுக்கு அதிக வரிகள் இருக்கும். அதிகாரவர்க்கத்தின் நேரடிச் செல்வாக்கு அதிகமாக இருக்கும்.

அமெரிக்க அரசியலைப் பார்த்தால் எப்போதெல்லாம் பொருளியல் நெருக்கடி வருகிறதோ, அப்போதெல்லாம் வலது சாரிக் கட்சியான குடியரசுக் கட்சி ஆட்சிக்கு வரும். கடுமை யான நடவடிக்கைகள் வழியாகப் பொருளாதார வளர்ச்சி உருவாக்கப் படும். பொருளாதார நிலைமை சரியானதும் இடதுசாரிப் பொருளியல் நோக்குக் கொண்ட தாராளவாத ஜனநாயகக் கட்சி ஆட்சிக்கு வரும். கருவூலத்தில் உள்ள செல்வம் மக்கள்நலப் பணிகளுக்காகச் செலவிடப்படும். ஒரு நாட்டில் இவ்விரு தரப்பு களுமே சமமான வலிமையுடன் இருக்க வேண்டும். அதுவே ஜனநாயகத்துக்கு நல்லது.

இந்தியாவில் பாரதிய ஜனதா வலதுசாரிப் பொருளாதாரப் பார்வை கொண்ட கட்சி. கம்யூனிஸ்டுகள் இடதுசாரிப் பொருளா தாரப் பார்வை கொண்டவை. மிச்சமிருக்கும் கட்சிகளை வலதுசாரிகளா, இடதுசாரிகளா என்று எவராலும் சொல்லிவிட முடியாது.

அவர்கள் ஆட்சியில் இருக்கையில் தனியார்மயத்தை ஆதரிப்பார்கள். மக்கள் நலப்பணிகளுக்கு நிதி அளிக்க மாட்டார்கள். ஆனால், வலதுசாரி ஆட்சியில் நிகழ்வது போல தொழில் வளர்ச்சியும் ஏற்படாது. இலவசங்களை அள்ளி விடுவார்கள். ஆனால், இடதுசாரிகள் செய்யும் மக்களுக்குரிய திட்டங்கள் ஏதும் இருக்காது.

உண்மையில் இந்தியாவில் கம்யூனிஸ்ட் கட்சிகளைத் தவிர, அத்தனை கட்சிகளுமே வலதுசாரிப் பொருதாளாதாரக் கொள்கைகளைத் தான் ஆட்சி மட்டத்தில் கடைப்பிடிக்கின்றனர்.

தேர்தல் நேரத்தில் இடதுசாரிகளைப்போல இலவசத் திட்டங்களைப் பற்றி பேசுவார்கள். இந்தியாவில் இடது சாரிகளின் அரசியல் வலிமை நாளுக்குநாள் குறைந்து கொண்டே வருகிறது. உண்மையான இடதுசாரிப் பொருளியல் பார்வை கொண்ட பெரிய கட்சி ஏதும் இல்லாத நிலை இங்கு உள்ளது. வலதுசாரிக் கட்சி ஆட்சியில் இருந்தால் இடதுசாரிக் கட்சி எதிர்க்கட்சியாக இருக்க வேண்டும். அதுவே உண்மையான ஜனநாயகம்

நாம் ஓட்டளிக்கும்போது இந்த அடிப்படைகளைப் புரிந்து கொண்டு ஓட்டளிப்பதே உண்மையான பொருளியல் வளர்ச்சிக்கு ஏற்றது. ஒரு தேர்தல் காலகட்டத்தில் நிகழ்ந்தாக வேண்டிய விவாதங்கள் பொருளாதாரம் சார்ந்தவையாக மட்டுமே இருக்க வேண்டும். மதம், சாதி, மொழி, வட்டாரம் சார்ந்த வெறுப்புப் பேச்சுக்கள் மட்டுமே காதில் விழுகின்றன. நாம் ஹிட்லர் சொன்ன அந்த மந்தை மனநிலையிலேயே இருக்கிறோம்.

நாம் ஜெயலலிதாவுக்கோ கருணாநிதிக்கோ கொடுக்கும் அதிகாரம் என்பது நம் வரிப்பணத்தைக் கையாள்வதற்காக. அதை வைத்துக் கொண்டு அவர்கள் செய்யப்போவது என்ன என்று நமக்கு அவர்களும் தெளிவாகச் சொல்ல மாட்டார்கள், நாமும் கேட்டுத் தெரிந்து கொள்ள மாட்டோம் என்றால், அது என்ன வகையான ஜனநாயகம் ?

அந்த வரிப்பணத்தில் சிலதுளிகளைக் கிள்ளி இலவசங்களாக அளிப்பார்கள், அதையே வாக்குறுதிகளாக கொடுப்பார்கள். அதுவே நமக்குப் போதும் என்றால் நாம் எந்தவகையான மக்கள்?

இங்குள்ள படிக்காத மக்கள் பொருளாதாரத் திட்டங்களைப் பற்றியெல்லாம் தெரிந்து கொள்வது உடனடியாகச் சாத்திய மில்லை என்பது எனக்கும் தெரியும். ஆனால் படித்த, செய்தி களை தெரிந்து கொள்ளும் வாய்ப்புள்ள இளைஞர்களில்

ஒரு சதவீதம் பேர் இவற்றையெல்லாம் பேச ஆரம்பித்தாலே நிலைமை பெருமளவு மாற ஆரம்பித்து விடும்.

ஃபேஸ்புக் போன்ற சமூக ஊடகங்களைப் பார்க்கையில், அப்படி ஒருசிலர் கூட பொருளியல் கொள்கைகளைப் பற்றிப் பேசுவது கண்ணுக்குப் படவில்லை என்பதே உண்மை.

இன்று நம்மைவிட பலமடங்கு மேலான ஜனநாயக முறைமைகளை கொண்டுள்ள ஐரோப்பிய நாடுகள் நாம் நினைத்துக்கூட பார்க்க முடியாத அளவுக்கு மோசமான ஆட்சி யாளர்களான ஹிட்லர் (ஜெர்மனி), முசோலினி (இத்தாலி), சார்ல்ஸ் டிகால் (ஃப்ரான்ஸ்), ஃப்ராங்கோ (ஸ்பெயின்) போன்ற வர்களை ஆதரித்தவர்கள் தான்.

அவர்கள் ஓரிரு தலைமுறைகளுக்குள் பண்பாட்டுப் பிரச்சினைகளை முக்கியமானதாக நினைத்த பழங்கால மனநிலையை உதறிவிட்டனர். ஆட்சி என்றால் பொருளாதார நிர்வாகம் என்பதை தெரிந்து கொண்டனர். நாமும் அந்த பாதையில் காலடியாவது எடுத்து வைத்தாக வேண்டும்.

யாருடைய கூலி பெறுகிறார்கள்?

குமரி மாவட்டத்திற்கே உயிராக உள்ள பேச்சிப்பாறை அணை திருவிதாங்கூர் மன்னர் மூலம் திருநாள் அவர்களால், 1897-1906ல் கட்டப்பட்டது. ஐம்பதாண்டு காலமாக அது தூர்வாரப்படவே இல்லை. ஏனென்றால் தமிழக அரசிடம் அதற்கான நிதி வசதி இல்லை. உலக நிதியமைப்புகளிடம் கடன் கேட்டார்கள், கிடைக்கவில்லை.

காவிரியின் நீரை தமிழகம் முழுக்க பரப்பும் மேட்டூர் அணை 1934ல் வெள்ளையர் ஆட்சிக்காலத்தில் கட்டப்பட்டது. அதுவும் சென்ற அரை நூற்றாண்டாகத் தூர்வாரப்படவில்லை. வடதமிழகத்திற்கே நீராதாரமாக விளங்கும் வீராணம் ஏரி சோழர்களால் வெட்டப்பட்டது. அதை தூர்வார தமிழக அரசு திட்டமிட்டது. நிதிவசதி இல்லை என கைவிட்டது.

அதாவது எந்த ஒரு நிர்மாணப்பணிக்கும் இன்றைய அரசு களிடம் பணம் இல்லை. ஆனால் சென்ற அரை நூற்றாண்டாக ஒவ்வொரு வருடமும் பட்ஜெட்டில் புதிய வரிகள் விதிக்கப் படுகின்றன. நம் வரிச்சுமை ஐம்பதாண்டுகளுக்கு முன் இருந் ததைவிட இப்போது இருமடங்கு. இந்த வரிப்பணம் எங்கே செல்கிறது?

காலமாக சென்ற ஐம்பதாண்டு அரசியலில் மேலோங்கி யிருக்கிற ஊழல் வரிப்பணத்தில் பெரும் பகுதியைக் கொள்ளை யடித்துச் செல்கிறது என்பது நாம் அனைவருக்கும் தெரிந்ததே. மேம்பாலங்கள் போன்று கொள்ளையடிக்க வாய்ப்பான கட்டு மானத் திட்டங்கள் மட்டுமே அரசுகளால் நிறைவேற்றப் படுகின்றன. நம் வீட்டருகே வாழும் நகராட்சி உறுப்பினர் ஐந்தாண்டுக் காலத்தில் ஐந்துகோடி ரூபாய் சம்பாதிக்கிறார். அது அவர் ஈட்டுவது அல்ல, நம் வரிப் பணத்தில் திருடுவது.

எடுத்துப்பார்த்தால், ஆனால் இதைவிட முக்கியமான இன்னொன்றும் உள்ளது. அதை நாம் அதிகமாக கவனிப்பதில்லை. இந்தியாவின் வரலாற்றை நமக்குத்தெரிந்த தொன்மையான வரலாற்றுக் காலமான ரிக்வேத காலகட்டத்திலிருந்து இன்றைக்கு வரைக்கும் மிக அதிகமான மக்கள் நலத்திட்டங்கள் மற்றும் அடிப்படைக் கட்டுமானங்கள் நமக்குச் சுதந்திரம் கிடைத்த முதல் இருபதாண்டுகளுக்குள் தான் செயல்படுத்தப்பட்டிருக்கின்றன.

சிந்தித்துப் பாருங்கள் நாகார்ஜுன சாகர் போல, பக்ரா நங்கல் போல எத்தனை மாபெரும் அணைக்கட்டுகள், அக்காலகட்டத்தில்தான் இந்தியா முழுக்க சாலை போடப்பட்டிருக்கிறது. கிராமங்கள் தோறும் மின்சாரம் கொண்டு வரப்பட்டிருக்கிறது. ஊர் ஊராக பள்ளிகள் அமைக்கப்பட்டிருக்கின்றன. பசுமைப்புரட்சி வழியாக பட்டினிச்சாவுகள் தவிர்க்கப்பட்டுள்ளன.

ஆனால் முதல் இருபதாண்டுகளுக்கு பிறகு அந்த மக்கள் நலப்பணிகளில் மிகபெரிய தொய்வு ஏற்படத் தொடங்கியது. அதற்குக் காரணம் முதல் சீனப் போர்தான். அந்தப் போர் நிகழும் வரை நேரு இந்தியாவின் ராணுவத்தைப் பற்றி நினைக்கவே இல்லை. பேச்சுவார்த்தை மற்றும் அகிம்சை வழியில் எல்லா பிரச்சினைகளையும் தீர்க்கலாமென அவர் நினைத்திருந்தார். அந்தப் போர் அவரது நம்பிக்கையைத் தகர்த்தது.

இந்திய ராணுவம் போதுமான ஆயுதங்கள் இல்லாமல், குளிருக்குத் தேவையான ஆடைகளும் இல்லாமல் சீனாவை போரில் சந்தித்தது. படுதோல்விகளை அடைந்து ஏராளமான நிலப்பகுதிகளை இழந்தது.

அந்தப் போருக்குப் பிறகு இந்தியா ராணுவத்தை மேம்படுத்த தொடங்கியது. இன்று இந்தியாவின் வரிப்பணத்தில் மிகப்பெரும் பகுதி ராணுவத்திற்கு அளிக்கப்படுகிறது. வரிப்பணத்தில் ஏறத்தாழ நாற்பது விழுக்காடு ராணுவத்திற்கு போகிறது என்று நிபுணர்கள் சொல்லுகிறார்கள்.

நேருவின் தொடக்க ஆட்சிக்காலத்தில் ராணுவத்திற்கு மிகக் குறைவாக செலவழிக்கப்பட்டது. ஆகவே தான் அவருக்கு மக்கள் நலப்பணிகளுக்கு பணம் இருந்தது. இன்றும் இந்தியாவைத்

தாங்கி நிற்கும் மாபெரும் கட்டுமானங்களை அவரால் உருவாக்க முடிந்தது.

இன்று இந்திய அரசு நம்மிடம் வரி வசூல் செய்து அதை ராணுவத்திற்கு அளித்துக் கொண்டிருக்கிறது. ராணுவத்திற்கு அளிக்கும் நிதியை இன்றைக்கு எந்த அரசும் எவ்வகையிலும் குறைக்க முடியாது. ஏனென்றால் இன்று தேசம் முழுக்க பல்வேறு வகையான பிரிவினைவாதங்கள், உள்நாட்டு போர்கள் இடைவிடாமல் நடந்து கொண்டிருக்கின்றன.

காஷ்மீரிலும் வடகிழக்கு மாவட்டங்களிலும் இந்தியாவுக்கு எதிரான பிரிவினைவாதிகள் அந்நிய ஆதரவுடன் உள்நாட்டு போரை நடத்திக் கொண்டிருக்கிறார்கள். மாவோயிஸ்ட்டுகளின் கலகம் மூன்று மாநிலங்களில் நடந்து கொண்டிருக்கிறது. இது போக இந்தியா முழுக்க சாதி மதம் சார்ந்த பிரிவினைவாத இயக்கங்கள் உருவாகியிருக்கின்றன.

இவை இந்த அளவுக்கு பெருகப்பெருக ராணுவத்தின் பணி மேலும் கூடுகிறது. நம் அரசு ராணுவத்திற்கு பணம் செலவழித்துக் கொண்டே இருக்க வேண்டியுள்ளது. அது நாம் உழைத்துச் சம்பாதித்து அளிக்கும் வரிப்பணம். நமக்குரிய நலப்பணிகளுக்காகவும், அடிப்படைக் கட்டுமானத்துக்காகவும் செலவழிக்க வேண்டிய பணம். இவ்வாறு நம் வரிப்பணம் வீணாவது மேலும் மேலும், நம்மை வறுமையிலேயே ஆழ்த்தி வைக்கும்.

அப்படியென்றால் இந்தப் பிரிவினை வாதங்களையும் உள்நாட்டுப் போர்களையும் யார் உருவாக்கியிருக்கிறார்கள்? எவர் நம்மை வளரவிடக்கூடாது என்று நினைக்கிறார்களோ, நாம் பொருளாதார ரீதியாக வீழ்ச்சி அடைய வேண்டும் என்று நினைக்கிறார்களோ அவர்கள்தான் இதை தூண்டிவிடுகிறார்கள். நம் ராணுவத்திற்கு செலவழிக்கப்படும் பணத்தில் மிகப்பெரும் பாலான பகுதி ஐரோப்பிய நாடுகளிடமிருந்து ஆயுதங்கள் வாங்கத்தான் அளிக்கப்படுகிறது.

அதாவது இந்தியாவுடைய வரிவசூல் பணத்தில் பெரும் பகுதியை ஐரோப்பிய ஆயுத நிறுவனங்கள் எடுத்துக் கொண்டு செல்கின்றன. அவற்றில் ஒரு சிறு பகுதியை பல்வேறு மறைமுக வழிகளில் இந்தியாவுக்கு அனுப்பி இந்தியாவில் பிரிவினை

வாதங்களையும் கலவரங்களை உருவாக்குகின்றன அவை. நாம் அந்தப் பிரச்சினைகளை அடக்குவதற்காக கோடிக்கணக்காக ராணுவத்திற்கு செலவழிக்கிறோம்.

நாம் முதல் இருபதாண்டுக்கால வளர்ச்சியை அப்படியே தொடர்ந்திருந்தால் சென்ற ஐம்பதாண்டுக்காலத்தில் நாம் எவ்வளவோ முன்னேறியிருக்க முடியும். அனைத்தும் இங்கே தேங்கிக்கிடக்கின்றன. ஓர் உடம்பில் ஆறாத புண் ஒன்றிருந்தால் அந்த உடம்பு உட்கொள்ளும் அனைத்து உணவின் சத்தும் அந்த புண்ணைக் குணப்படுத்தவே செல்லும். நம் உடம்பில் பஞ்சாப், அசாம் எல்லாம் பெரிய புண்கள். அவை ஆறிவிட்டன. காஷ்மீரும் வடகிழக்கும் ஆறாமல் உள்ளன.

இந்தியாவின் இந்த வன்முறை பிரிவினை இயக்கங்கள் நம்மை மறைமுகமாக அழித்துக் கொண்டிருக்கின்றன. இது கொஞ்சம் யோசிப்பவர்களுக்கே தெரியும். ஆனால் இந்தியாவின் தலைநகரில் உள்ள பெருமைமிகுந்த கல்வி நிறுவனமான ஜவகர்லால் நேரு பல்கலையில் காஷ்மீர் தீவிரவாதிகளுக்கு ஆதரவுக்கூட்டம் போடப்படுகிறது. பாராளுமன்றத்தை தாக்கிய தீவிரவாதிக்கு அஞ்சலி செலுத்தப்படுகிறது.

காஷ்மீர் சட்டவிரோதமாக இந்தியாவால் ஆக்ரமிக்கப் பட்டுள்ளது என்று அங்கே வேலைபார்க்கும் பேராசிரியர் ஒருவர் பொதுமேடையில் பேசுகிறார் ஏன்? நம்மை விட ஜனநாயகம் பேசும் ஐரோப்பிய நாடுகள் இத்தகைய 'பேச்சுரிமையை' அவர்கள் நாட்டில் அனுமதிப்பார்களா?

பிரான்ஸில் சமீபத்தில் நடந்த தாக்குதலில் கொல்லப்பட்ட தீவிரவாதிக்கு அங்கே சார்போன் பல்கலைக்கழகத்தில் ஓர் அஞ்சலிக்கூட்டம் நடத்த முடியுமா? சாமானியர்களான நாம் அறிந்த இவற்றை எல்லாம் பேராசிரியர்கள் அறிந்திருக்க வில்லையா என்ன?

உண்மையில் இந்தியாவில் நிகழ்ந்த பெரும்பாலான பிரிவினைவாதங்கள் அறிவு ஜீவிகளான பேராசிரியர்களால் கல்வித்துறையில் ஒரு கோட்பாடாக முதலில் முன்வைக்கப் பட்டவைதான். அதன்பின்னரே அவை தீவிரவாத அரசியல் வாதிகளால் எடுத்துக்கொள்ளப்பட்டன. அதன்பின் வன்முறை இயக்கமாக ஆயின.

உதாரணமாக வங்காளத்திலுள்ள கூர்க்காக்களின் வாழ்விடத்தை தனி வட்டாரமாக அறிவிக்க வேண்டும் என்னும் கோரிக்கை நூறாண்டுகளாகவே இருந்துவந்தது. அது ஒரு நிர்வாகக் கோரிக்கை மட்டுமே.

ஆனால், 1980களில் இந்திரா பகதூர் ராய் என்னும் எழுத்தாளர் தான் கூர்க்காக்களுக்கு தனிநாடு என்னும் பிரிவினைக் கோரிக்கையை முன்னெடுத்தார். மிக விரைவிலேயே அது சுபாஷ் கிஷியாங் என்னும் அரசியல்வாதியால் வன்முறைக் கிளர்ச்சியாக மாற்றப்பட்டது. பதினைந்தாண்டுக் காலம் கிளர்ச்சி நடைபெற்றது. டார்ஜிலிங்கின் சுற்றுலாத் தொழிலே அழிந்தது. வங்காளம் பெரிய பொருளியல் அழிவைச் சந்தித்தது.

இத்தகைய பிரிவினைக் கோரிக்கை எழுவதற்கான முக்கியமான காரணம் இவர்கள் கோரிய கூர்க்காலாண்ட் என்பது வங்க தேசத்திற்கும் பூட்டானுக்குமான ஒரு இணைப்பு போன்ற நிலம் என்பதுதான். இந்தியாவின் மைய நிலத்தையும் வடகிழக்கு மாகாணங்களையும் கூர்க்காலாண்ட் பிரித்துவிடும்.

ஆகவே வடகிழக்கு பகுதியின் பிரிவினைவாதம் மேலும் வளரும். அதற்காகவே கூர்க்காலாண்டுக்கு அந்நிய நிதி குவிந்தது. இவ்வாறு பிரிவினைவாதம் பேசும் அறிவுஜீவிகள் அதற்காகப் பெரும் நிதியுதவிகளைப் பெறுகிறார்கள்.

அழைப்புகள், கருத்தரங்குகளுக்கான பல்வேறு ஆய்வுகளுக்கான நிதியளிப்புகள் என மறைமுக வழிகளில் அவர்களுக்கு இவ்வாறு இந்தியாவில் வன்முறையை, பிளவுகளை உருவாக்குவதற்கான ஊக்கத்தொகை வந்து கொண்டிருக்கிறது. அவர்கள் பேசுவது அதற்காகவே.

ஆயுத வியாபார நிறுவனங்கள் ஐரோப்பாவிலுள்ள கலாச்சார நிறுவனங்களுக்கும் பல்கலைக்கழகங்களுக்கும் நிதி அளிக்கின்றன. அவற்றை இவர்கள் கலாச்சாரச் செயல்பாடுகள் என்று பெயர் சொல்லிப் பெற்றுக்கொள்கிறார்கள்.

இந்தியா மிகமிகச் சிக்கலான நாடு. ஏற்கனவே ஏராளமான உட்பிரிவுகளும் மோதல்களும் நிறைந்தது. இங்கே எந்த ஒரு பிரிவினைவாதமும் எளிதில் பற்றிக்கொள்ளும். பெரிய அழிவுகளை உருவாக்கும்.

இங்கே வெறுப்புடன் பேசப்படும் ஒவ்வொரு சொல்லும் கொள்ளிக்கட்டைக்கு சமமானது. கூரையை எரித்துவிடும். ஆனால் அறிவுஜீவிகள் வெறுப்பைக் கக்குகிறார்கள். அதைக் கேட்டு சில்லறை அரசியல்வாதிகள் பிரிவினைவாதமும் தீவிர வாதமும் பேசுகிறார்கள்.

இந்தியாவில் இன்றைய சூழலில் எவர் ஒருவர் ஏதேனும் ஒருவகையில் இனம் சார்ந்து, மதம் சார்ந்து, மொழிசார்ந்து, பிரிவினைவாதம் பேசுகிறாரோ வன்முறையை பேசுகிறாரோ அவர் இந்த நாடு வளராமல் இருப்பதற்கான லஞ்சத்தை பெற்றுக் கொண்ட துரோகி என்று அப்போது புரிந்து கொள்வோம். தேர்தல் பேச்சுக்களில் அத்தகைய குரல் எங்கு எழுந்தாலும் அந்த ஐந்தாம்படையை அடையாளம் கண்டுகொள்வோம்.

ஊழலின் அடித்தளம்

பிரிட்டிஷ் ஆய்வாளரான ராய் மாக்ஸம், அவருடைய புகழ்பெற்ற நூலான உப்புவேலி *(Great Hedge of India: The Search for the Living Barrier That Divided a People, Roy Moxham)* (எழுத்து பிரசுரம்) நூலில் இந்தியா வந்த பிரிட்டிஷார் இங்கே அதிகாரவர்க்கத்தை எவ்வாறு உருவாக்கினர் என்று சொல்கிறார். அவர்கள் இந்தியாவில், 1750களில் தான் வேரூன்றினர். இருபதாண்டு காலத்தில் இந்தியாவில் வேறு எந்த அரசும் உருவாக்காத அளவுக்கு பிரம்மாண்டமான அதிகார நிர்வாக அமைப்பை உருவாக்க அவர்களால் முடிந்தது.

முழுக்க முழுக்க இந்தியர்களால் ஆனது அந்த அமைப்பு. மிகச்சில எண்ணிக்கையிலான பிரிட்டிஷ் அதிகாரிகளால் கட்டுப்படுத்தப்பட்டு நிர்வகிக்கப்பட்டது அது. பிரிட்டிஷ் நிர்வாகமுறை ஏற்கனவே பிரிட்டனிலும் அவர்கள் ஆதிக்கம் செலுத்திய பிற நாடுகளிலும் பலமுறை சோதிக்கப்பட்டு வெற்றிகரமாக வடிவமைக்கப்பட்டது. ராணுவ நிர்வாகம், சிவில் நிர்வாகம் ஆகியவற்றில் பிரிட்டிஷார் நிபுணர்கள் என்பதிலும் ஐயமில்லை. ஆனால் எப்படி அத்தனை விரைவாக அந்த அமைப்பை அவர்கள் உருவாக்கினர்?

அந்தக் காரணம், ஊழல்! இந்தியாவில் அப்போதிருந்த மன்னராட்சியின் நிர்வாக அமைப்புகள் அனைத்துமே தலைமுறை தலைமுறையாக வரும் அதிகாரத்தால் ஆனவை. கிராம அதிகாரியின் மகனே கிராம அதிகாரியாக வருவான். நாட்டாமையின் மகன் நாட்டாமை. அமைச்சரின் மகனே அமைச்சர். ஆகவே புதிய அதிகார வர்க்கம் உருவாவதற்கு வாய்ப்பே இருக்கவில்லை. மன்னராட்சிக் காலத்திலும் ஊழல் மிக அதிகமாகவே இருந்தது. குறிப்பாக பிரிட்டிஷார் வருவதற்கு

முன்பு தமிழகத்தில் இருந்த நாயக்கர் அரசில் அமைச்சர்களும் ராயசம் எனப்படும் நிதி நிர்வாகிகளும் பெரும் கொள்ளை அடித்தனர் என்பதை அன்றைய ஆவணங்கள் காட்டுகின்றன. ஆனால் புதிய அதிகாரவர்க்கம் உருவாக இடமிருக்கவில்லை.

பிரிட்டிஷார் இங்கு அவர்களின் நிர்வாக முறையை உருவாக்கியபோது ஏராளமான புதிய ஊழியர்களை பதவிக்கு எடுத்தார்கள். அவர்கள் பிரிட்டிஷாருக்கு விசுவாசமாக இருக்க வேண்டும், பிரிட்டிஷ் அரசுக்கு அவர்கள் சேகரித்துக் கொடுக்க வேண்டிய பணத்தை ஒழுங்காக கொடுத்துவிட வேண்டும், அவ்வளவு தான் நிபந்தனை.

அதற்கு மேலதிகமாக அவர்கள் எத்தனை மடங்கு வேண்டு மானாலும் சம்பாதித்துக் கொள்ளலாம். பிரிட்டிஷாருக்கும் அவர்களின் இந்திய ஊழியர்களுக்கும் இந்த ஊழல் அமைப்பு மிகப்பெரிய கவர்ச்சியாக இருக்கவே அன்று இருந்த குட்டி நிலப்பிரபுக்கள், உதிரிப் போர்வீரர்கள், படித்த வர்க்கம் அத்தனை பேரும் பிரிட்டிஷாருடன் சென்று சேர்ந்தார்கள். மிக விரைவிலேயே பிரம்மாண்டமான நிர்வாக வர்க்கம் உருவானது.

இன்று தான் அதை ஊழலென்று சொல்கிறோம். அன்றைக்கு அதற்கு, 'சம்பாத்யம்' என்று தான் பெயர். அது ஒரு தவறு என்றே அன்று எவருக்கும் தோன்றவில்லை.

அதற்கு முன்பு அரசரின் குடும்பமும் வேண்டியவர்களும் சிற்றரசர்களும் அதிகாரிகளும் மக்களைக் கொள்ளையடித்தனர். அதுவும் எவருக்கும் தவறென தோன்றவில்லை. ஏனென்றால் அன்று மக்களுக்கு அரசாங்கத்தில் தங்களுக்கு ஏதேனும் உரிமை உண்டு என்று தெரியாது. கொள்ளையடிக்கப்படுவது தங்கள் உழைப்பும் செல்வமும் என்ற பிரக்ஞை இல்லை. ஜமீன்தார்களும் நாட்டாமைகளும் குட்டி அரசர்களும் அரசர் களின் வரிவசூல்காரர்களும் தங்களிடமிருந்து பொருளைப் பிடுங்குவதும் ஊழல் செய்வதும் அரசு நிர்வாகத்தின் ஒரு பகுதியாகவே கருதப்பட்டது.

அதே மனநிலை தான் பிரிட்டிஷ் ஆட்சியிலும் நீடித்தது. உப்பு அன்றைக்கு மிகப்பெரிய வணிகப்பொருளாக இருந்தது. இந்தியாவின் மேற்கே கடற்கரைப் பகுதியான குஜராத்தின் கடற்கரைகளில் விளைவிக்கப்பட்டு சாலைகள் வழியாக

உள்நிலப் பகுதியான பீகாருக்கும் உத்தரபிரதேசத்திற்கும் மலைப்பகுதிகளான கிழக்கு மாகாணங்களுக்கும் பூடான் வரைக்கும் கூட உப்பு கொண்டு செல்லப்பட்டது.

ஆகவே உப்புக்கு தங்கத்துக்கு நிகரான மதிப்பு இருந்தது. தங்கம் போலவே உப்பு ஒரு பண்டமாற்று நாணயமாக பயன்படுத்தப்பட்டது. உப்பில் தொட்டு சத்தியம் செய்வது, எவரையும் கட்டுப்படுத்துவதாக இருந்தது.

பிரிட்டிஷார் இந்த வண்டிப் பாதைகளை தடை செய்து முள்மரங்களின் வரிசையாலான ஒரு பெரிய வேலியை ஒரிஸ்ஸாவிலிருந்து காஷ்மீர் வரைக்கும் கட்டினார்கள். அதை நிர்வாகம் செய்வதற்கான ஊழியர்களை ஓரிரு மாதங்களுக்குள் அவர்களால் அமர்த்த முடிந்தது. அந்த ஊழியர்கள் இந்த வண்டிகளிடமிருந்து பல மடங்கு கொள்ளையடித்து அதில் ஒரு பகுதியை பிரிட்டிஷாருக்கு வழங்கினார்கள்.

பின்னர் இந்தியா முழுக்க பிரிட்டிஷ் ஆட்சிக்கு வந்து நிலவரி முதலியவற்றை விதிக்கத் தொடங்கியதும் உப்புக்குச்சுங்க வரி நிறுத்தப்பட்டது. வேலி கைவிடப்பட்டு அழிந்தது. பின்பு மீண்டும் உப்புக்கு வரி போடப்பட்டபோது தான், காந்தி, உப்பு சத்தியாக்கிரகத்தை தொடங்கினார். பழைய உப்புவரியின் கொடுமை மக்கள் நினைவில் இருந்தமையால் தான் மக்கள் கிளர்ந்தெழுந்தனர். அது காந்திக்குத் தெரிந்திருந்தது.

இந்தவகையான ஊழல் மையமான ஆட்சி முறை தான், 1947 வரை பிரிட்டிஷ் ஆட்சியில் இருந்தது. பிரிட்டிஷ் ஆட்சியில் ஊழல் இல்லை என்று அடிக்கடி இங்கு உள்ள பழமையாளர்கள் சொல்வதைப் பார்க்கலாம். உண்மை என்னவென்றால் அவர்கள் எவருக்குமே பிரிட்டிஷ் ஆட்சியைப் பற்றி எதுவுமே தெரியாது என்பதுதான்.

ஊழலால் ஊழலுக்கு நடத்தப்பட்ட ஆட்சி என்று காலனி ஆதிக்கத்தை சொல்லலாம். பிரிட்டனில் குளிர்நாட்டில் பிறந்த ஒரு வீரன் அங்கிருந்து ஆறாயிரம் கிலோ மீட்டர் இங்கு வந்து, இங்குள்ள தீவெயிலில் அம்மை முதலிய கொடிய நோய் களின் நடுவே வாழ்ந்து, பிரிட்டிஷாருக்கு பணியாற்ற வேண்டு மென்றால் அவனும் முடிந்த வரை ஊழல் செய்துகொள்ள அரசு அனுமதித்தாக வேண்டும். ஒரு சாதாரண கலெக்டர் ஐந்து

ஆண்டுகளில் பிரிட்டனில் ஒரு பிரபு அளவுக்கு சம்பாதிக்க முடியும் என்ற கவர்ச்சிதான் அவர்களை இங்கே வரவழைத்தது.

பிரிட்டிஷ் கவர்னர்கள் லஞ்சம் பெறுவதற்கென்றே மாபெரும் விருந்துகளை நடத்தினர். ஊழல் செய்வதற்கென்றே மாபெரும் கட்டுமானங்களை கட்டினார்கள். குத்தகைதாரரர்களுக்கும் அவர்களுக்குமான உறவு மிக அணுக்கமானது.

இந்தியாவில் இருந்து அடிமைகளாக ஏழை மக்களை மலேசியாவுக்கும் இலங்கைக்கும் தென்னாப்பிரிக்காவுக்கும் கொண்டு சென்று தோட்டங்களை அமைப்பதற்கு உதவும் பொருட்டு இங்கே பஞ்சங்களை வளரவிட்டார்கள். அதற்காக ஏராளமான கையூட்டை அன்றைய ஆட்சியாளர்கள் பெற்றுக் கொண்டார்கள்.

சுதந்திரம் கிடைத்த பிறகுதான் இந்த ஊழலெல்லாம் தவறு, குற்றம் என்ற எண்ணம் நமக்கு உருவாக ஆரம்பித்தது. ஆனால், அதுகூட நவீனக்கல்வி பயின்று, ஐரோப்பாவில் உருவாகி வந்த ஜனநாயக அறத்தை அறிந்தவர்கள் மத்தியில்தான். சாதாரண மக்களுக்கு ஊழல் ஒரு குற்றம் என்றோ, அது தங்களுக்கு எதிரான சுரண்டல் என்றோ தெரிந்திருக்கவில்லை. காரணம், காலாகாலமாக அவர்கள் அறிந்திருந்த மன்னராட்சியும் சரி பிரிட்டிஷ் ஆட்சியும் சரி ஆட்சிக்கு நெருக்கமானவர்களின் ஊழலால் நடைபெற்றவை தான்.

இன்றும்கூட அந்த மனநிலையை நம் எளிய மக்கள் மாற்றிக் கொள்ளவில்லை. ஊழல் சம்பந்தமான பேச்சுகள் படித்தவர் களிடம் எழுப்பும் கோபத்தை சாதாரண மக்களிடம் எழுப்பு வதில்லை. "ஆட்சியாளன் ஊழல் செய்யாமலிருப்பானா?" என்றுதான் அவர்கள் நினைப்பார்கள்.

இந்தியாவில் சுதந்திரப்போராட்டத்தை முன்னெடுத்தவர்கள் மாபெரும் லட்சியவாதிகள். ஆனால் அவர்கள் ஆட்சியைப் பிடித்தபோது இங்கு ஏற்கனவே இருந்த நிர்வாக அமைப்பைத் தான் அவர்கள் சார்ந்து இருக்க வேண்டியிருந்தது.

அது முழுக்க முழுக்க பிரிட்டிஷ்காரரர்களால் ஊழலால் உருவாக்கப்பட்டு ஊழலால் நிலை நிறுத்தப்பட்ட ஒன்று. சுதந்திரம் கிடைத்த முதல் இருபதாண்டுக்காலம் அன்றைய

காந்திய - நேரு யுகத்தின் லட்சியவாதிகள் அதிகாரிகளைக் கொஞ்சம் கட்டுப்படுத்தினர்.

அடுத்த தலைமுறைக்குள் படிப்படியாக ஊழல் நிறைந்த அதிகாரி வர்க்கத்திடம் நிர்வாகம் முழுமையாகச் சென்று சேர்ந்தது. இன்றைய அரசியல்வாதிகள் லட்சியவாதிகள் அல்ல. நிர்வாகத்திறன் கொண்டவர்களும் அல்ல. ஆகவே அவர்கள் அதிகாரிகளை நம்பி இருக்க வேண்டியிருக்கிறது. அதிகாரிகள் ஊழல் செய்து அரசியல்வாதிகளுக்கு ஒரு பகுதியை கொடுக்கிறார்கள்.

இந்தியாவின் மிகப் பெரிய ஊழல் சக்தி என்பது அரசியல்வாதிகள் அல்ல, அதிகாரிகள் தான். இந்தியாவின் அதிகாரவர்க்கம் என்பது மிகப் பிரம்மாண்டமானது. இவர்கள் செய்யும் ஊழலின் ஒட்டுமொத்தத் தொகை அரசியல்வாதிகள் செய்யும் ஊழலின் தொகையை விட பல நூறு மடங்கு பெரிது. இந்தியாவின் அத்தனை மக்கள் நலத்திட்டங்களையும் சுரண்டி இல்லாமல் ஆக்குகிறார்கள் இவர்கள். இந்தியாவில் உள்ள அத்தனை தனியார் முயற்சிகளுக்கும் தடைக்கல்லாக அமைகிறார்கள். இந்தியாவின் நவீன ஜனநாயகத்திற்கு வரலாற்று ரீதியாகவே முதல் எதிரி இங்குள்ள அதிகாரிகள்தான்.

இன்றைய தேவை ஊழல் என்பதை ஒரு குற்றம் என்று சாமானியர் மனதில் பதியச்செய்வதுதான். அதிகார வர்க்கத்தின் ஊழல் தங்கள் வாழ்க்கையை அழிக்கிறது என்பதை மக்களுக்குப் புரியச்செய்தாலொழிய ஜனநாயகம் வளர முடியாது. அவர்கள் இந்த அதிகாரிகளிடம் கைகட்டி நின்றிருக்கும் மனநிலையை அகற்ற வேண்டும். அது மன்னராட்சிக் காலத்தின் நினைவினால் உருவாகும் அடிமைத்தனம். அதிகாரிகள் தங்கள் ஏவலர்கள் என்னும் உணர்வை பெறவேண்டும். அதுவே ஜனநாயகத்தின் தொடக்கம்.

நமது செவியில்லாமை தான் காரணம்

சமீபத்தில் கொங்கு நாட்டின் கிராமம் ஒன்றில் நடந்து கொண்டிருந்தபோது அப்பகுதியின் சாதித்தலைவர் ஒருவர் நடத்தும் மாநாட்டுக்காக பிரம்மாண்டமான பேனர்கள் வைக்கப்பட்டிருந்ததைக் கண்டேன்.

ஒரு கிராமத்தின் சிறிய தெருவில் இருபக்கமும் பத்தடிக்கு பத்தடி அளவில் ஐம்பது பேனர்களுக்கு மேல் அவரது முகமும் பெயரும் பெரிதாகத் தெரிந்தது. சென்ற முறை கோவை பகுதியில் தேர்தலில் போட்டியிட்டு வென்றவர் அவர். இந்த முறையும் வாய்ப்பு தேடுகிறார்.

என்னுடன் வந்த நண்பர், "இத்தனை சிறிய கிராமத்தில் ஏன் இத்தனை பெரிய விளம்பரங்களை வைக்கிறார்கள்? இது வெறும் ஆணவம் மட்டும்தான்" என்றார். நான் சொன்னேன், "ஆணவம்தான். ஆனால் அதற்கு இத்தனை பணம் செலவழிக்க மாட்டார்கள். இந்த மாநாட்டின் விளம்பரத்திற்காகவே இவர் பல கோடி ரூபாய் செலவழித்திருப்பார். ஏன் என்றால் இந்த பேனர்கள் அவருக்கு தேவைப்படுகின்றன."

அவ்வழியாக மாடுகளுடன் வந்து கொண்டிருந்த முதிய வரைச் சுட்டிக் காட்டி, "இந்த பேனரில் உள்ளவர் யார் என்று அவர்களிடம் கேளுங்கள்" என்றேன்.

நண்பர் அவரிடம், "இந்த பேனரில் இருப்பவர் யார்?" என்றார். அவர் கீழே எழுத்துக்களை அப்போதுதான் எழுத்து கூட்டி படித்தார். பெயரைச் சொன்னார்.

"அது தெரியும்ங்க. இவரு எந்தக் கட்சியை சார்ந்தவர்?" என்று கேட்டதற்கு "அ.தி.மு.க." என்றார்.

"இல்லையே இந்தக் கொடி அதிமுக கொடி மாதிரி தெரியலியே" என்றார் நண்பர்.

முதியவர் "இல்லைங்க, தி.மு.க." என்றார்.

"அய்யா, இது தி.மு.க., கொடியும் இல்லையே" என்ற போது கண்களைச் சுருக்கி நோக்கி "தெரியலிங்க" என்று சொல்லி விட்டு மாட்டை கயிறால் அடித்து கூட்டிச்சென்றார்.

நான் சொன்னேன், "இதுதான் காரணம். இவருடைய கிராமத்தில் இவருடைய தலைக்குமேல் வைக்கப்பட்ட இவ்வளவு பேனர்களை இவர் ஒருமுறைகூட ஏறிட்டு பார்த்ததில்லை. இன்னமும் கூட அந்த சமூகத்தை சேர்ந்த அரசியல்வாதி அவருக்கு அறிமுகமாகவில்லை.

ஒருவர் மிகத்தொலைவில் இருக்கும் போதுதான் நாம் கத்திப்பேச ஆரம்பிக்கிறோம். இந்தியாவின் சாமானியக் குடிமகன் அரசியலைத் தெரிந்துகொள்வதே இல்லை. ஆகவே தான் இந்திய அரசியல் கட்சிகள் இந்த அளவுக்கு பிரச்சாரத்திற்குப் பணம் செலவழிக்கின்றன. ஒவ்வொரு நாளும் அரசியல் கூச்சல் பெருகிக்கொண்டே இருக்கிறது. தேர்தல் நேரத்தில் வீட்டுக்குள் படுத்துத் தூங்கமுடியாத அளவுக்கு ஒலி இருக்கிறது"

உண்மையிலேயே எப்போதிலிருந்து மக்கள் இயல்பிலேயே அரசியலை கவனித்து, விவாதிக்கத் தொடங்குகிறார்களோ, அப்போதே கூச்சலும் அடங்கி விடும். உண்மையில் இந்தியாவில் அரசியலில் ஊழலை பெருக்குவதற்கு இதுதான் அடிப்படை. மக்கள் எதையும் கவனிப்பதில்லை. அவர்கள் கவனிக்க வேண்டுமென்றால் மிக பிரம்மாண்டமான அளவில் விளம்பரங்கள் செய்ய வேண்டும். அதற்கு கோடிகள் தேவை.

அதற்கு கோடிகளை அரசியலிலிருந்தே திரட்ட வேண்டும். அதற்கு ஊழல் செய்தாக வேண்டும். தொலைக்காட்சி விளம்பரங்கள் மற்றும் பேனர்கள் மட்டுமல்ல, மாபெரும் மாநாடுகள் கூட தேவையாகின்றன. ஏன் போராட்டங்களே கூட செலவேறிய பிரச்சார உத்திகளாக உள்ளன.

வெளிநாடுகளில் தேர்தலரசியல் உண்டு. ஆனால் இங்குள்ளது போல இத்தனை பிரம்மாண்டமான பேரணிகளும், மாநாடுகளும், கருத்தரங்குகளும் இல்லை. இவை முழுக்க முழுக்கப்

பிரச்சாரத்திற்காக, ஊடகங்களில் செய்தியை உருவாக்குவதற் காக நடத்தப்படுகின்றன. கோடிக்கணக்கான ரூபாய் அள்ளி இறைக்கப்படுகிறது. இந்த மாநாடுகளை வெற்றிகரமாக நடத்தி முடிக்க வேண்டுமென்றால் அதற்கான தொண்டர் படை தேவை. அந்த தொண்டர் படைக்கு வருமானம் தேவை. அதற்கும் சேர்த்து ஊழல் செய்தாக வேண்டும்.

நமது மக்களில் கணிசமானவர்கள் பெரும்பாலும் அடிப்படை அரசியலே அறியாதவர்கள். குடும்பப் பெண்கள் அரசியலில் அக்கறையே காட்டுவதில்லை. இளைஞர்களில் கணிசமானவர்களுக்கு அரசியல் இயக்கங்கள், அரசியல் வரலாறு குறித்த அறிவு ஏதும் இல்லை. எளிய தரப்புகள் மட்டுமே உண்டு. தமிழகத்தின் தொலைக்காட்சிகளில் உள்ள அரசியல் நிகழ்ச்சிகளுக்கு பத்து சதவீதம் பார்வையாளர்கள் தான் இருக்கிறார்கள். தமிழ்நாட்டு மக்களில் ஒரு சதவீதம் பேர் தான் ஏதேனும் செய்தித்தாள்களை படிக்கிறார்கள். அப்படியா னால் எப்படி அரசியல் சார்ந்த கவனம் ஏற்படும்?

ஒரு கட்சிக்கு ஏன் வாக்களிக்கிறோம் என்பது நமது வாக்காளர்களில் மிகப்பெரும்பாலானோருக்கு சொல்லத் தெரியவில்லை. பெரும்பாலும் உடனடியான காரணங்கள்தான். ஒட்டுமொத்தமாக ஓர் அரசு அல்லது அரசியல் தலைவர் மீதான வெறுப்பும் விருப்பும் தான் இங்கே அரசியலைத் தீர்மானிக்கின்றன.

ஐந்தாண்டு காலம் தொடர்ச்சியாக அரசியலைக் கவனித்து, அதனடிப்படையில் தேர்தல் காலத்தில் வாக்காளர் முடிவெ டுக்கும் போதுதான் உண்மையான ஜனநாயகம் வரும். தேர்தல் காலகட்டத்தில் நடத்தப்படும் பிரச்சாரங்கள், அனுதாப நாட கங்கள், செயற்கையான உணர்ச்சிக்கொந்தளிப்புகள், பேரணியின் பிரம்மாண்டங்கள் ஆகியவற்றை நம்பி மக்கள் ஓட்டளித்தார்கள் என்றால் அது ஜனநாயகமே அல்ல; மோசடிதான்.

இன்று நவீனச்செய்தி ஊடகங்கள் வளர்ந்து கொண்டே இருக்கின்றன. எந்த பணச் செலவும் இல்லாமல் பல லட்சம் பேரிடம் எளிதாக சென்று சேர முடியும். ஒரு நாளில் பல்லாயிரம் பேர் படிக்கும் இணையதளம் ஒன்றை எந்தச் செலவும் இல்லாமல் நடத்திக் கொண்டிருக்கிறேன்.

ஜனநாயக சோதனைச்சாலையில்...

தொலைக்காட்சி ஊடகங்களையும் இணையத்தையும் பயன் படுத்தி தங்கள் கருத்தை பெரும் பொருட்செலவு இல்லாமல் மக்களிடம் கொண்டுசெல்ல அரசியல்வாதிகளால் முடியும் என்றால் பிரச்சாரத்திற்கு பயன்படுத்தப்படும் இந்தக் கோடிக் கணக்கான ரூபாய் மிச்சப்படும். இதற்குத் தேவையான தொண்டர் படையை பேண வேண்டியதில்லை. அது அரசியலை ஊழலிலிருந்து ஓரளவுக்கு மீட்கும்.

இன்றைய சூழலில் பெரும் பணம் வைத்திருக்கும் கட்சிகள் தான் தேர்தலரசியலில் முன்னால் வந்து நிற்க முடிகிறது. உண்மையான கொள்கைகளையும், உண்மையான செயல் திட்டங்களையும் வைத்திருக்கும் கட்சிகளுக்கு இவர்களுடன் போட்டி போடும் அளவுக்குப் பணம் இல்லை. ஆகவே ஆயிரம் ஒலிபெருக்கிகள் நடுவே ஒருவர் வெறும் குரலில் பேசுவது போல அவர்கள் குரல் கேட்காமல் போய்விடுகிறது. இதன் விளைவாகத்தான் புதிய மாற்றத்திற்கான ஓர் எழுச்சி திரண்டு வரமுடியாமல் ஆகிறது.

இன்னொரு பக்கம் எந்தக் கொள்கையும் இல்லாமல், மோசடியாலும் ஊழலாலும் பணம் சம்பாதித்த ஒருவர் அந்தப் பணத்தை பிரச்சாரத்திற்கு செலவிட முடியும் என்றால் தேர்தல் அரசியலுக்குள் நுழைய முடியும், வெல்ல முடியும் என்ற நிலை உள்ளது. சமீபத்தைய உதாரணங்கள் பல.

இன்றைக்கு அமெரிக்க தேர்தலில் பெர்னி சாண்டர்ஸ் என்பவர் பிற வேட்பாளர்களுக்கு நிகரான முக்கியத்துவத்துடன் எழுந்து வந்திருக்கிறார். அவர் தன்னை ஒரு சோஷலிஸ்ட் என்று சொல்பவர். பெரும் பணபலமோ, அமைப்பு பலமோ இல்லாதவர். ஆனால் அங்குள்ள ஊடகங்களில் தன்னுடைய கொள்கைகளை அவரால் தெளிவாகச் சொல்ல முடிகிறது என்பதனாலேயே அவருக்கு ஒரு பெரிய முக்கியத்துவம் உருவாகி தேசத்தின் அதிபர் தேர்தலில் முக்கியமான ஒரு போட்டியாளராக மாறிவிட்டார்.

இன்றைக்கு இப்படி ஒரு வாய்ப்பு இந்தியாவில் இல்லை. இங்கே பெர்னி சாண்டர்ஸ் போன்றவர்கள் இருந்திருந்தால் எப்படியேனும் இங்குள்ள முக்கியமான கட்சிகளுக்கு இணை

யான பெரும் பணத்தை திரட்டிக் கொண்டுதான் தேர்தலில் நிற்க வேண்டும்.

உண்மையில் பல நல்லவர்கள் திறமையானவர்கள் தேர்தல் களத்தில் போட்டிக்கு முன்னரே தோற்று போகிறார்கள். ஏனென்றால் நாம் அவர்களை கவனிப்பதில்லை. அரசியல் விழிப்புணர்ச்சி இல்லாமைதான் இந்தியாவில் ஊழலுக்கு ஊற்றுக்கண் என்று சொன்னால் அது உண்மை. வருடம் முழுக்க அரசியலில் என்ன நடக்கிறது என்பதை வாக்களிக்கும் அனைவரும் தெரிந்திருக்க வேண்டும்.

குறைந்தபட்சம் தேர்தல் நெருங்கும் போதாவது அத்தனை கட்சிகளின் கொள்கைகள் என்ன, திட்டங்கள் என்ன, அவர்களின் கடந்தகாலம் என்ன என்பதை ஓரளவுக்கு தெரிந்துகொண்டாக வேண்டும். அதனடிப்படையில் சுயமாக முடிவெடுத்து வாக்களிக்க வேண்டும்.

எனக்கு அரசியல் தெரியாது என்று சொல்லும் ஒருவரே இந்தியாவில் ஊழலை உருவாக்குகிறார், ஊழல் செய்பவர்களை அதிகாரத்திற்கு கொண்டு செல்கிறார்.

உறிஞ்சும் பூச்சிப்படை

டக்ளஸ் ஆடம்ஸ் என்ற பிரிட்டிஷ் எழுத்தாளர் அறிவியல் புனைகதைகளை பகடி செய்து நிறைய எழுதி இருக்கிறார். அதில் ஒரு கதையில் அதிபிரம்மாண்டமான ஓர் எந்திரம் வரும். மிகப்பெரிய அளவில் எரிபொருளை செலவழித்து, செவி துளைக்கும் பேரோசையுடன் அது இயங்கிக் கொண்டிருக்கும். நூற்றுக்கணக்கான சிலிண்டர்கள், வால்வுகள், பிஸ்டன்கள், பற்சக்கரங்கள். சரி, அந்த இயந்திரம் எதை உருவாக்குகிறது என்று கேட்கும் போது "இல்லை, அது எதையும் உருவாக்குவதில்லை, சிறப்புற செயல்படுவது மட்டும்தான் அதன் வேலை" என்று சொல்கிறார்கள்.

"அப்படியா எதன் பொருட்டு இது தன்னை இயக்கிக் கொள்கிறது?" என்று கேட்கும்பொழுது மீண்டும் "ஐயா, தன்னை மிகச்சிறப்பான ஒரு எந்திரமாக செயல்பட வைக்கும் பொருட்டுதான் இது இயங்கிக் கொண்டிருக்கிறது" என்கிறார்கள்.

நம்முடைய முக்கியமான அரசியல் கட்சிகள் அனைத்துமே இவ்வகைப்பட்டவை. இங்கு ஆட்சி செய்யும் கட்சியையும் எதிர்க்கட்சியையும் எடுத்துப்பாருங்கள். அவற்றுக்கு லட்சக் கணக்கான தொண்டர்கள் இருக்கிறார்கள். நாமறிந்து பெரும் பாலானவர்களின் முழுநேரத்தொழிலே அரசியல்தான். சிலர் அரசியலில் இருந்து ஈட்டிய பொருளைக் கொண்டு வேறு தொழில்களை உருவாக்கி வைத்திருப்பர். ஆனால் ஒரு தரமான தயாரிப்பு நிறுவனத்தின் நிர்வாகி பெறும் சம்பளத்தைவிட அதிகமாக இவர்கள் சம்பாதிக்கிறார்கள்.

அப்படி பார்த்தால் இந்த ஒவ்வொரு அரசியல் கட்சியும் இந்தியாவில் இருக்கும் டாட்டா, இன்ஃபோஸிஸ், ரிலையன்ஸ்

போன்ற மிகப்பிரம்மாண்டமான நிறுவனங்களுக்கு சம மானவை. அத்தனை ஊழியர்கள் அதற்கு இருக்கிறார்கள். அத்தனை 'சம்பளம்' கொடுக்கப்படுகிறது. ஆனால் டாட்டாவும் ரிலையன்ஸும் உற்பத்தி செய்கின்றன, விநியோகம் செய் கின்றன. தேசப்பொருளாதாரத்துக்குப் பங்காற்றுகின்றன. இந்த அரசியல் கட்சிகள் எதையும் உற்பத்தி செய்வதில்லை. இவற்றின் ஊழியர்கள் சம்பளம் பெறுவதுடன் சரி.

இந்திய ஜனநாயகத்தை அழிக்கும் நோய்க்கட்டிகள் இந்தக் கட்சிகளின் பிரம்மாண்டமான தொண்டர் படைகள். உண்மையில் ஒரு கட்சிக்கு தொண்டர்கள் எதற்காக? இதை நாம் ஒருபோதும் எண்ணிப்பார்த்திருக்க மாட்டோம். தொண்டர்கள் ஒரு கட்சியின் பலம் என்று நினைக்கிறோம். நிறைய தொண்டர் கள் கொண்டிருந்தால் ஒரு கட்சி சிறந்தது என்று கூட நாம் நினைப்பதுண்டு.

ஆனால் வேலையே செய்யாமல் சம்பளம் வாங்கும் ஊழியர் களின் நிறுவனம் அது என்று சிந்தித்து பார்த்தால் இன்னொரு பக்கம் தெரியும்.

பழங்காலத்தில், இன்றைய செய்தி ஊடக முறைகள் எவை யும் இல்லாதிருந்த ஒரு சூழலில் கருத்துகளை மக்களிடம் எடுத்து செல்வதற்கு தொண்டர்கள் தேவைப்பட்டார்கள்.

இந்திய ஜனநாயகம் சுதந்திரப் போராட்டக் காலத்தில்தான் தொடங்கியது. அந்நிய அரசுக்கு எதிராக தொடர்ச்சியான பிரச்சாரங்களுடன் போராட்டங்களை முன்னெடுப்பதற்கு தொண்டர்கள் தேவைப்பட்டார்கள். 1918ல் இந்தியாவுக்கு காந்தி வரும்போது காங்கிரசுக்கு ஆர்வலர்கள் இருக்கிறார்களே யொழிய தொண்டர்கள் இல்லை என்பதைக் கண்டார்.

1920ல் அவர் தொடங்கிய ஒத்துழையாமைப் போராட்டம் வன்முறையில் முடிந்தது. சவுரி சவுரா என்னுமிடத்தில் ஒரு போலீஸ் நிலையம் தாக்கப்பட்டது. அகிம்சைவழிப் போராட்டம் என்னும் திட்டம் குலைந்தமையால் காந்தி ஒத்துழையாமை இயக்கத்தை திரும்ப பெற்றுக்கொண்டார். வன்முறையில் இறங்குவது பிரிட்டிஷ் ராணுவத்திற்கு முன்பாக சாமானிய மக்களைக் கொண்டு சென்று நிறுத்துவது, அதற்கு

பிரிட்டிஷாருக்கு வாய்ப்பே அளிக்கக்கூடாது என்று காந்தி நினைத்தார்.

அதன்பின்பு நாடு முழுக்க அலைந்து சேவாதள் என்ற அமைப்பை உருவாக்கினார். முழுநேர ஊழியர்களை பல்லாயிரக்கணக்கில் கட்சியில் சேர்த்து, அவர்களுக்கு அகிம்சை முறையில் போராடவும் காங்கிரஸின் கருத்துகளை மக்களிடம் எடுத்துக் கொண்டு செல்லவும் பயிற்சியளித்தார்.

இவ்வாறுதான் இந்தியாவில் முதல்முறையாக மிக பிரம்மாண்டமான அரசியல் தொண்டர்படை உருவாயிற்று. இன்றைக்குக்கூட எந்த அரசியல் இயக்கத்திற்கும் அவ்வளவு பெரிய படை இல்லை.

அன்று இளைஞர்கள் மிகக்குறைந்த ஊதியத்திற்கு ஊழியர்களாக வந்து சேவாதளத்தில் சேர்ந்தார்கள். பெரும்பாலானவர்கள் உயர்கல்வி பெற்றவர்கள், மிகப்பெரிய பதவியில் அமரும் தகுதி கொண்டவர்கள்.

தங்கள் வாழ்க்கையை தியாகம் செய்து அவர்கள் காங்கிரசுக்காக பணியாற்றினார்கள். சின்னஞ்சிறு கிராமங்களுக்கெல்லாம் சென்று அரசியல் மாற்றத்தின் செய்தியை பரப்பினார்கள். சொல்லப்போனால் இந்தியாவின் பல கிராமங்களுக்கு வெளியிலிருந்து வந்த முதல் அரசியல் செய்தியே சேவாதளத் தொண்டர்களால் கொண்டு செல்லப்பட்டதுதான்.

கிராம சீரமைப்பு, கைத்தொழில் வளர்ச்சி, தாழ்த்தப்பட்டோர் நலம், குடி எதிர்ப்பு ஆகியவற்றிற்கு தங்களை அர்ப்பணித்து பணியாற்றியது சேவாதள். காந்தியின் போராட்டங்கள் அனைத்தையும் அவரது அகிம்சை தொண்டர்கள் தான் முன்னால் நின்று நடத்தினார்கள்.

ஆகவேதான் அவர்கள் கடுமையாக தாக்கப்பட்டபோதும் கூட வன்முறை வெடிக்காதவையாக காந்தியப் போராட்டங்கள் அமைந்தன. அவை பிரிட்டிஷ்காரர்களுக்கு சர்வதேச அளவில் மிகப்பெரிய அரசியல் நெருக்கடியை உருவாக்கின. இந்தியாவை விடுதலைப் பாதையில் கொண்டு வந்தார்கள் சேவாதளத்தின் தொண்டர்கள்.

உண்மையில் காந்தி தனக்கே உரிய தீர்க்க தரிசனத்தால் சுதந்திரத்துக்குப் பிறகு என்ன நடக்கும் என்பதை ஓரளவுக்கு கணித்திருந்தார். அந்நிய ஆட்சிக்கு எதிராகப் போராட்டங்களை முன் நின்று நடத்தவும், செய்தி ஊடகங்கள் இல்லாமல் இருந்த காலகட்டத்தில் ஜனநாயகச் செய்திகளை இந்தியா எங்கும் கொண்டு சென்று சேர்க்கவும் தொண்டர் படை தேவைப்பட்டது.

அந்நிய ஆட்சி மறைந்து, நவீனச் செய்தித்தாள்கள் வானொலி முதலியவை உருவான பிறகு, அந்த மாபெரும் தொண்டர் படை தேவையற்ற ஒன்றாக ஆகிவிடும் என்று காந்தி எண்ணினார். தேவையற்ற ஓர் அமைப்பு உடனடியாக அழுகி நாறுவதை தவிர்க்க முடியாது.

ஆனால் நேரு இந்தியாவின் ஜனநாயக அமைப்பை கட்டிக் காக்க அந்தத் தொண்டர்படை தேவை என நினைத்தார். இந்தியா வின் முதல் தேர்தல் *1951-52*ல் மிக வெற்றிகரமாக நிகழ சேவாதள் உதவியது என்பதை மறுக்கமுடியாது. ஆனால் காலப்போக்கில் காங்கிரசின் பிரம்மாண்டமான தொண்டர் படைதான் அதன் பலவீனமாக மாறியது. அத்தனை தொண்டர்களுக்கும் வாழ்வா தாரத்தை உருவாக்கிக் கொடுப்பதற்காக படிப்படியாக காங்கிரஸ் ஊழலில் ஈடுபட வேண்டிய கட்டாயம் ஏற்பட்டது.

மேலும், தொண்டர் அரசியல் இந்தியாவில் வேரூன்றியதால் எல்லா கட்சியும் தங்களுக்கான தொண்டர்களை உருவாக்கிக் கொண்டன. இன்று இந்தியாவில் எல்லா அரசியல் கட்சியிலும் சேர்ந்து வைத்திருக்கும் தொண்டர்களின் எண்ணிக்கை ஒரு வேளை மத்திய அரசின் ஊழியர் எண்ணிக்கையை விட அதிக மாக இருக்கலாம்.

இந்தியாவில் அரசியல் கட்சிகள் செய்யும் ஊழலின் பெரும் பகுதித் தொகை இங்கு தொண்டர்களுக்கு சென்று சேர்கிறது. ஆளும்கட்சித் தொண்டர்கள் ஆட்சிக்காலம் முழுக்க ஊழலில் ஈடுபட்டு கொள்ளையடிக்கிறார்கள். எதிர்க்கட்சிகள் ஆட்சியில் இருந்தபோது சேர்த்து வைக்கும் பணம் தேர்தல் காலத்தில் தொண்டர்களுக்கு வருகிறது.

தேர்தல் என்பதே தொண்டர்களுக்கு பணம் அளிக்கும் ஒரு திருவிழாவாக ஆகிவிட்டது. இன்று அரசியல் தொண்டர்கள் நாட்டின் மிகப்பெரிய ஒட்டுண்ணிக்கூட்டம்.

மிகப்பிரம்மாண்டமான தொண்டர் படையை வைத்திருக்கும் கட்சி என்ன தான் வாக்குறுதி கொடுத்தாலும் ஊழல் செய்யாமல் ஆட்சிக்கு வரவோ, ஆட்சியில் நீடிக்கவோ முடியாது. எதிர் காலத்தில் இந்த வகையான தொண்டர்கள் இல்லாமல் நேரடியாக கட்சித்தலைமை மக்களிடம் பேசி, நேரடியாக வாக்குகள் பெற்று ஆட்சிக்கு வரக்கூடிய ஓர் ஆட்சி முறை வருவதைத் தவிர்க்க முடியாது. ஏனென்றால் ஜனநாயக முன்னோடிகளான ஐரோப்பிய நாடுகளிலும் அமெரிக்காவிலும் அதுதான் நிகழ்ந்தது. அதற்குக் காரணம் ஊடகங்கள்.

இன்று எந்த ஆட்சியாளர் தொண்டர்களை குறைக்கிறாரோ அவரே தேவையானவர். மக்களுக்கு நன்மை செய்வதற்கும் வாய்ப்புள்ளவர். எவருக்கு மாபெரும் தொண்டர்பலம் இருக்கிறதோ அவரால் உண்மையில் நினைத்தாலும் எந்த நன்மையும் செய்ய முடியாது.

வாக்காளராக வயதுக்கு வருதல்

பிளஸ் 2 தேர்வுகள் முடிந்த கடைசி நாள் ஒருமுறை நாகர்கோயில் எஸ்.எல்.பி பள்ளிக்கூட மைதானத்திற்குள் செல்லும் வாய்ப்பு எனக்கு கிடைத்தது. நூற்றுக்கணக்கான மாணவர்கள் தங்களுடைய பாடப்புத்தகங்களை கிழித்து காற்றில் பறக்க விட்டிருந்தார்கள்.

மைதானம் முழுக்க காகிதக் கிழிசல்கள் காற்றில் அலைந்து கொண்டிருந்தன. பாடப்புத்தகங்கள் மேல் மாணவர்களுக்கு இருக்கும் இந்த வெறுப்பு அவர்களுக்கு தேசம், தேசத் தலைவர்கள், அரசியல் ஒழுக்கம், அறம் ஆகியவற்றின்மேல் வந்து விடுகிறது. இவையெல்லாம் அவர்களின் மேல் திணிக்கப் பட்டதாகவும் அவற்றை அவர்கள் மீறிச்செல்ல வேண்டும் என்றும் எண்ண ஆரம்பித்துவிடுகிறார்கள்.

எவையெல்லாம் பள்ளிக்கூடப் பாடத்தில் கற்றுக் கொடுக்கப் பட்டதோ அதற்கு நேர் எதிரான நிலைப்பாடு எடுப்பதென்பதே முற்போக்கான விஷயமாக அவர்களால் நினைக்கப்படுகிறது. இது ஒரு மிகப்பெரிய அசட்டுத்தனம் என்று அவர்களுக்கு தெரிவதில்லை.

தங்களுடைய சந்தேகங்களையோ, குழப்பங்களையோ தீர்ப்பதற்கு நூல்களை நாடி அவர்கள் படிப்பதும் இல்லை. ஆகவே பள்ளிக்கூடப் பாடநூல்களில் காந்தி ஒரு மகாத்மா என்று கற்பிக்கப்பட்டிருந்தால் காந்தி ஒரு திருடன் என்று சொல்ல ஆரம்பிப்பார்கள். இந்தியா வேற்றுமையில் ஒற்றுமையுடைய நாடு என்று கற்பிக்கப்பட்டிருந்தால் இந்தியா ஒரு நாடே அல்ல என்று பேச ஆரம்பிப்பார்கள்.

இதைப் பேசிப்பேசி, கொஞ்சம் கொஞ்சமாக உணர்ச்சிகரமாக அவர்களே நம்பி மூர்க்கமாக வாதிடுவதை பல இடங்களில் நான் பார்த்திருக்கிறேன், பரிதாபத்திற்குரியவர்கள். அவர்களுடையது ஆராய்ச்சி அற்ற நம்பிக்கை என்பதனால் அவர்கள் எதையும் விவாதிக்கவும் முடியாது. ஆனால் இன்று வாக்குரிமை பெற்று நமது அரசாங்கங்களை தீர்மானிக்கும் முக்கியமான சக்தியாக இந்த இளைஞர்கள் ஆகி இருக்கிறார்கள். இந்தத் தேர்தலில் மூன்றில் ஒரு பங்கு வாக்கு புதிய, இளம் வாக்காளர்களுடையது என்று சொல்லப்படுகிறது.

இளைஞர்களின் இந்த மூடத்தனமான எதிர்ப்பு மன நிலையை சாதகமாகப் பயன்படுத்திக் கொள்ளும் சில அரசியல் தரப்புகளும் இன்று உருவாகி வந்துள்ளன. என்னென்ன அடிப்படையில் இந்த தேசம் உருவாகி இருக்கிறதோ, எந்த வகையில் இந்த தேசம் இன்று செயல்பட்டுக் கொண்டிருக்கிறதோ அனைத்தையும் அடித்து நொறுக்க முயல்கிறார்கள் இந்த புதியசக்திகள்.

இளைஞர்கள் இவர்கள் தீவிரமாகப் பேசுவதாகவும், பாடப் புத்தகங்களால் மறைக்கப்பட்ட உண்மையை பேசுவதாகவும் நம்பி இவர்களுக்குச் செவி கொடுக்கிறார்கள். தேர்தல் காலங் களில் இந்த ஆபத்தான எதிர்ப்புக் குரல்களை எங்கும் கேட்க முடிகிறது.

சில நாட்களுக்கு முன் ரயிலில் ஒரு இளைஞன் என்னிடம் இந்தியா ஒரு தேசமே அல்ல என்றான். நான் புன்னகைத்து "இந்தியா ஒரு தேசம் என்று எட்டாவது பாடபுத்தகத்தில் இருக்கிறது. நீங்கள் ப்ளஸ் 2 ஜெயித்துவிட்டீர்கள். ஆகவே தலைகீழாக சொல்கிறீர்கள், அவ்வளவுதான். இது ஒரு அரசியல் பேச்சே அல்ல" என்று சொன்னேன்.

அவர் உடனே இங்கு பேசிக் கொண்டிருக்கும் தமிழ்த் தேசிய வாதிகளின் உதிரிவரிகளை சொல்லத் தொடங்கினார். அதாவது, இந்தியா பல்வேறு தேசங்களை ராணுவத்தால் இணைத்து ஒரே தேசமாக்கப்பட்ட ஒரு அமைப்பு. இதை வெள்ளைக்காரன்தான் ஒரு தேசமாக ஆக்கினான். ஆகவே இந்தியாவில் உள்ள ஒவ் வொரு மாநிலமும் தனிதேசமாக மாற வேண்டும்-இப்படி யெல்லாம்.

"சரி, அப்படியென்றால் தமிழ்நாடு மட்டும் எப்படி ஒரு தேசமாக அமைய முடியும்? இது சேர, சோழ, பாண்டிய நாடு களாகத்தானே இருந்தது? வெள்ளையர்கள்தானே இதை ஒரு நிர்வாகப் பகுதியாக மாற்றினார்கள்?" என்றேன். அவர் அதை எதிர்ப்பார்த்திருக்கவில்லை.

"தமிழகம் சேர,சோழ, பாண்டிய பல்லவ நாடுகளாக பிரிய வேண்டும். அந்த பிரிவினைக்குள் குமரி மாவட்டம், திருவிதாங்கூர் என்ற தனி நாடாக பிரியவேண்டும். ஏனென்றால் வெள்ளைக்காரன் வருவதற்குமுன் திருவிதாங்கூர் தனி நாடாகத் தான் இருந்தது" என்றேன்.

"தமிழகம் தமிழ் மொழியில் ஒன்றாகிறது" என்றார். "இந்தியா இந்து மதத்தால் ஒரு தேசம் என்பதற்கும் அதற்கும் என்ன வேறுபாடு?" என்றேன்.

"இந்து மதமே இந்தியா என்றால் பிற மதத்தினர் அந்நியர் களாக ஆகிறார்கள். அது ஜனநாயக விரோதமானது. அதேபோலத் தான் மொழியும். தமிழக மக்களின் ஏறத்தாழ 30 சதவீதம் பேருக்கு தாய்மொழி தமிழ் அல்ல. அவர்கள் மொழி அடிப்படையிலான நாட்டில் அந்நியர்களாக இருப்பார்கள் என்றால் அது என்ன ஜனநாயகம்?" என்றேன். அவர் இந்தக் கேள்விகளை எதிர் கொள்ள முடியாமல் சினந்து பல வார்த்தைகளை சொல்லிவிட்டு என்னிடம் பேச்சை முறித்துக் கொண்டார்.

மதமோ, இனமோ, மொழியோ எதன் அடிப்படையில் ஒரு தேசம் கட்டமைக்கப்பட்டாலும் அந்த மத, இன மொழியைச் சாராதவர்கள் அதற்குள் ஒடுக்கப்பட்டுத்தான் இருப்பார்கள். ஆகவே ஒரு நவீன தேசம் என்பது மதம், இனம், மொழி ஆகிய வற்றின் அடிப்படையில் அமையக்கூடாது. நிலப்பரப்பின் அடிப்படையில் மட்டும் தான் அமைய முடியும். பொதுவான வாழ்க்கை பற்றிய கனவுகளின் அடிப்படையில் தான் அமைய முடியும். அதாவது இறந்தகாலத்தின் அடிப்படையில் அல்ல, எதிர்காலத்தின் அடிப்படையில் தேசம் கட்டமைக்கப்பட வேண்டும்.

அப்படி இயல்பாக அமைந்த ஒரு நவீன தேசியம்தான் இந்தியா. ஏன் இந்தியா ஒற்றைத் தேசமாக இருக்க வேண்டும்? கடந்த ஆயிரம் வருடங்களாக இந்த தேசத்தில் மக்கள் இடம்

பெயர்ந்து கொண்டே இருக்கிறார்கள். தமிழகத்தில் தெலுங்கு, கன்னடம், உருது பேசுபவர்கள் ஏராளம். கர்நாடகத்தில் துளு, கொங்கணி, மராத்தி பேசுபவர்கள் கணிசமானவர்கள். ஆந்திரத்தில் உருது பேசும் மக்கள் பெருமளவில் இருக்கிறார்கள்.

இப்படி சொல்லலாம். எங்கும் பல்வேறு வகையான மொழி பேசும் மக்கள் கலந்து தான் வாழ்கிறார்கள். இதையே மதம், இனம் ஆகியவற்றுக்கும் இந்தியா இப்படி ஒற்றைத் தேசமாக இருக்கும்போது மட்டும்தான் பிளவுகள் இல்லாமல், பூசல்கள் இல்லாமல் முன்னேற முடியும். இதன் மாநிலங்கள் தனித்தனி நாடுகளாக உடையுமென்றால் ஒவ்வொரு மாநிலத்தில் இருந்தும் கோடிக்கணக்கான மக்கள் அகதிகளாக வெளியேற்றப் படுவார்கள்.

இந்தியா, பாகிஸ்தான் என்ற இருநாடுகள் பிரிந்த போது ஏறத்தாழ ஒரு கோடி பேர் அகதிகளானார்கள். முப்பது லட்சம் பேர் கொல்லப்பட்டார்கள். அது ஒரே ஒரு பிரிவினை. இவர்கள் பேசும் இருபத்தைந்து பிரிவினைகள் நடக்குமென்றால் எத்தனை மடங்கு அழிவு நிகழும்.

இப்படிப் இதையெல்லாம் தெரிந்து தான் இவர்கள் பேசு கிறார்களா? அந்தப் பேரழிவுக்கு பேசுபவர்கள் பொறுப்பேற் பார்களா? இன்று இந்திய அளவில் நடந்து கொண்டிருக்கும் ஊழல்களும் பிற பிரச்னைகளும் இவர்கள் சொல்லுவது போல மாநிலங்கள் தனித்தனி நாடாக மாறினால் இல்லாமலாகிவிடுமா? ஒவ்வொரு மாநில அரசுகளிலும் இதே ஊழலும் பொறுப் பின்மையும்தானே இருந்து கொண்டிருக்கிறது?

ஊழலையும் பொறுப்பின்மையையும் உருவாக்குவது அவற்றை ஆதரிக்கும் மக்களின் மனநிலையே ஒழிய இந்திய தேசியம் அல்ல. சொல்லப்போனால் பல மாநிலங்களில் குடும்ப ஆட்சியும், கட்டுக்கடங்காத ஊழலும் இருக்கின்றன. அவற்றை கட்டுப்படுத்தும் சக்தியாக இருப்பதே மத்திய அரசு தான்.

அப்படி என்றால் எதற்காக இந்த பிரிவினைவாதம் பேசப்படுகிறது. ஒன்று இப்பிரிவினைவாதம் அனைத்துக்கும் எங்கிருந்தோ பணம் வருகிறது. தேசியவாதம் பேசுபவர்கள் ஏழ்மையில் இருக்கிறார்கள். பிரிவினைவாதம் பேசுபவர்கள்

சொந்தமாக வாகனங்களும், அலுவலகங்களும் வைத்துக் கொண்டு பணத்தில் புரள்கிறார்கள்.

பாடப்புத்தகத்தில் எது கற்பிக்கப்படுகிறதோ அதற்கு எதிரான நிலைப்பாட்டை எடுப்பதுதான், தன்னை புரட்சியாளனாகவும், சிந்தனையாளனாகவும் காட்டும் என்று எண்ணக்கூடிய சிறுவர்கள் தான் இந்த பிரிவினைவாதிகளின் இலக்கு.

இந்தத் தேர்தலில் ஜனநாயகத்திற்கு வரும் இளைஞர்களின் பொறுப்பு ஒன்றே. அவர்களின் அறியாமையை, முதிர்ச்சியின்மையை பயன்படுத்திக் கொள்பவர்களை அடையாளம் காண்பது. 'எனக்கு வயது வந்துவிட்டது' என்று அந்த தேசப்பிரிவினை சக்திகளின் கண்களை நோக்கிச் சொல்வது. சேர்ந்து வாழ்ந்தால் மட்டுமே வாழ்க்கை, பிரிவு நோக்கு முழுமையான அழிவே என எனக்குத் தெரியும் என்று அவர்களிடம் கூறுவது.

அரசியலின் இளிப்பு

தமிழகத்தில் பிரபலமான தொலைக்காட்சி ஒன்றில் அரசியல் சார்ந்த விவாத நிகழ்ச்சிகளை தயாரித்துக் கொண்டிருப்பவர்களில் ஒருவர் எனது நண்பர். என்னை அந்நிகழ்ச்சிகளில் பங்கெடுக்கும்படி தொடர்ந்து வற்புறுத்துபவர். நான் உறுதியாக மறுத்துவருகிறேன். எந்த அரசியல் விவாத நிகழ்ச்சிகளிலும் பங்கெடுக்கக்கூடாது என்பது என் கொள்கை.

அவ்வப்போது என்னை மையமாக்கியே சில விவாதங்கள் எழுவதுண்டு. சமீபத்தில் பத்மஸ்ரீ விருதை மறுத்ததை ஒட்டி அப்படி ஒரு விவாதம் எழுந்தது. அப்போதும் என்னை பங்கெடுக்கும்படி அழைத்தார்கள்; நான் மறுத்தேன்.

தொலைக்காட்சி விவாதங்கள் ஓங்கிய குரலில், ஒற்றைப்படையாக, ஆணித்தரமாக பேசுபவர்களுக்குரியவை. ஆகவே எழுத்தாளர்கள் அவற்றில் சிறப்பாக செயல்பட முடியாது. என்னுடைய ஊடகம் எழுத்து. எழுதினால்தான் நான் என் எண்ணங்களைத் தொகுத்துக் கூர்மையாகச் சொல்ல முடியும்.

அதிலும் இந்த அரசியல் விவாத நிகழ்ச்சிகளைப் பார்த்தால் அவற்றால் உண்மையில் என்ன பயன் என்ற திகைப்பே அனைவருக்கும் ஏற்படும். அரைமணி நேரமோ ஒரு மணி நேரமோ நான்கு பேர் அமர்ந்து ஒரே சமயம் உச்சகுரலில் ஆளுக்கொரு கருத்தை ஒற்றை வரியில் திரும்பத் திரும்ப சொல்லிக் கொண்டிருப்பதே இங்கே விவாதம் என்பது.

ஒரு கருத்தின்மேல் வெவ்வேறு தரப்புகளும், அவர்களின் நியாயங்களும் எழுந்து வந்தால்தான் இந்த விவாதங்களுக்கு ஏதாவது பயன் இருக்க முடியும். நாம் யோசிக்காத வெவ்வேறு பக்கங்களை, பல்வேறு கோணங்களில் பங்கெடுப்பவர்கள்

சொன்னால்தான் பார்வையாளர்களுக்குப் பயன் இருக்கும். ஆனால் இவ்விவாதங்கள் அனைத்துமே பங்கெடுப்பவர் ஒரு வரை ஒருவர் மட்டம் தட்டுவதாகவே இருக்கின்றன.

ஒருவர் மக்களை பாதிக்கும் ஒரு பிரச்னையை முன் வைத்தா ரென்றால் உடனே மறுதரப்பு நீங்கள் மட்டும் யோக்கியமா, உங்கள் ஆட்சிக்காலத்தில் நீங்கள் இதையெல்லாம் தானே செய்தீர்கள் என்று சம்பந்தமில்லாத ஒரு குற்றச்சாட்டை மறு தரப்பாக முன் வைப்பார்கள். எந்த தரப்பும் எதற்கும் விளக்கம் அளிப்பதில்லை. மாறாக, எதிர்த்தரப்பும் தன்னைப் போன்றது தான் என்ற மாற்றுவசையை முன் வைப்பார்கள். தன்னுடைய குரல் ஒலிக்க வேண்டும் என்பதை விட எதிர்த்தரப்பின் குரல் ஒலிக்க விடக்கூடாது என்பதில் தெளிவாக இருப்பார்கள்.

"விவாத நிகழ்ச்சிகள் ஏன் இப்படி இருக்கின்றன?" என்று அந்த நிகழ்ச்சித் தயாரிப்பாளரிடம் கேட்டேன்.

"நாங்கள் அவை இப்படி அமையும்படி பார்த்துக் கொள் கிறோம். எங்கள் எதிர்பார்ப்பு இப்படி இருப்பதினால் வருபவர் களும் இதை புரிந்து கொண்டு அதற்கேற்ப நடிக்கிறார்கள். அப்படி சிறப்பாக நடிப்பவர்களுக்கு நாங்கள் மேலும் வாய்ப் பளிக்கிறோம். அதிக வாய்ப்பு கிடைப்பவர்கள் பிரபலமான வர்களாக ஆவதனால் அந்தக் கட்சிகளும் அவ்வாறு செயல்பட ஊக்குவிக்கின்றன" என்றார். "அந்தக் கோபங்களும் கொந்தளிப்பு களும் ஏன் வசைகளும்கூட வெறும் நடிப்பே. அவர்கள் நிகழ்ச்சி முடிந்து போகும்போது பார்த்தால் தெரியும்."

"இந்த விவாதங்களினால் பார்ப்பவர்களுக்கு எந்த பயனும் இல்லையே, ஆக்கபூர்வமான விவாதம் நிகழும் வகையில் இதை அமைத்துக் கொண்டால் என்ன?" என்று கேட்டேன்.

"தொலைக்காட்சி முன்னால் அமர்ந்திருப்பவர்கள் கையில் மிகப்பெரிய பலம் ஒன்று உள்ளது, அது ரிமோட்! கையில் ரிமோட்டின் பித்தான்களில் விரல்களை வைத்துக் கொண்டுதான் இந்நிகழ்ச்சிகளை பார்க்க வருகிறார்கள். நூற்றுக்கணக்கான அலைவரிசைகளில் தாவித் தாவிச் செல்லும் போது எந்த நிகழ்ச்சியில் ஆவேசமாக அத்தனை பேரும் கத்திப் பேசிக் கொண்டிருக்கிறார்களோ அதைத்தான் நின்று கவனிக்கிறார்கள். நிதானமாக விவாதம் நடந்து கொண்டிருக்கும் தொலைக்காட்சித்

தளத்தை கடந்து சென்று விடுகிறார்கள். ஆகவே நாங்கள் கத்த வைக்கிறோம்'' என்றார் நண்பர்.

எனக்கு ஆச்சரியமாக இருந்தாலும் அதை உண்மை என உணர முடிந்தது. நண்பர் ''அரைக்கணம் மட்டுமே இந்த நிகழ்ச்சியை பார்த்துக் கொண்டு கடந்து செல்லும் ஒருவர் கூட ஏதோ அடிதடி நிகழ்கிறது என்று சொல்லி எங்கள் நிகழ்ச்சிக்குள் வரவேண்டும். அதிகபட்சம் ஒரு பத்து நிமிடம் எங்கள் நிகழ்ச்சியை அவர்கள் கவனிக்க வேண்டும். அப்போது தான் எங்களுக்கு டிஆர்பி வரும். இது ஒரு சர்க்கஸ் மட்டுமே'' என்றார்.

பல ஒரே சமயம் வெவ்வேறு அலைவரிசைகளில் நிகழ்ச்சிகள் நடப்பதால் எவரும் எந்த விவாதத்தையும் முழுதாகப் பார்ப்ப தில்லை. மாறி மாறி ஒரு வரி, அரைவரி என்று தான் கவனிக்கி றார்கள். ஆக முற்றிலும் கவனிக்காமல் இருக்கும் ஒரு பத்து லட்சம் பேருக்கு முன்னால் தான் இந்த நிகழ்ச்சி நடந்து கொண்டி ருக்கிறது. எந்த பொறுப்பும் இல்லாமல் நிகழ்ச்சிகள் நடப்பதற்கு காரணம் தொலைக்காட்சி முன் நாம் எதையும் கவனிக்காமல், பொறுமையில்லாமல் இருப்பதனால்தான்.

நம் ஜனநாயகம் என்பதன் உண்மையான ஒரு 'சாம்பிள்' என்று இவ்விவாதங்களை சொல்லலாம். ஜனநாயகமும் இப்படித்தான் இங்கே நடந்து கொண்டிருக்கிறது. இன்று மக்கள் அரசியல்வாதிகளைப் பார்த்து ''எங்களுக்கு எதையும் தெரிந்து கொள்ள ஆசையில்லை, நாங்கள் வேடிக்கை பார்க்கத்தான் அமர்ந்திருக்கிறோம்'' என்கிறார்கள்.

அவர்களை மகிழ்வித்தால் மட்டும்தான் அவர்கள் கவனத்தை ஈர்க்கமுடியும் என அறிந்த அரசியல்வாதிகள் அதற்கேற்ப அரசியலை ஒரு கோமாளிக்கூத்தாக மாற்றுகிறார்கள்.

தேர்தல் நெருங்குந்தோறும் அரசியல் விவாதங்களில் இந்தக் கோமாளித்தன்மை கூடிக்கூடிச் செல்வதை நாம் காண்கிறோம். நம் அரசியல் விமர்சகர்களும் மேலும் அதை வேடிக்கையாக ஆக்கிக் காட்டுகிறார்கள். நம் உளவியலில் இதற்கு ஒரு நுணுக்கமான இடம் இருக்கிறது. கோமாளிக்கூத்து அடிக்கும் அரசியல்வாதியை நாம் நம்மைவிட அறிவு குறைந்தவராக நினைத்து மகிழ்கிறோம். நம் ஆணவம் ரகசியமாக நிறை வடைகிறது. ஆகவே அவரை நாம் கவனிக்கிறோம்.

கவனியுங்கள், எந்த அரசியல்வாதியைப் பற்றி அதிகமாக வேடிக்கைக் கதைகள் உலவுகின்றனவோ அவர்தான் மேலும் மேலும் பிரபலம் அடைகிறார். கோமாளியை நம் ரகசிய மனம் விரும்புகிறது. அவரை நாம் ஒருவகை அனுதாபத்துடன் கவனிக்கிறோம். தீவிரமாக உண்மைகளைப் பேசுபவர்களை கவனிப்பதில்லை. விளைவாக கோமாளிகள் மெல்ல அரசியலில் வெற்றியும் பெறுகிறார்கள்.

ஆனால் இந்த அரசியல் கோமாளிகள் எவருமே கள்ள மற்ற நகைச்சுவையாளர்கள் அல்ல. இந்திய அரசியலை எடுத்துப் பார்த்தால் கோமாளியாக அரசியலில் தோற்றமளித்து வெற்றி பெற்ற அனைவருமே மிகப்பெரிய ஊழல்களைச் செய்தி ருக்கிறார்கள் என்பதைக் காணலாம். தங்களைத் தேர்ந்தெடுத்த மக்களை சுரண்டியிருக்கிறார்கள். வன்முறையை கட்டவிழ்த்து விட்டிருக்கிறார்கள். மிக மிக ஆபத்தானவர்கள் இக்கோமாளிகள்.

ஆகவே அரசியல் விவாதத்தில் எவர் வெற்று வேடிக்கை களைச் சொல்கிறாரோ, பொய்யடி அடிக்கிறாரோ, அவர் உண்மை யில் ஜனநாயகத்திற்கும் நமது வாழ்க்கைக்கும் ஆபத்தையே கொண்டு வருகிறார். தேர்தல் என்பது திருவிழா அல்ல. கேளிக்கை அல்ல. அது நம் எதிர்காலத்தை முடிவு செய்யும் காலகட்டம். உண்மையில் நாம் பிளஸ் 2 தேர்வுகளுக்கு அளிக்கும் முக்கியத்துவத்தைக்கூட தேர்தல்களுக்கு அளிப்பதில்லை.

ரொமேனியா சர்க்கஸின் விளைநிலம். ருமேனியா சர்க்கஸ் கோமாளிகள் கண்டுபிடித்த ஒரு பொருள் இன்று உலகம் முழுக்க பிரபலம். மூன்று அல்லது நான்கு மெல்லிய மரப்பட்டைகளை இணைத்து உருவாக்கிய ஒரு மரப்பட்டை அது. அதைக் கொண்டு ஒருவரை அடித்தால் மிகப்பெரிய ஓசை கேட்கும். ஆனால் அடி வலிக்காது. இதை *Slapstic* என்கிறார்கள். கோமாளிக்கூத்து அடிப்பதை ஸ்லாப்ஸ்டிக் காமெடி என்பார்கள். இன்று நம் அத்தனை அரசியல் விவாதங்களும் ஸ்லாப்ஸ்டிக் காமெடியாக மாறிவிட்டன. அடிகளின் ஓசை கேட்டுக்கொண்டே இருக்கிறது. எவருக்கும் காயமில்லை!

எவர் ஒருவர் குற்றச்சாட்டுகளைக் கூறாமல், வசைகளும் போலி கோபங்களும் இல்லாமல், நம்மிடம் உண்மையிலேயே அரசியல் பேசுகிறார்களோ அவர்தான் நம்மை மதிக்கிறார்.

நாமும் அறிவுள்ளவர்தான் என நினைக்கிறார். அவருக்கு நாம் செவி கொடுத்தாக வேண்டும்.

அவரை நாம் கவனிக்கும் போது சரியான அரசியல் விவாதம் இங்கே உருவாவதற்கு வாய்ப்பிருக்கிறது. மற்றவர்கள் கோமாளி நடிகர்கள் மட்டுமே.

கிறிஸ்டோபர் நோலனின் *The Dark Knight* படத்தில் வரும் *Joker* என்னும் கோமாளிக் கதாபாத்திரம் மிக முக்கியமான ஒரு குறியீடு. வில்லன்கள் பழைய எம்.என்.நம்பியார் போல கொடூரத்தோற்றத்துடன் வரும் காலம் முடிந்து விட்டது. அவர்கள் வாய்நிறைய இளிப்புடன், கையில் ஸ்லாப்ஸ்டிக்குடன் நம்மைச் சிரிக்க வைத்தபடி வருகிறார்கள். ஒவ்வொரு நாளும் நாம் அவர்களைப் பார்த்து கேலி செய்து சிரிக்கையில் நம்மை ஆள்பவர்களாக ஆகிக் கொண்டிருக்கிறார்கள்.

யானை நடை

காட்டில் சென்று பழக்கமுடையவர்களுக்குத் தெரிந்த ஓர் உண்மை இது. காட்டு யானை நடப்பதைப் போலத்தான் தோன்றும். புதியவர்கள் அது விரைந்து வரவில்லை என நினைப்பார்கள். ஆனால் நாம் முழுமூச்சாக ஓடுவதை விட விரைவாக வந்து நம்மை அது பிடித்துவிடும். 'கண்களை நம்பாதீர்கள். யானை மிகப்பெரிய விலங்கு. ஆகவே அது ஓடுவதாக நமக்குத் தெரிவதில்லை' என்பார்கள்.

அரசாங்கத்தின் ஏதேனும் ஒரு பகுதியுடன் தொடர்ச்சியான உறவுடையவர்கள் நம்முடைய ஜனநாயக அமைப்பு எப்படி இயங்குகிறது என்பதை புரிந்து கொண்டிருப்பார்கள். ஒரு பெரிய பாத்திரத்திற்குள் நூறு நண்டுகளை பிடித்து போட்டிருப்பது போல. நண்டுகளை யாரும் கட்டிப் போட்டிருக்கவில்லை. ஆனால் ஒவ்வொரு நண்டும் இன்னொரு நண்டை பற்றிக் கொண்டிருப்பதனால் அவை அந்த ஜாடியை விட்டு வெளியேற முடியாது.

அதேபோலத்தான் இங்கு ஒவ்வொரு மட்டத்திலும் ஒருவருடைய அதிகாரம் இன்னொருவரால் கட்டுப்படுத்தப் பட்டிருக்கும். நீதிமன்றத்தின் அதிகாரம் பாராளுமன்றத்தாலும், பாராளுமன்றத்தின் அதிகாரம் குடியரசுத் தலைவராலும், குடியரசுத் தலைவரின் அதிகாரம் அரசியல் சட்டத்தாலும், அரசியல் சட்டத்தைக் காக்கும் பொறுப்பு நீதிமன்றத்தாலும் கட்டுப்படுத்தப்பட்டிருக்கிறது.

மாவட்ட ஆட்சித்தலைவரின் அதிகாரம் மாவட்ட காவல் துறையின் அதிகாரத்தால் கட்டுப்படுத்தப்பட்டுள்ளது. இவ்விருவரின் அதிகாரத்தை மாவட்ட நீதிபதியின் அதிகாரம்

கட்டுப்படுத்துகிறது. இவர்களின் அதிகாரத்தை தேர்ந்தெடுக்கப் பட்ட மக்கள் பிரதிநிதிகளின் அதிகாரம் கட்டுப்படுத்துகிறது.

இவ்வாறு ஒவ்வொரு தளத்திலும், ஒருவருக்கு வரம்பில்லா அதிகாரம் வராதபடி மற்ற அமைப்புகள் கட்டுப்படுத்தும் படியாகத்தான் நமது அரசியல் சட்டம் எழுதப்பட்டுள்ளது. ஆகவே நாம் அரசாங்கத்தின் எந்த ஒரு பகுதியுடன் தொடர்பு கொண்டா லும் அங்கு ஒவ்வொன்றும் மிகச்சிக்கலாக இருப்பதாகவும், எதுவுமே நடக்க முடியாதபடி இருப்பதாகவும்தான் தோன்றும்.

பொறுமை இழந்து போய் நாம் ஜனநாயகத்தின் மேல் நம்பிக்கை இழப்போம். "ஒரு சர்வாதிகார அரசு வரணும் சார். அப்பதான் இதெல்லாம் சரியாகும்" என்று டீக்கடை விவாதங்களில் யாரேனும் ஒருவர் கண்டிப்பாக சொல்வார்.

உண்மையில், நம் அத்தனை பேருக்குமே வெட்டு ஒன்று துண்டு ரெண்டு என்று விஷயங்களை முடித்து தரக்கூடிய ஆற்றல் மிகுந்த ஒரு சர்வாதிகாரி வரவேண்டுமென்ற ஆசை இருக்கிறது. அந்த ஆசையைத்தான் சினிமாக்காரர்கள் அறிந்து தங்கள் படங்களில் பயன்படுத்திக் கொள்கிறார்கள். ஒருநாள் முதல்வரின் கதையை சொல்லும் 'முதல்வன்' என்ற திரைப்படம் உதாரணம்.

அரசாங்கத்தைப் பற்றித் தெரிந்த அனைவருக்குமே ஒரு முதல்வர் ஒரு நாளில் அத்தனை முடிவுகளை எடுக்க முடியா தென்றும், அப்படி எடுத்தாலும் அது வெறும் காகித உத்தரவு களாகத்தான் இருக்குமென்றும், எவையுமே நடைமுறைக்கு வரமுடியாதென்றும் நன்கு தெரிந்திருக்கும்.

காரணம், முதல்வரின் அதிகாரம் வேறு பல அரசியல் அமைப்புகளால் கட்டுப்படுத்தப்பட்டுள்ளது.

அனைத்துக்கும் மேலாக இந்தியாவின் ஒட்டுமொத்த நிர்வாகத்தின் ஒரு பகுதிதான் தமிழக முதல்வர். ஆனால் அப்படி ஒரு சர்வாதிகார ஆட்சியாளர் வேண்டுமென்று நமது ஆசை அந்தப்படத்தை நம்மை ரசிக்க வைக்கிறது.

உண்மையில், இந்தியாவைச் சுற்றியுள்ள கணிசமான நாடுகளில் சர்வாதிகார ஆட்சிதான் உள்ளது. ஒப்புக்கு சில இடங்களில் தேர்தல் நடத்தப்படுகின்றன, அவ்வளவுதான்.

அந்தச் சர்வாதிகார நாடுகளனைத்தும் நம்மைவிட வலிமையான அரசுகளாக இருக்கின்றனவா என்ன? அல்லது அங்குள்ள மக்கள் நம்மைவிட மேலான வாழ்க்கை வாழ்கிறார்களா? வாய்ப்பே இல்லை. ஏன்?

ஒரு சர்வாதிகாரி மிக மிக நல்லவராக இருக்கட்டும், மக்களுக்காக உயிரையே கொடுப்பதற்கு தயாரானவராக இருக்கட்டும். ஆனால் அந்த நாட்டை முழுக்கக் கட்டுப்படுத்தும் ஆற்றல் கொண்ட ஆதரவாளர் வட்டம் ஒன்று இல்லாமல் அவரால் எப்படி அதிகாரத்தை பெற முடியும்? அவர் சொல்வதை நடைமுறைப்படுத்தக்கூடிய ஆற்றல் கொண்ட ஒரு

அரசாங்க அமைப்பு அவருடன் இல்லாமல் அவரால் எப்படி ஆட்சி அமைக்க முடியும்? அதாவது ஒரு சர்வாதிகாரி என்பவர் ஒரு தனிமனிதர் அல்ல, அவர் ஓர் ஆட்சியாளர் கூட்டத்தின் தலைவர்.

அந்தக் கூட்டம் எந்தக் கட்டுப்பாடும் இல்லாமல், எதை வேண்டுமானாலும் செய்யும் அதிகாரத்துடன் ஆட்சிக்கு வந்தால் அவர்கள் பிற மக்களுக்கு நன்மைதான் செய்வார்கள் என்று யார் சொன்னது? அவர்கள் தங்கள் நலனைத்தான் பாதுகாத்துக் கொள்வார்கள். இத்தனை கட்டுப்பாடுகளும், கண்காணிப்புகளும் இருந்தும் கூட இங்கே ஆளும் வர்க்கம் ஊழலிலும் கேளிக்கையிலும் திளைத்துக் கொண்டிருக்கிறது. எந்தக் கட்டுப்பாடும் இல்லையென்றால் அங்கே என்ன நடக்கும்?

ஆகவே, நன்மை செய்யும் சர்வாதிகாரி என்று எவரும் இல்லை. நன்மை செய்யும் எண்ணத்துடன் ஆட்சிக்கு வந்த சர்வாதிகாரிகள் இருக்கிறார்கள். ஆனால் தொடர்ந்து அவர்களால் நன்மை செய்ய முடியாது. அவர்கள் தொடர்ந்து ஆட்சியில் இருப்பதற்காகவே தங்கள் ஆதரவாளர்களுடன் சமரசம் செய்து கொள்வார்கள். அவர்களை கொள்ளையடிக்க அனுமதிப்பார்கள். காலப்போக்கில் ஒரு கொள்ளை கூட்டத்தலைவராக மாறி அந்த நாட்டை அழிப்பார்கள்.

உண்மை, சர்வாதிகார ஆட்சியில் முடிவுகள் மிக விரைவாக எடுக்கப்படும். ஒவ்வொன்றும் சீக்கிரம் நிகழும். ஆனால் அடிப்படையில் அந்த வேகம் தவறானது. சமூகத்திலும் சரி,

ஜனநாயக சோதனைச்சாலையில்... ✤ 83

பொருளாதாரத்திலும் சரி, ஒரு விஷயம் உருவாகி வந்து நிலைபெறுவதற்கு நீண்ட காலம் ஆகிறது. ஒரு சாதாரணமான கிராமச்சந்தையை எடுத்துக் கொண்டால் கூட, ஒரு குறிப்பிட்ட இடத்தில் அந்தச்சந்தை அமைவதற்கு அரைநூற்றாண்டு காலம் கூட ஆகும். அங்கு அந்தச் சந்தை நீடிப்பதற்கான மறைமுகமான காரணங்கள் ஏராளமாக இருக்கும். அத்தனை காரணங்களையும் எந்த பெரிய நிபுணரும் கண்டடைந்துவிட முடியாது.

திடீரென்று ஒரு மாவட்ட அதிகாரி வந்து எவரையும் கலந்தாலோசிக்காமல், ஒரே நாளில் அங்கு சென்று சந்தையை இன்னொரு இடத்திற்கு மாற்றினால் மொத்த வணிகமும் அழிந்து போகலாம். அப்படி ஒரு சந்தையே இல்லாமல் ஆகக்கூடும். ஆகவே, ஒரு சந்தையை இடமாற்றம் செய்வதென்றால் அச்சந்தையுடன் சம்பந்தப்பட்ட அனைவருடைய கருத்தையும் கேட்டு, வெவ்வேறு வகையில் அனைவரையும் நிறைவு செய்து, சிறிது சிறிதாக இடம் மாற்றம் செய்வதே சரியானது. அவ்வாறு இடம் மாற்றம் செய்யும்போது வரக்கூடிய சிறிய சிக்கல்களையெல்லாம் சரிசெய்து மேலே செல்ல வேண்டும். அதுவே ஜனநாயக வழிமுறை.

ஜனநாயகத்தில் எந்த ஒரு விஷயத்திலும் உடனடியாக முடிவெடுக்க முடியாது. சிறிய அளவில் சோதனை பார்த்து அதிலுள்ள பிரச்னைகளை சரிசெய்த பின்னரே அடியெடுத்து வைக்க முடியும். ஏதாவது ஒரு தொழிலை, ஒரு வணிகத்தைச் செய்து பார்ப்பவர்களுக்கு இது உடனடியாகப் புரியும். ஆனால் அனுபவமற்ற இளைஞர்கள் அவர்கள் இளமை காரணமாக ஒவ்வொன்றும் விரைவாக நடக்க வேண்டும் என்று ஆசைப்படுகின்றனர். விரைவாக நடக்கவில்லை என்றால் பொறுமை இழக்கின்றனர்.

இன்றைக்கு நம்முடைய வாக்காளர்களின் மூன்றில் ஒரு பங்கினர் முதல்முறை வாக்களிக்கும் இளவயதினர். ஆகவே அவர்களின் பொறுமையின்மையை வளர்த்து தங்களுக்கு சாதகமாக ஆக்கிக் கொள்ளும் அரசியல்வாதிகள் வந்து கொண்டிருக்கிறார்கள். அனைத்தையும் பத்து நாளில் சரி செய்வதை பற்றியும், ஒருவருஷத்தில் உலகையே மாற்றுவதைப் பற்றியும் பேசிக் கொண்டிருக்கிறார்கள்.

நவீன ஜனநாயகத்தைப் புரிந்து கொண்ட இளைஞர் அவர்களிடம் இதை சொல்ல வேண்டும். 'நண்பரே, ஜனநாயகம் என்பது மெதுவாக மட்டுமே செயல்படக்கூடிய அமைப்பு. எந்தக் காடும் ஒரே நாளில் உருவாகி விடுவதில்லை. எந்த வயலும் ஒரே நாளில் விளைவதும் இல்லை. ஜனநாயகம் என்பதே அனைத்து மக்களுக்கும் நியாயம் செய்யக்கூடிய செயல்கள்மட்டும் நிகழும் ஓர்அமைப்பு. ஆகவே, அனைத்து மக்களுடைய குரலையும் கேட்டு அனைவருக்கும் பொதுவான ஒரு குரலை ஒட்டிதான் அது செயல்பட முடியும் அதற்கு தவிர்க்க முடியாத ஒரு நிதானம் தேவை.'

அத்தகைய நிதானம் இல்லாவிட்டால் ஜனநாயகம் அழியும். ஜனநாயகம் அழிந்தால் யாரிடம் அதிகாரம் இருக்கிறதோ யார் பெரும்பான்மையாக இருக்கிறார்களோ அவர்களுடைய நியாயம் மட்டுமே நிகழும். மற்றவர்கள் ஒடுக்கப்படுவார்கள். ஆகவே யார் ஒருவர் வேகம் வேகம் என்று கத்துகிறார்களோ அவர்கள் ஜனநாயகத்துக்கு எதிரிகள். அவர்கள் உண்மையில் ஆக்கத்தை பற்றி பேசவில்லை, அழிவைப்பற்றி பேசிக் கொண்டிருக்கின்றனர்.

திண்ணை பேரத்தின் தேவை

குமரி மாவட்டத்தின் பொருளியலை தீர்மானிக்கும் முக்கியமான சக்தியாக விளங்குவது ரப்பர். சென்ற சில ஆண்டுகளாக ரப்பரின் விலை இறங்குமுகமாக இருந்து இப்போது தரைமட்டமாகி விட்டது. இப்போது, பெரும்பாலானவர்கள் ரப்பர் பாலெடுப்பதையே விட்டுவிட்டனர். பல்லாயிரக்கணக்கான மக்கள் வேலை இழந்திருக்கின்றனர். பல்லாயிரக்கணக்கான ஏக்கர் ரப்பர் மரங்கள் பயனின்றி நின்று கொண்டிருக்கின்றன. ஏராளமான குடும்பங்கள் வருமானமின்றி நிற்கின்றன.

இதைப்பற்றி பேசிக் கொண்டிருந்தேன். ஒருவர் தன்னுடைய சொந்த இழப்புகளைப் பற்றி விரிவாக சொல்லி கண்ணீர் மல்கினார். அவர் அரசியலில் இருப்பவர், மத்தியில் ஆளும் கட்சியைச் சேர்ந்தவர்.

"அரசியல் ரீதியாக இதற்கு என்ன தீர்வு காண முயல்கிறீர்கள்?" என்று கேட்டேன்.

"வெவ்வேறு இடங்களில் மனு கொடுத்திருக்கிறோம். அரசாங்கம் பார்த்து எதையாவது செய்ய வேண்டும்" என்று அவர் சொன்னார்.

நான் சொன்னேன், "மனு கொடுப்பதென்பது, பிரச்னையை அரசின் கவனத்துக்கு கொண்டு வருவது மட்டும் தான். அதை அரசு கவனித்தே ஆகவேண்டும் என்பதற்கான கட்டாயங்கள் எதை உருவாக்கினீர்கள்?" நான் என்ன சொல்கிறேன் என்று அவருக்குப் புரியவில்லை.

நாம் இன்னமும் நம்முடைய அரசுகளை, மன்னராட்சி காலத்து சபைகள் என்று நினைத்துக் கொண்டிருக்கிறோம். மன்னராட்சிக்கும், மக்களாட்சிக்கும் அடிப்படையான

வேறுபாடுகள் என்ன என்று நம் மக்களிடம் கேட்டால், ஒரு புரிதலுடன் பதில் சொல்பவர்கள் மிகக்குறைவாகவே இருப்பார்கள்.

மன்னர், வரம்பில்லாத அதிகாரம் கொண்டவர். அவரை நியமிக்கவும், நீக்கவும் மக்களுக்கு அதிகாரமில்லை. கொள்கைப்படி பார்த்தால், அவர், மக்களின் தந்தை போன்றவர். பிறப்பாலேயே அவருக்கு அந்த அதிகாரம் வந்து விடுகிறது. அவர் நல்லவராக இருந்தால், மக்களின் குறைகளை புரிந்து கொண்டு கருணை உள்ளத்துடன் அவர்களுக்குரிய நன்மைகளை செய்து கொடுப்பார். அவரிடம் தங்கள் குறைகளை தெரிவிப்பது மட்டும் தான் மக்களால் செய்யக் கூடியது.

மக்களாட்சியின் தலைவர் அப்படிப்பட்டவர் அல்ல; அவர் மக்களால் தேர்ந்தெடுக்கப்படுபவர். மக்களால் அவரை நீக்கவும் முடியும். மக்கள் பல்வேறு வகையில் பிரிந்து கிடக்கிறார்கள். வட்டாரம் சார்ந்து, செய்தொழில்கள் சார்ந்து அவர்கள் பல குழுக்களாக பிரிந்து இருக்கின்றனர். அப்படியென்றால் எவரால் தேர்ந்தெடுக்கப்பட்டவர் அந்த ஆட்சியாளர்? அவர் யாருக்கு கட்டுப்பட்டவர்? அத்தனை குழுக்களுக்கும் கட்டுப்பட்டவர் என்று தான் சொல்ல வேண்டும். அந்தக் குழுக்களிடையே ஒரு சமரசத்தை உருவாக்கி அதன் வழியாக தன் அதிகாரத்தை நிலை நாட்டி ஆட்சியில் இருக்க வேண்டியவர் அவர்.

ஆகவே தான் ஜனநாயக அரசு என்பது ஒரு தராசின் முள் போன்றது என்பார்கள்.

எந்தப்பக்கம் சாய வேண்டும் என்பதை அந்த முள் தீர்மானிக்க முடியாது. எந்தப்பக்கம் எடை இருக்கிறதோ அந்தப் பக்கம் அது தாழும். பல்லாயிரம் தராசுத் தட்டுகளுக்கு நடுவே நிற்கும் ஒரே முள் என்று ஒன்றைக் கற்பனை செய்ய முடியுமென்றால் அதுதான் ஜனநாயக அரசு. ஒரு நாட்டில் அதிகாரத்தை தனக்குச் சாதகமாக செயல்படுத்திக் கொள்ள விழையும் பல சக்திகள் இருக்கும். அது தவறல்ல, அப்படி இருப்பது தான் ஜனநாயகத்தின் வலிமை.

கரும்பு உற்பத்தியாளர்கள் அவர்களுடைய பொருளாதார நலன்களை பேண விரும்புவார்கள். பனைவெல்லம் உற்பத்தி யாளர்களும் அவர்களின் நலன்களை பேண விரும்புவார்கள். சர்க்கரை ஏற்றுமதியாளர்கள் தங்கள் நலனை பேண

ஜனநாயக சோதனைச்சாலையில்... ❈ 87

விரும்புவார்கள். இதில் யார் தரப்பில் ஓர் அரசன் இருக்க வேண்டும்? எவருடைய தரப்பு நியாயமானதோ அதன் சார்பில் நிற்க வேண்டும் என்று சொல்லலாம்.

ஆனால், அரசாங்கத்தை தீர்மானிப்பது நியாயங்கள் அல்ல, அதிகாரம் தான். உண்மையில் தேசத்திற்கு எது நன்மையோ, அதை ஒரு ஆட்சியாளன் தன் முடிவாகக் கொள்ள வேண்டும்.

ஆனால், அவன் முன் இந்த அதிகார தரப்புகளில் எது வலுவாக சென்று நிற்கிறதோ அதை அவன் சார்ந்து கட்டுப்பட்டுத்தான் ஆகவேண்டும்.

இக்காரணத்தால் தான் ஜனநாயக அரசியலில், 'லாபியிங்' எனப்படும் குழு சேர்ந்து பேரம் பேசுதல் அனுமதிக்கப்படுகிறது. அதை திண்ணை பேரம் என்று சொல்லலாம்.

சொல்லப்போனால் சிறந்த முறையில் திண்ணை பேரம் நிகழாவிட்டால் ஜனநாயகம் சரியாக செயல்படாது. கரும்பு உற்பத்தியாளர்கள் தங்களுடைய நியாயங்களை முறையாக தொகுத்துக்கொண்டு, அவற்றை அரசிடம் சென்று சேர்க்கும் சரியான அமைப்புகளை அவ்வமைப்புகளுக்குப் போதுமான அளவுக்கு பணபலத்தை அளித்து, தொடர்ந்து செயல்பட்டாக வேண்டும். கொண்டு உருவாக்கி,

அவர்களுக்கு சமானமான ஆற்றலுடன் சர்க்கரை ஏற்றுமதியாளர்கள் செயல்படுவார்கள். இவர்கள் இருவருக்கும் நடுவே பனைவெல்ல உற்பத்தியாளர்கள் அரசாங்கத்தின் கருணையை எதிர்பார்த்து இருப்பார்கள் என்றால் அவர்களுக்கு ஏதாவது ஆறுதல் கொடைகள் தான் கிடைக்கும். அவர்களும் தங்கள் திண்ணைப் பேரத்திற்குரிய அமைப்புகளை உருவாக்கி யாக வேண்டும்.

வட இந்தியாவில், முக்கியமான பெருந்தொழில்களாகிய சீனி, பருத்தி போன்றவை மிக வலுவான திண்ணை பேர அமைப்புகளை ஏற்படுத்திக் கொண்டுள்ளன. அவை தங்களுக் குரிய அரசியல்வாதிகளையும், பாராளுமன்ற உறுப்பினர்களை யும், சட்டமன்ற உறுப்பினர்களையும் கூட கொண்டுள்ளன.

ஆம், அவை அவர்கள் தேர்தலில் வெல்வதற்கு பணமளிக் கின்றன. தங்களுக்கு சாதகமாக பேசுபவர்களை நிறுத்தி ஜெயிக்க

வைக்கின்றன. பாராளுமன்றத்திலும், நாடாளுமன்றங்களிலும் அவர்கள் தங்களுக்காக பேசும்படி செய்கின்றன. அதனால் தங்கள் நலன்கள் பேணப்படுவதை உறுதி செய்து கொள்கின்றன.

தூத்துக்குடி ஸ்பிக் உர ஆலையும் வட இந்தியாவின் உர ஆலைகளும் ஒரே சமயம் நிறுவப்பட்டன. தமிழகம் சார்ந்து வலுவான திண்ணை பேர அமைப்பு இல்லாததனால் ஸ்பிக்குக்குச் சாதகமாக ஏதும் நிகழாமல் அது தலையெடுக்காமல் போயிற்று என ஓர் அரசியல்வாதி என்னிடம் சொன்னார்.

தமிழகத்தில் பல தொழில் வட்டாரங்கள் உள்ளன. உதாரணமாக, திருப்பூர் தமிழகத்தின் மிக முக்கியமான தொழிற்பேட்டை. திருப்பூர் தொழில் மூலம் கோடிக்கணக்கான ரூபாய் இந்திய அரசுக்கும், தமிழக அரசுக்கும் வரி வருகிறது. ஆனால், தங்களுக்கென்று சட்டசபையிலோ நாடாளுமன்றத்திலோ குரலெழுப்ப அவர்களுக்கு என எவரும் இல்லை.

ஆகவே, எப்போதுமே திருப்பூரை பாதிக்கக்கூடிய சட்டங்கள் மிக எளிதாக நிறைவேறி விடுகின்றன. திருப்பூர் தொழிலுக்கும் வேறொரு வட்டாரத்தை சார்ந்த தொழிலுக்கும் இடையே போட்டி இருக்குமென்றால் திருப்பூருக்கு எந்தவிதமான ஆதரவும் இல்லாமல் ஆகிறது.

தமிழகத்திலும், கேரளத்திலும் மட்டுமே உள்ள ரப்பர் தோட்ட தொழிலாளர்களும் ரப்பர் தோட்ட உரிமையாளர்களும் அடங்கிய ஒரு லாபி, கேரளத்திற்கும், தமிழ்நாட்டுக்கும் பொதுவாக ஏன் உருவாகக்கூடாது. ஏன் குமரி மாவட்டப் பிரச்னையை தமிழக அரசியலுக்குள் வைத்து மட்டுமே பார்க்க வேண்டும்? ஐந்து பாராளுமன்ற உறுப்பினர்களும் இரண்டு சட்டசபை உறுப்பினர்களும் அவர்களுக்கென இருப்பார்கள் என்றால் அவர்களின் குரலை எந்த அரசாவது புறக்கணித்துவிட முடியுமா?

இன்னமும் கூட ஜனநாயகத்தில் லாபி அரசியலின் தேவை யென்ன, பயன்கள் என்ன என்பதை நமது மக்கள் புரிந்து கொள்ளவில்லை. தங்கள் வாழ்க்கையை தீர்மானிக்கும் முக்கிய மான விஷயங்களைக்கூட நவீன ஜனநாயகம் அளிக்கும் வாய்ப்புகளை அவர்கள் பயன்படுத்திக் கொள்ளவில்லை. அழுத பிள்ளையே பால் குடிக்குமென்று பழமொழி சொல்கிறது.

ஜனநாயகத்தில் எந்தப் பகுதி தாங்கள் கோரிக்கையை உரத்து ஒலிக்கிறதோ அதைக் கட்டாயப்படுத்தும் ஆற்றல் கொண்டிருக்கிறதோ அதுதான் வெல்லும். மோடியோ, ஜெயலலிதாவோ அரசர்கள் அல்ல, மக்களின் பணியாளர்கள் அவர்கள். அவர்கள் முன்னால் கருணை கோரி கெஞ்சி நிற்பது அல்ல உரிய வழி. அவர்களைக் கட்டாயப்படுத்தி தங்களுக்காக பணியாற்ற வைப்பது தான்.

இந்த ஒவ்வொரு தொழிலும் தங்களுக்கென ஒரு லாபியைக் கொண்டிருக்கும் என்றால், இந்த லாபிகள் அனைத்தையும் இணைத்து தமிழகத்துக்கென தொழில் உற்பத்தியாளர்களின் லாபி இருக்குமென்றால், இங்கு பணியாற்றும் தொழிலாளர்களுக்கும் ஒரு லாபி இருக்குமென்றால், ஒட்டுமொத்தமாக இவர்கள் தமிழக அரசாங்கத்திடம் கோரிகைகளை முன்வைக்க முடியும். ஜனநாயகத்தில் மக்கள் நேரிடையாக அதிகாரம் செலுத்துவது ஐந்தாண்டுகளுக்கு ஒருமுறை வாக்களிக்கும் போது மட்டும் தான். ஆனால், அந்த ஐந்தாண்டுக்காலமும் இத்தகைய பல்வேறு அமைப்புகள் மூலமாக அரசாங்கத்திடம் பேரம் பேசவும் தங்கள் நலன்களை அடையவும் முடியும்.

லாபியிங் என்பது திரைமறைவு வேலையாகவோ, அரசியல் குற்றமாகவோ கருதப்பட வேண்டியதில்லை. வெளிப்படையாக நிதிவசூல் செய்து சட்டபூர்வமாக செய்யப்படலாம். அது ஜனநாயகம் அளிக்கும் மிகப்பெரிய வாய்ப்பு. இவ்வாய்ப்பை முதலிலேயே புரிந்து கொண்ட மும்பை குஜராத்தி தொழிலதிபர்கள் தமிழகத்தை விட முன்னர் சென்று விட்டனர். இனிமேலாவது தமிழகம் இவ்விஷயத்தில் விழித்துக் கொள்ள வேண்டும். தேர்தல் அதற்கான ஒரு தருணம்.

எது நாளைய ஊடகம்?

இணையத்தில் என் பெயரை அடித்துத் தேடினால், கனிமொழி கருணாநிதி அவர்கள் ஒரு இலக்கிய விவாதத்தில் என்னை மனநோயாளி என்று குறிப்பிட்டதுதான் முதலில் வரும். அதை நான் மாற்றவே முடியாது. ஏனென்றால், அதை அதிகம் பேர் பார்க்கிறார்கள். ஆகவே, அது முதலில் வருகிறது. முதலில் வருவதனால் மேலும் அதிகமாகப் பார்க்கிறார்கள். ஆகவே, அது மேலும் முதலில் வருகிறது.

நான் நூறு நூல்களை எழுதியிருக்கிறேன். தத்துவம், வரலாறு, இலக்கியம் சார்ந்து, பல நாவல்களையும், திரைக்கதைகளையும் எழுதியிருக்கிறேன். ஆனால், என் பெயர் சொல்லித் தேடினால் அந்தப் பக்கம்தான் கையில் சிக்கும். இதுதான் இணையத்தின் முக்கியமான சிக்கல்.

இன்று, இந்தியாவில் நூல்களைப் படிக்கும் பழக்கம் கொண்ட இளைஞர்கள் அரை சதவீதத்திற்கும் குறைவானவர்கள். சமீபத்தில் நாளிதழ் ஒன்றில் எடுத்த (ரகசிய) கணக்கின்படி, நாளிதழ்களை வாசிக்கும் இளைஞர்களே ஐந்து சதவீதத்திற்கும் குறைவு என்று தெரியவந்தது. பெரும்பாலானவர்கள் சமூக ஊடகங்களில் உதிரியாக வந்து சேரும் தகவல்களைத்தான் தெரிந்து கொண்டிருக்கிறார்கள்.

சமூக ஊடகங்களில் ஒரு செய்தி பரபரப்பாகப் பகிரப்படும் போது தான் முக்கியத்துவம் பெறுகிறது. அதுவே அனைவரிடமும் சென்று சேர்கிறது.

ஆகவே, இளைஞர்களுக்கு இயல்பாக கிடைக்கும் செய்திகள் என்பவை பரபரப்பூட்டக்கூடிய, கொந்தளிப்பு அடையச் செய்யக்கூடிய செய்திகளாக இருக்கின்றன. அச்செய்திகளை

ஒட்டியே அவர்கள் தங்களுடைய சிந்தனைகளை வடிவமைத்திருக்கிறார்கள். விளைவாக அவர்களுடைய எண்ணங்கள் வரலாற்று ரீதியான பின்புலம் கொண்டிருப்பதில்லை. தொடர்ச்சியான தர்க்க ஒழுங்கையும் கொண்டிருப்பதில்லை. அவ்வப்போது காதில் விழும் செய்திகளுக்கு முடிந்தவரை தீவிரமாக எதிர்வினையாற்றுவது என்ற அளவிலேயே அவர்களுடைய அரசியல் புரிதல் உள்ளது.

உதாரணமாக, பி.கெ.சலீம் அவர்களின் கதை. அவர், டில்லி காவல்துறை ஊழியர். ரயில் நிலையத்தில் மிகையான ரத்த அழுத்தம் காரணமாக மூளையில் அழுத்தம் ஏற்பட்டு தள்ளாடி நினைவிழந்து விழுந்தார். அதை எவரோ மொபைல்போனில் படம் எடுத்து இணையத்தில் உலவவிட்டனர். ‘குடிகார டில்லி போலீஸ் தள்ளாடி விழும் காட்சி’ என, தலைப்பு கொடுத்தனர்.

சமூக ஊடகங்களில் இச்செய்தி புயலாகப் பரவியது. இளைஞர்கள் கொந்தளித்தனர். வசைபாடினர். இச்செய்தி புகழ் பெற்றதனால் ஹிந்துஸ்தான் டைம்ஸ் போன்ற நாளிதழ்களும் இச்செய்தியை வெளியிட்டன. ஆனால், நாளிதழ்கள் பின்னர் அச்செய்தியை பின்தொடர்ந்தபோது அதன் உண்மை நிலை தெரிந்தது. சலீம் தீவிர சிகிச்சைக்குப் பின் இப்போது பணிக்குத் திரும்பியிருக்கிறார். ஹிந்துஸ்தான் டைம்ஸ் அவரிடம் மன்னிப்பு கோரியிருக்கிறது.

நாளிதழ்களுக்கு ஓர் அமைப்பு உள்ளது. ஆசிரியர் குழு உள்ளது. ஆகவே செய்திகளுக்கு அவர்கள் பொறுப்பேற்க வேண்டும். சமூக ஊடகத்திற்கு எவரும் பொறுப்பல்ல. ஒரு குழு திட்டமிட்டு முயன்றால் வேண்டுமென்றே உள்நோக்கத்துடன் எவரைப் பற்றியும் எதையும் பரப்பி அவரை அழிக்க முடியும். எந்த வகையிலும் ஆதாரமில்லாத வதந்திகளே சமூக ஊடகங்களில் அதிகம். இளைஞர்கள் அதிகம் வாசிப்பதும், நம்புவதும் அதைத்தான்.

இன்னொரு உதாரணம், டில்லி அருகே, காவலர், தலித் பெண்களின் உடைகளை சாலையில் வைத்து உருவி அவமதிப்பதாகவும், அவர்களின் கணவரை அடிப்பதாகவும் சொல்லி ஒரு காணொளி சமூக ஊடகங்கள் வழியாக ஒரேநாளில் லட்சக்கணக்காகப் பரவியது. ‘இந்தியாவின் முகத்தில் காறித்

துப்புகிறேன்', 'இந்தியா அழியவேண்டும்' என்ற வகையில் கருத்துகள் குவிந்தன.

முழு காணொளியும் சில நாட்களில் வெளிவந்தது. ஒருவர், தன் மனைவியையும், தங்கையையும், நடுத்தெருவில் ஆடை களைந்து அவமதிப்பதை, காவலர்கள் தடுத்து இழுத்துச் செல்வதுதான் அந்தக்காட்சி. சிலர் மன்னிப்பு கோரினர். ஆனால் அது உருவாக்கிய வசைகள் அங்கேதான் இருந்தன.

இன்னொன்று, பேஸ்புக். மிக அதிகமான இளைஞர்கள் பேஸ்புக் வழியாகத்தான் பெரும்பாலும் வாசிக்கிறார்கள். அங்கே அவர்கள் நிபுணர்களின் கருத்துகளையோ, ஆய்வாளர்களின் பார்வைகளையோ வாசிப்பதில்லை. ஏனென்றால், பேஸ்புக்கின் அமைப்பே ஒருவருக்கு அவரைப் போன்ற அவரது நண்பர்களின் தொடர்புகளை உருவாக்கித் தருவதுதான். நண்பர்களைத் தேடுவதற்காகவே அது வடிவமைக்கப்பட்டுள்ளது.

விளைவாக, இன்றைய இளைஞர்களுக்கு அவரைப் போலவே அரசியலோ, வரலாறோ சரிவரத்தெரியாத ஒருவரின் சொற்கள்தான் மீண்டும் மீண்டும் வந்து சேர்கின்றன. அவர் பேசுவதுதான் அவரது நண்பர்களுக்குச் சென்று சேர்கிறது. பேஸ்புக்கில் அரசியல் சார்ந்து நடக்கும் விவாதங்கள் மிகப் பெரும்பாலும் வெறும் வதந்திகள், அவதூறுகள், போகிற போக்கிலான அபிப்பிராயங்கள் தான்.

இன்னும் வருந்தத்தக்கது, 'மீம்ஸ்' எனப்படும் படக்கேலிகள். சினிமாக்களில் இருந்து வெட்டி எடுக்கப்பட்ட பகுதிகளில் வரிகளை எழுதிச்சேர்த்து தலைவர்களை நக்கலடிக்கிறார்கள். கேலிச் சித்திரங்கள் உலகமெங்கும் அரசியல் விவாதத்தின் பகுதியாக இருந்துள்ளன. ஆனால், இந்த படக்கேலிகள் அரசியல் விவாதங்களே இல்லாமல் வெறும் நக்கலையும், கிண்டலையும் மட்டும் முன்வைக்கின்றன.

இத்தகைய படக்கேலிகளை எனக்கு அனுப்பிக் கொண்டே இருந்த இளைஞர் ஒருவரை நான் மின்னஞ்சல் தடை செய்தேன். சில நாட்களுக்கு பின் அவரை நேரில் சந்தித்தேன். அவர் அந்தப் படக்கேலிகளை ஒவ்வொன்றாகச் சொல்லிச் சிரித்துக் கொண்டிருந்தார்.

நான் இயல்பாக அவரிடம் பேசிக்கொண்டே, தமிழக அரசியலில், சென்ற இருபத்தைந்தாண்டுக் காலத்தில் நிகழ்ந்த எதைப் பற்றியாவது அவர் மேலோட்டமாகவேனும் அறிந்திருக் கிறாரா என்று பார்த்தேன். உண்மையில் நான் நினைத்திருந்ததை விட அதிர்ச்சியாக இருந்தது. அவர் சி.என்.அண்ணாதுரை அ.தி.மு.க.,வை நிறுவியவர் என்று சொன்னார். தி.மு.க.,வை கருணாநிதி நிறுவினாராம்.

காமராஜர்? அவர், தமிழகக் காங்கிரசை நிறுவியவர். பக்தவத்சலம், ராஜாஜி ஆகியோரை கேள்விப்பட்டதே இல்லை. இந்த அழகில் கட்சிகளின் கொள்கைகளையோ பொருளியல் திட்டங்களையோ அவர் அறிந்திருப்பார் என எதிர்பார்ப்பதில் பொருளே இல்லை. இருந்தாலும் கேட்டேன்.

அவ்விளைஞர் கட்டுமானத் துறையில் இருப்பவர், பொறியியலாளர். மத்திய அரசின் சமீபத்திய கட்டுமானத் திட்டங்கள் மீதான கட்டுப்பாடுகளைப் பற்றி அவரது கருத்தைக் கேட்டேன். அவர் அவற்றைக் கேள்விப்பட்டிருக்கவே இல்லை. அவருடைய சொந்த வாழ்க்கையையே அடுத்த ஒரு வருடத்தில் மாற்றியமைக்கப் போகும் கட்டுப்பாடுகள் அவை!

பேஸ்புக் செய்திகளின் இன்னொரு இயல்பு அவை மிகச் சுருக்கமானவை என்பதே. அவற்றில் வாதங்களை முன் வைக்கவோ, தரவுகளை அளிக்கவோ முடியாது. அவற்றின் அமைப்பே ஓரிரு வரிகளில் சொல்ல முயல்வது தான். நீளமாக எழுதினாலும் எவரும் வாசிப்பதில்லை என்று எழுது பவர்கள் சொல்கிறார்கள். விளைவாக ஒற்றை வரிகளே ரசிக்கப்படு கின்றன. அவற்றில் துடுக்குத்தனமோ, மூர்க்கமான வேகமோ வெளிப்பட்டாக வேண்டும் என்னும் நிலை உள்ளது.

இன்றைய சூழலில் பொறுப்பான அரசியல் விவாதம் என்பது வேறுவழியில்லாமல் அச்சு ஊடகங்களைச் சார்ந்தே உள்ளது என்பது தான் நடைமுறை உண்மை. அரசியல் விவாதங்களுக்கு தேவையான இரு அடிப்படைகள் அச்சு ஊடகங்களில் தான் உள்ளன. ஒன்று, வரலாற்றுணர்வு.

ஒவ்வொரு அரசியல் செய்தியையும் விரிவான வரலாற்றுப் பின்புலத்தில் வைத்துப் பார்க்கும் அணுகுமுறை. இந்தியாவின் பொது வரலாற்றை, இந்தியச் சமூக வரலாற்றை, அரசியல்

வரலாற்றை எடுத்துக் கொண்டு பேசும் தன்மை. இரண்டு, ஒவ்வொன்றையும் தரவுகளின் அடிப்படையில் பார்க்கும் பார்வை.

இரண்டுமே இணைய ஊடகங்களால் அளிக்கப்படவில்லை. சென்ற தலைமுறையில் கல்லூரிச் சூழலிலேயே அரசியலறிமுகம் சாத்தியமாகியது. அரசியல் ஆர்வம் கொண்ட இளைஞர்கள், இடது அல்லது வலதுசாரி சிந்தனைகளை நூல்களிலிருந்து கற்றுக்கொண்டார்கள். பல்வேறு அரசியல் மாற்றங்களுக்கு இங்கே மாணவர்களே காரணமாக அமைந்திருக்கிறார்கள். இன்று வெற்றுப் பரபரப்பையே அரசியலாக அறிந்திருக்கிறார்கள் இளைஞர்கள்.

அரசியல் விவாதம் என்பது வரலாற்றுப்பூர்வமானதாக, நிதானமான தர்க்கம் கொண்டதாக அமையவேண்டும் என்பதை மீண்டும் மீண்டும் நினைவில் கொண்டாக வேண்டும்.

வாழ்பவர்களும் பிரிப்பவர்களும்

தேர்தல் போன்ற கால கட்டங்களில், நாம் நமது வாக்குச்சீட்டின் மூலம் இந்தியாவின் தலையெழுத்தை தீர்மானிக்கிறோம். ஆனால் நாம் எந்த அளவுக்கு உண்மைகளை அறிந்திருக்கிறோம் என்பது எப்போதுமே சந்தேகத்துக்குரியது. பெரும்பாலும் செய்தி ஊடகங்கள் அளிக்கும் தகவல்களை நம்பித்தான் நாம் அரசியலையும் ஆட்சியையும் பற்றி பேசிக் கொண்டிருக்கிறோம்.

இந்த ஊடகங்களின் வழியாக, இந்திய அளவில் பொது மக்களின் கருத்துகளை உருவாக்கும் முக்கியமான கட்டுரை யாசிரியர்கள் பலர் உள்ளனர். அவர்கள் பெரும்பாலும் ஆங்கில நாளிதழ்களில் தான் எழுதுகின்றனர். சிறந்த ஆங்கில நடை இருப்பதனால் அவர்கள் எழுத்துக்கு ஒரு முக்கியத்துவம் வருகிறது. உதாரணமாக அருந்ததி ராய்.

அவர்களின் கருத்துகள் நேரடியாகச் சென்று சேர்வது ஆங்கிலம் அறிந்தவர்களிடம் தான். ஆனால் இவர்களின் கட்டுரைகளை ஒட்டித்தான் இந்தியாவின் வட்டார நாளிதழ்களில் கட்டுரைகள் எழுதப்படுகின்றன. அந்தக் கட்டுரைகளை ஒட்டித்தான் மேலும் சிறிய இதழ்களில் கட்டுரைகள் வெளியிடப்படுகின்றன. ஆங்கில ஊடகங்களில் எழுதும் ஒரு, 100 பேர், இந்தியா எப்படி சிந்திக்க வேண்டும், எந்த திசையில் செல்ல வேண்டும் என்பதை ஏதோ ஒருவகையில் தீர்மானிக்கிறார்கள் என்று சொல்லலாம்.

இந்த கட்டுரையாளர்களுடைய அரசியல் நிலைப்பாடுகளோ, அடிப்படை நேர்மையோ மிகவும் சந்தேகத்துக்குரியது. நாம் ஒவ்வொரு அரசியல்வாதியையும் கூர்ந்து ஆராய்கிறோம். அவர் களின் தனிப்பட்ட குணங்களை, பின்னணியை விவாதிக்கிறோம்.

ஆனால் இவர்களைப் பற்றி எங்குமே ஒரு ஆராய்ச்சியோ, விவாதமோ நிகழ்வதில்லை. அப்படி ஆராய்ந்தால் இவர்களின் வாழ்க்கையும், இவர்களின் தொடர்புகளும் நமக்கு பெரும் அதிர்ச்சிகளையே உருவாக்கும். இவர்களில் கணிசமானவர்கள், நகர் சார்ந்தவர்கள். மிகப்பெரிய கல்வி நிறுவனங்களில் உயர்கல்வி படித்தவர்கள். வலுவான ஐரோப்பிய தொடர்புகள் உள்ளவர்கள். சர்வதேச அளவில் நிகழும் கருத்தரங்குகள், பல்கலைக்கழக நிகழ்ச்சிகள் ஆகியவற்றுக்கு தொடர்ச்சியாக சென்று கொண்டிருப்பவர்கள். அவற்றின் வழியாக பெரும் பணத்தை பெற்றுக் கொண்டிருப்பவர்கள். இரு உதாரணங் களில் சொல்கிறேன். தேசிய அளவில் செய்திகளை தீர்மானிப்ப வர்களில் ஒருவராக இருக்கும் பர்கா தத் என்பவர், தனிப்பட்ட முறையில் ஒரு அரசியல் தரகர் என்று நான் ஒருமுறை எழுதி னேன். அவரது ரசிகர்கள் பலர் என்னை வசைபாடினர். அந்த வசைபாடல் நிகழ்ந்து கொண்டிருக்கும் போதே, அதிகாரத்தரகர் நீரா ராடியா தொழிலதிபர் டாட்டாவுடன் பேசிய ஒலிப்பதிவுகள் வெளியாகின.

அதில் பர்கா தத் ஒரு முக்கியமான தரகராக செயல்பட்டிருக்கும் செய்தி வெளிவந்தது. ஆனால் அந்த செய்தி, எவ்வகையிலும் பர்கா தத்தை பாதிக்கவில்லை. இன்றும், அவர் ஒரு முக்கியமான கருத்து செயல்பாட்டாளராக செயல்பட்டுக் கொண்டிருக்கிறார்.

இந்த ஆங்கில செய்திச் சிந்தனையாளர்கள் பெரும்பாலும் தாங்கள் எழுதும் எவ்விஷயத்திலும் நேரடியாக செல்வதில்லை. எப்பகுதிக்கும் நேரடியாகப் பயணம் செய்வதில்லை. தொடர் புள்ள எவரையும் நேரில் சந்தித்து உரையாடுவதும் இல்லை. ஆங்கிலம் பேசிப் புழங்கும் ஓர் உயர்குடித்தளத்தில் சொகுசாக இருந்து கொண்டு, தங்களுக்குச் சவுகரியமான தகவல்களை மட்டும் கொண்டே இந்த, 'ஆய்வு'களை எழுதுகிறார்கள்.

இவர்களில் கணிசமானவர்களுக்கு, இந்தியாவின் சிக்கலான வரலாறு தெரியாது. இந்தியாவின் கிராமிய யதார்த்தம் பற்றி எந்தப் பார்வையும் இவர்களிடம் இல்லை. இவர்கள் முன் வைக்கும் கருத்துகள் அனைத்துமே இரண்டு வகையில் உருவாகுபவை. ஒன்று, இந்த காலகட்டத்துக்கு எது முற்போக்கு என்றும்; எது இந்தியாவின் படித்த உயர்குடியால் ஏற்றுக் கொள்ளப்படும் என்றும் பார்த்து அதை முன்வைப்பது.

இன்னொன்று இவர்களை மறைமுகமாக ஊக்குவிக்கும் சக்திகளால் இவர்களுக்கு அளிக்கப்படும் கருத்துத் தரப்பு.

அரசியலில் நேரடியாக ஈடுபடாவிட்டாலும் செய்திகளை நானே நேரடியாக அறிந்து கொள்ள வேண்டும் என்பது என்னுடைய எண்ணம். ஆகவே செய்திகளின் உண்மையை அறிய, இந்தியாவின் நிலப்பகுதிகளில் அனைத்திற்கும் நானே நேரடியாக நண்பர்களுடன் பயணம் செய்வதுண்டு. வடகிழக்கிலும், காஷ்மீரிலும் எல்லைப் புறங்களுக்குச் சென்றிருக்கிறேன். மாவோயிஸ்ட் தீவிரவாதம் கொண்ட சத்தீஸ்கர் பகுதிகளின் உள் கிராமங்களுக்கெல்லாம் பயணம் செய்திருக்கிறேன். பயணங்களில் நான் நேரில் கண்டவற்றை ஒவ்வொரு நாளும் பதிவு செய்திருக்கிறேன்.

எப்போதெல்லாம் நேரில் சென்று பார்க்கிறேனோ அப்போதெல்லாம் இந்தச் செய்தியாளர் அளிக்கும் சித்திரத்திற்கும், உண்மைக்கும் எந்த சம்பந்தமும் இல்லை என்பதை அறிந்திருக்கிறேன். ஓர் உதாரணம், சமீபத்தில் காஷ்மீர் சென்றேன். பாரமுல்லா, பத்தான் உட்பட பாகிஸ்தான் எல்லைப் பகுதிகளில் தீவிரவாதம் உச்சகட்டத்தில் இருக்கும் சிற்றூர்கள் அனைத்திற்கும் சென்று பார்த்தேன்.

இங்கே நமக்கு என்ன சொல்லப்படுகிறது? காஷ்மீர் மாநிலம், இந்தியாவின் பகுதி அல்ல. இந்தியா சட்டவிரோதமாக அதை ஆக்கிரமித்து வைத்திருக்கிறது; அங்கே இந்திய ராணுவம் கொடிய அடக்குமுறைகளைச் செய்து கொண்டிருக்கிறது; காஷ்மீர் தலைநகரில் மக்கள் பெரும்பான்மையோர் தாங்கள் தனி நாடாக வேண்டும் என்று விரும்புகிறார்கள் என்றெல்லாம் தானே? சுற்றி வளைத்து தேசிய ஊடகங்களில் எழுதுபவர்கள் இதைத்தானே இந்தியாவில் பிரச்சாரம் செய்கிறார்கள்?

காஷ்மீர் மாநிலம் என்பது மூன்று பகுதிகள் அடங்கியது. ஜம்மு, காஷ்மீர் பள்ளத்தாக்கு மற்றும் லடாக். ஜம்மு பகுதி பாரதிய ஜனதா பெரும்பான்மை பலம் பெறும் அளவுக்கு இந்துக்கள் வாழும் பகுதி. லடாக் பகுதியில் மிகப் பெரும்பாலானவர்கள் பவுத்த மதத்தை சார்ந்த மக்கள். அவர்கள் இந்தியாவின் தீவிர ஆதரவாளர்கள். தீவிரவாதம் இருப்பது காஷ்மீர்ப் பள்ளத்தாக்கில் மட்டும்தான்.

காஷ்மீர் பள்ளத்தாக்கில் கூட ஸுன்னி முஸ்லிம்கள் மட்டுமே இந்தியாவுக்கு எதிரான நிலைப்பாடு கொண்டிருக்கிறார்கள். ஷியாக்கள் பெரும்பாலும் காங்கிரஸ் ஆதரவாளர்களாகவும், இந்திய ஆதரவாளர்களாகவும் இருக்கிறார்கள்.

காஷ்மீர் பள்ளத்தாக்கில் பயணம் செய்யும் எவருமே ஷியாக்களின் இல்லங்களில் காங்கிரஸ் கொடியும் ஈரானிய கமெனியின் படமும் இருப்பதைக் பார்க்கலாம்.

நாங்கள் முதலில் ஈரானிய அதிபரின் படத்தை அடையாளம் கண்டுகொள்ளவில்லை, அவர்களிடமே விசாரித்துத் தெரிந்து கொண்டோம். ஷியா கிராமங்களைச் சுற்றி ஸுன்னிகள் ஐ.எஸ். எஸ். ஷியாக்களின் தலையை வெட்டி பரப்பி வைத்திருக்கும் படத்தை பேனர்களாக வைத்து ஷியாக்களை அச்சுறுத்துவதைக் கண்டோம். எந்த ஊடகத்திலாவது இதையெல்லாம் வாசித்தி ருக்கிறீர்களா?

ஷியா இந்திய ராணுவம் காஷ்மீரில் செயல்படுவதே முஸ்லிம்களை நம்பித்தான். ஸுன்னி முஸ்லிம்களிலேயே கூட நேரடியாக வணிகம் போன்றவற்றில் ஈடுபடாத, மேய்ச்சல் வாழ்க்கைப் பின்னணி கொண்ட ஜாதியினர்தான் அதிகமும் பாகிஸ்தானிய ஆதரவாளர்களாகவும், தீவிரவாத நோக்கு கொண்ட வர்களாகவும் இருக்கிறார்கள். மிகக்குறைவான எண்ணிக்கை கொண்ட பாகிஸ்தானிய ஆதரவு தீவிரவாத அமைப்புகளால் காஷ்மீர் மக்கள் பிணைக்கைதிகளாக வைக்கப்பட்டிருக்கிறார்கள் என்பது தான் உண்மை.

இந்த எதார்த்தத்தை எந்த செய்திகளிலாவது கண்டிருக்கி றோமா? எவராவது எழுதியிருக்கிறார்களா? காஷ்மீரை தனி நாடாக கொடுப்பதென்றால் ஸுன்னிகளின் ஆதிக்கத்திற்கு பவுத்தர்களையும், இந்துக்களையும், ஷியாக்களையும் விட்டு விடுவதா என்ற எளிமையான கேள்விக்கு கூட இந்தத் தேசிய ஊடகங்களின் கட்டுரையாளர்கள் பதில் சொல்வதில்லை. இவர் களை நம்பித்தான் நாம் அரசியல் பேசிக்கொண்டிருக்கிறோம்.

இந்தியாவின் தேசிய ஊடகங்களில் எழுதும் உள்நோக்கம் கொண்ட கட்டுரையாளர்களுக்கு தங்கள் உயர்குடிநலன் அன்றி, வேறு அக்கறைகள் இல்லை. இந்திய மக்கள் மேல் எந்த அனுதாபமும் இல்லை. அந்த போலி அறிவு ஜீவிகளை

நிராகரித்து உண்மையான செய்திகளை நாம் தெரிந்து கொள்ள வேண்டிய அவசியம் இருக்கிறது.

இங்கிருந்து செல்லும் பெரும்பாலான செய்தியாளர்கள் ஸ்ரீநகருக்குச் சென்று அங்குள்ள தீவிரவாதிகளை மட்டும் கண்டு பேட்டி எடுத்து செய்தி வெளியிடுவதுதான் வழக்கம். உண்மையில் மக்களை கண்டு அவர்களிடமிருந்து செய்திகளைப் பெற்று எழுதும்போது நாம் அடையும் சித்திரமே வேறாக இருக்கும்; நம்முடைய அரசியல் பிரக்ஞையை அது வேறொன்றாக மாற்றி அமைக்கும்.

பாரமுல்லா பகுதிகளில் நாங்கள் பயணம் செய்து கொண்டிருந்த போது அப்பகுதிக்கு வந்த முதல் தமிழ்ப் பயணக்குழு என்று எங்களை அங்குள்ள ராணுவத்தினரும் இஸ்லாமியரும் சொன்னார்கள். அனைத்து இடங்களிலும் எளிய இஸ்லாமியர், ஸுன்னி முஸ்லீம்கள்கூட எங்களை வரவேற்று, அங்கு எந்தப் பிரச்னையும் இல்லை என்று எழுதும்படிக் கோரினர். ஏனென்றால் அவர்கள் வணிகர்கள். பயணிகளே அவர்களுக்கு வருமானம் அளிப்பவர்கள்.

நாங்கள் அங்கே தீவிரவாதிகளால் இடிக்கப்பட்ட இந்து ஆலயங்களைத் தேடிச்சென்றோம். அனைத்து இடங்களுக்கும் அழைத்துச் சென்று காட்டியவர்கள் இஸ்லாமியர்களே. மக்கள் இணைந்து வாழ விரும்புகிறார்கள். பிரிவினைகளை, கசப்புகளை அறிவுஜீவிகள் உருவாக்குகிறார்கள். அவர்கள் அதை வைத்தே வாழ்கிறார்கள்.

நடிகர் நாடாளும்போது...

இந்தியாவில் ஒவ்வொரு மாநிலத்தைப்பற்றியும் பிற மாநிலத்தவருக்கு ஒருவகையான புரிதல் இருக்கிறது. அது பெரும்பாலும் தவறான புரிதல் என்பதில் சந்தேகமில்லை. தங்களை ஓர் உயர்ந்த பீடத்தில் அமர்த்தி, பிறரை குனிந்து பார்க்கும் பார்வைதான் அது. ஒருமுறை கேரளத்தில், ஒரு பல்கலைக்கழக விவாதத்தில், அரசியல்துறை பேராசியர் எழுந்து "தமிழகத்தின் அரசியல் களத்தில் சினிமா நடிகர்களுக்கு இருக்கும் மிதமிஞ்சிய செல்வாக்குக்கு என்ன காரணம்?" என்று கேட்டார்.

நான் ஒரு "தமிழகத்தின் அரசியல் களத்தில் மிதமிஞ்சிய செல்வாக்கில் இருக்கும் நடிகர்களின் பெயர்களை வரிசையாக சொல்லுங்கள்" என்றேன். "இல்லை, தமிழகத்தின் அரசியலை சினிமாதான் தீர்மானிக்கிறது" என்று அவர் சொன்னார். "தமிழக சினிமாவிலிருந்து அரசியலை தீர்மானித்தவர்களின் பட்டியலைச் சொல்லுங்கள்" என்று திரும்பவும் கேட்டேன்.

"எம்.ஜி.ஆர்" என்றார். "சரி" என்றேன். சற்று சிந்தித்து விட்டு "கருணாநிதி" என்றார். அதன்பிறகு "ஜெயலலிதா" என்றார் கடைசியாக "விஜயகாந்த்" என்றார். நான் சொன்னேன், "தமிழக அரசியலையே சினிமா தீர்மானிக்கிறது என்று சொல்லி விட்டு நான்கே நான்கு பெயர்களைதான் உங்களால் சொல்ல முடிகிறது. கேரள அரசியலிலும் நாலைந்து நடிகர்களின் பெயர்களை நான் சொல்லமுடியும்" நான் மேற்கொண்டு விளக்க ஆரம்பித்தேன்.

ஊடகமாக எம்.ஜி.ஆர், கருணாநிதி இருவரும் சினிமாவை தங்கள் கொண்ட அரசியல்வாதிகள். அரசியலின் ஒரு பகுதியாகத் தான் அவர்கள் சினிமாவைக் கையாண்டார்கள். எம்.ஜி.ஆரோ

கருணாநிதியோ ஒருபோதும் வெறும் சினிமாக்காரர்களாக தங்களை தங்களை முன் நிறுத்திக் கொண்டவர்கள் அல்ல. ஜெயலலிதாவை பொறுத்தவரை அவர் எந்த அரசியல் இயக்கத்தையும் தொடங்கி நடத்தி வெற்றி பெற்றவர் அல்ல. எம்.ஜி.ஆருக்கு அணுக்கமானவர் என்ற அடையாளத்துடன் அதிமுகவின் தலைமைப் பொறுப்புக்கு அவர் வந்தார். அப்படிப்பார்த்தால் சீனாவின் புரட்சியாளராகிய மா சே துங்க்கு பிறகு அவரது காதலியாகிய ஜியாங் க்விங் (*Jiang Qing*) என்ற நடிகை சீனாவின் கம்யூனிஸ்ட் கட்சியின் தலைமைபதவிக்கு வந்திருக்கிறார். அமெரிக்காவில் ரொனால்ட் ரீகன் அதிபராக பத்து வருடம் இருந்திருக்கிறார்.

விஜயகாந்த் அரசியலுக்கு வந்தாலும் மிகக்குறைவான செல்வாக்கைதான் தமிழக அரசில் அவரால் உருவாக்க முடிந்திருக்கிறது. அதற்கு அவருக்கு இருக்கும் தெலுங்கு ஜாதிப் பின்புலம் ஒரு காரணம். மற்றபடி தமிழக சினிமாவில் ஓங்கி உயர்ந்து நின்ற பல ஆளுமைகள் அரசியல் வெற்றி பெற்றதில்லை. சிவாஜி கணேசன், எஸ்.எஸ்.ராஜேந்திரன், பாக்யராஜ், டி.ராஜேந்தர் எனத் தொடங்கி என்று ஒரு நீண்ட பட்டியலையே சொல்லலாம்.

சினிமா நடிகர்கள் வடஇந்தியாவில் அரசியலில் குறைவாகவே வெற்றி பெற்றார்கள். அதற்கான காரணத்தை வட இந்தியாவில் நீங்கள் பயணம் செய்தால் அறியலாம். ராஜஸ்தான், மத்தியப்பிரதேசம், உத்திரபிரதேசம் போன்ற பகுதிகளில் திரையரங்குகளே மிகக்குறைவு. நகரங்களில் மட்டும்தான் சினிமாவே உள்ளது. சினிமாப் பாடல்களைக் கூட இன்றும் நாட்டுப்புறங்களில் அதிகமாக கேட்க முடியாது. நாட்டுப்புற இசைதான் எங்கும் ஒலிக்கும். ஒட்டுமொத்தமாக வட இந்தியாவில் இந்தி சினிமா சென்றடையும் பகுதிகள் மிகக் குறைவானவை.

அங்கே சாதாரணமக்கள் அனைவரையும் சென்றடையும் ஊடகமென்பது தொலைக்காட்சிதான் ஆகவே தொலைக்காட்சி நட்சத்திரங்கள் அரசியலில் வெல்கிறார்கள். சிறந்த உதாரணம் இன்று கல்வி அமைச்சராக இருக்கும் ஸ்மிரிதி இரானி. தமிழகம் திரைப்படத்துக்கு பின்னால் ஓடுகிறது என்பது உண்மை. ஆனால்

திரைப்படக்காரர்கள் அனைவரையும் அரசியலுக்குத் தமிழர்கள் ஏற்றுக்கொள்கிறார்கள் என்பது பொய்.

இவ்வாறு விளக்கியபின் மேலதிகமாக ஒன்றை சேர்த்துக் சொன்னேன். அரசியல்வாதிகள் சினிமா ஒருபடி கீழானது என்று சொல்லும் எந்த தகுதியும் அற்றவர்கள். ஒருசினிமா நடிகர் உண்மையான அரசியல் ஈடுபாடும், மக்களுக்கு நன்மை செய்யவேண்டும் என்ற நோக்கமும் கொண்டிருந்தார் என்றால் மற்றவர்களை விட அவர் சிறந்த அரசியல்வாதிதான். ஏனென்றால், பிற அத்தனை அரசியல்வாதிகளும் சாதியுடனும் மதத்துடனும் சம்மந்தப்பட்டவர்கள். அந்த வட்டத்தைச் சாராத பிறரால் அவர்கள் ஏற்றுக் கொள்ளப்படமாட்டார்கள். நடிகர்கள் எப்படியோ சாதி மத அடையாளத்துக்கு அப்பால் இருப்பவர்களாக இருப்பதனால் அனைவரும் ஏற்றுக் கொள்ளும் தலைவர்களாக இருக்கிறார்கள். எம்.ஜி.ஆர் ஒரு சிறந்த உதாரணம்.

மேலும் சிறந்த உதாரணம், என்.டி.ராமராவ். எண்பதுகளில் நான் ஆந்திராவில் பயணம் செய்தபோது ஆந்திரா வறுமை வாய்ப்பட்டு நூறு ஆண்டுகளுக்குப் பின்னால் தூங்கிக் கிடப்ப தாகத் தோன்றியது. சுதந்திரம் கிடைத்த காலத்திலிருந்து அங்கு காங்கிரஸ்தான் ஆட்சியில் இருந்தது. மாநில முதல்வர்களை காங்கிரசின் மத்தியத் தலைமை தீர்மானித்தது. மத்தியத் தலைமைக்கு நெருக்கமாக இருக்கும் சுருக்கெழுத்தார்களோ, அந்தரங்கச் செயலாளர்களோ ஆந்திராவின் முதல்வர்களை தூக்கியடித்தார்கள். ஆகவே ஆந்திர முதல்வராக அமர்ந்தவர்கள் ஆந்திராவுக்கு எதுவுமே செய்ய நினைக்கவில்லை. மத்திய தலைமையை மகிழ்விப்பதை மட்டும் தான் குறியாக இருந்தார்கள். இது தான் ஆந்திராவை தேங்கி அழிய வைத்தது.

அச்சூழலில் தான் அங்கு என்.டி.ராமராவ் ஆட்சிக்கு வந்தார். ஆந்திர முதல்வராக இருந்த அஞ்சய்யா என்பவரை 1982ல் காங்கிரஸ் பிரதமர் ராஜீவ் காந்தி விமான நிலையம் ஒன்றில் பொதுமக்கள் முன்னிலையில் கன்னத்தில் அறைந்தார். அந்தச் செய்தி ஆந்திராவில் உருவாக்கிய அவமான உணர்வுதான் என். டி.ஆரை ஓர் அரசியல் சக்தியாக மாற்றியது.

தெலுங்குதேசம் அவர் ஆரம்பித்த கட்சி. அது ஆந்திராவுக்கு மிகப்பெரிய புத்துணர்வு உருவாகியது. அவர் நினைத்தால் வட்டார உணர்வுகளைத் தூண்டியிருக்கலாம். ஆந்திராவில் பெரிய பொருளாதார சக்தியாக உள்ள தமிழர்களுக்கு எதிரான கசப்புகளை வளர்த்திருக்கலாம். எதையும் அவர் செய்யவில்லை. தமிழர்களை நண்பர்கள் என்றே சொன்னார். தேசிய நோக்கையே முன்வைத்தார். ஆனால் ஆந்திரா என்னும் தன்மதிப்பை அங்குள்ளவர்களிடம் உருவாக்கினார்.

இன்று ஆந்திராவுக்கு செல்லும்போது தூங்கிக் கொண்டிருந்த ஒரு பூதம் கண் விழித்து எழுந்தது போல பிரமிப்பு எழுகிறது. என்.டி.ராமராவின் சாதனைகள் இரண்டு, ஒன்று, நெடுங்காலமாக ஆந்திராவை ஆட்டிவைத்த இடதுசாரி தீவிரவாதிகளின் வன்முறையை அவர் தீர்த்து வைத்தார். இரண்டு தெலுங்கு கங்கா என்ற மாபெரும் பாசனத் திட்டம் வழியாக ராயலசீமா என்ற வறண்ட பகுதிக்கு நீர்வசதி செய்து கொடுத்தார். அவ்விரு செயல்களாலும் ஆந்திரா மிகப்பெரிய அளவில் பொருளாதார வளர்ச்சி அடைந்து இன்று இந்தியாவின் மிகப்பெரிய சக்தியாக மாறி உள்ளது.

இன்று தகவல் தொழில்நுட்பத்துறையில் ஆந்திர மாணவர்கள் முதலிடம் வகிக்கிறார்கள். விவசாய உற்பத்தியில் தொழில் மின்சார உற்பத்தியில் ஆந்திரா முதலிடம் வகுக்கும் மாநிலமாக மாறிக்கொண்டிருக்கிறது. இவை அனைத்திற்கும் வழி வகுத்தவர் ஒரு நடிகர். அரசியல்வாதிகளின் எந்த எதிர்மறை அம்சமும் இல்லாதவர். முழுக்கமுழுக்க மக்களை நம்பியவர். மக்கள் முன் அவர் நடித்தார் என்பதில் ஐயமில்லை. ஆனால் மக்கள் வாழ்க்கையை மலரச்செய்தார்.

என்.டி.ஆர் நடிகர் என்பதனாலேயே அவர் ஆண்ட காலம் முழுக்க இந்தியாவில் உள்ள ஆங்கில ஊடகங்களில் ஒரு கோமாளியாக அவர் சித்தரிக்கப்பட்டார். அறிவுஜீவிகளால் கேலி செய்யப்பட்டார் ஆனால் அவரளவுக்கு ஒரு மாநிலத்திற்கு மிகப்பெரிய பங்களிப்பாற்றிய அரசியல்வாதிகள் இந்தியாவில் குறைவே.

அப்படியென்றால் நடிகர்களை குறை சொல்வதற்கு பத்திரிகையாளர்களுக்கு அரசியல்வாதிகளுக்கு ஏதேனும்

தகுதியிருக்கிறதா? நடிகர்கள் தங்கள் புகழை அரசியலுக்கு செலவிட்டு பணமும் அதிகாரமும் அடைவது கீழ்மையானது தான். ஆனால் தனக்கிருக்கும் செல்வாக்கைக் கொண்டு ஜன நாயகத் தேர்தல் அரசியலில் ஈடுபட்டு மக்களுக்கு நன்மை செய்யவேண்டும் என்று ஒரு நடிகர் முன்வந்தால் அனைத்து வகையில் அது வரவேற்கத்தக்கதே.

தடி ஏந்திய ஆசிரியர்கள் தேவை

பொதுவாக தேர்தல் முடிவுகள் வெளிவரும்போது தோற்றுப் போனவர்கள், 'மக்கள் தீர்ப்பே மகேசன் தீர்ப்பு; அதற்குத் தலைவணங்குகிறேன்' என்பார்கள். வெற்றி பெற்றவர்கள், 'மக்கள் தீர்ப்பளித்துவிட்டார்கள், இனி எங்கள் மீதான எந்தக் குற்றச்சாட்டும் செல்லுபடியாகாது' என்பார்கள்.

ஜனநாயகம் உருவான பிறகு, மக்கள் என்ற வார்த்தை கிட்டத்தட்ட கடவுள் என்ற வார்த்தைக்கு நிகரானதாக மாறி விட்டது. 'மக்களுக்குத் தெரியும், மக்கள் நீதிமன்றத்தில் முடிவு செய்யப்பட வேண்டும், மக்களுக்கு முன்னால் நின்று பேசுகிறேன், மக்கள் மன்னித்து விடுவார்கள்' போன்ற வார்த்தைகளை மேடைகளில் அரசியல்வாதிகள் தொடர்ந்து பயன்படுத்துவதைப் பார்க்கிறோம்.

மக்கள் தவறு செய்வார்கள் என்றும், மக்களுக்குப் போதிய அறிவில்லாமல் இருக்கலாம் என்றும், மக்கள் நேர்மையை இழந்திருக்கலாம் என்றும், இன்று எவரும் மேடையில் பேச முடியாது. எந்த அரசியல்வாதியும், எந்த மேடையிலும் மக்களை ஒருசொல் கூட குறை சொல்ல முடியாது.

இரண்டு வகையான அரசியல்வாதிகள் இருக்கிறார்கள். மக்களை ஒரு குழந்தையாக எண்ணி, தந்தையின் இடத்திலிருந்து அவர்களிடம் பேசும் அரசியல்வாதிகள். தமிழகத்தில் காமராஜர் அத்தகைய அரசியல்வாதியாக இருந்தார். அவரே அவ்வகையில் இறுதியானவர். கேரளத்தில் இன்றும் மார்க்ஸியக் கம்யூனிஸ்டுக் கட்சித்தலைவர் அச்சுதானந்தன் அத்தகைய அரசியல்வாதியாக இருக்கிறார். அங்கும் அவரே அவ்வரிசையில் இறுதியானவர்.

அப்படி ஒரு நிலைப்பாட்டை எடுத்துக் கொள்வதற்கு மிகுந்த நேர்மை வேண்டும். எந்த ஒருவரும் தன்னுடைய நேர்மை மேல் எவரும் சிறிய ஒரு குற்றச்சாட்டைக்கூடச் சொல்லிவிட முடியாது என்ற தன்னம்பிக்கை தேவை. அவ்வாறு தந்தையின் இடத்தில் இருக்கும் அரசியல்வாதிகளே மக்களைக் குற்றம் சொல்ல முடியும். அவர்களின் குறைகளைச் சுட்டிக்காட்டி கண்டிக்க முடியும். அவர்களை வழிநடத்தவும் முடியும்.

மாறாக, இன்றைய அரசியல்வாதிகள் மக்களுக்கு முன் நிற்கும்போது தங்களைக் குற்றவாளிகளாக உணர்கிறார்கள். குற்றவாளிக் கூண்டில் நின்று நீதிமன்றத்தில் இருக்கும் நீதிபதியைப் பார்ப்பது போல் அவர்கள் மக்களைப் பார்க்கிறார்கள். ஆகவே தான் நீதிபதியிடம் பேசுவது போல, 'மிலார்ட்' என்றும், 'யுவர் ஆனர்' என்றும் பேசும் பாவனையில் நம்மிடம் பேசு கிறார்கள்.

உண்மையில் மக்கள் அந்த அளவுக்கு மதிக்கப்படத் தகுந்த வர்கள்தானா? மக்களாகிய நாம் நம்மைப்பற்றி அறிவோம். தி.மு.க., 'திருமங்கலம் சூத்திர'த்தை அறிமுகம் செய்தபோது, அடித்துப்புரண்டு சென்று, அவர்களிடம் பணம் பெற்றுக் கொண்டாடியது நாம் தான். திருமங்கலம் சூத்திரத்தின் வெற்றி யைப் பற்றி, தி.மு.க.,வைச் சேர்ந்த ஒருவர் பேசியதை, அமெரிக்க தூதர், அமெரிக்க அரசுக்கு எழுதி அனுப்ப, அது அமெரிக்க ஆவணங்களில் பதிவாகியிருக்கிறது. 'விக்கிலீக்ஸ்' அதை வெளிக்கொணர்ந்தபோது, உலகமே அதைத் தெரிந்து கொண்டது. அதற்குமேல் நமக்கு என்ன கவுரவம் எஞ்சியிருக்கிறது?

அரசியல்வாதிகள் பல்லாயிரம் கோடி ரூபாய் ஊழல் செய்யும் போது, அதில் எந்த அளவுக்கு பணத்தை நமக்கு அவர்கள் வாக்களிக்க லஞ்சமாக அளிப்பார்கள் என்று தான் சராசரி மக்களின் மனம் கணக்கு போடுகிறது. அந்த ஊழல் செய்த அதிகாரி அல்லது அரசியல்வாதியின் நேர்மையை விட சற்றும் மேம்பட்ட நேர்மை கொண்டவர்கள் அல்ல நமது மக்கள். எனது வாக்குரிமைக்காக நான் ஏன் பணம் பெற்றுக் கொள்ள வேண்டும் என்று கேட்கும் துணிவு நமது மக்களிடம் இல்லை.

ஆகவே, நாம் நம்மைப்போன்ற அயோக்கியத் தகுதி கொண்டவர்களைத்தான் அரசியலுக்குத் தேர்ந்தெடுக்கிறோம்.

ஜனநாயக சோதனைச்சாலையில்... ❄ 107

அதைச் சமாளிக்க, "யார் சார் யோக்கியன்?" என்றும், "எல்லாருமே திருடனுங்கதான் சார்" என்றும் பேசுகிறோம். தேர்தல் பேச்சுக்களில் அப்படி ஒரு குரலை ஒருவர் எழுப்பினால், அவரிடம் ஐம்பது ரூபாய்க்கு மேல் கொடுக்கல் வாங்கல் வைத்துக் கொள்ளக் கூடாது. அவர் நம்பத் தகுந்தவரே அல்ல. தன் அயோக்கியத்தனத்துக்கு அவர் சப்பைக் காரணம் கண்டுபிடிக்கிறார்; அவ்வளவுதான்.

எவ்வளவு சிறந்த அரசியல்வாதியாக இருந்தாலும், நமக்கு எவ்வளவு சேவை செய்திருந்தாலும், நமது சாதியைச் சேர்ந்தவருக்கு மட்டுமே நாம் வாக்களிக்கிறோம். எவ்வளவு பெரிய அரசியல் பிரச்னை இருந்தாலும், உடனடியாக நம் கண்ணுக்குத் தெரியும் ஒரு உணர்ச்சிகரமான பிரச்னையை நம்பி, அதற்கு வாக்களிக்கிறோம். ஒருபோதும் ஒன்றையும் நாம் பகிர்ந்து கொள்வதில்லை.

ஆம், மக்கள் என்பது ஒரு புனிதமான வார்த்தையே அல்ல. ஜனநாயகத்தில் மக்கள்தான் முக்கியமானவர்கள். அவர்களுக்கு சேவை செய்தாக வேண்டிய நிலையில் தான் அரசியல்வாதிகள் இருக்கிறார்கள். ஆனால், மக்கள் எது செய்தாலும் அது சரிதான் என்று அதற்கு பொருள் அல்ல.

உலகம் முழுக்க மக்களின் மனநிலை இவ்வாறு தான் உள்ளது. ஹிட்லர், பெரும் கொடூரர்களை வாக்களித்து, மக்கள் அதிகாரத்துக்கு கொண்டு வந்திருக்கிறார்கள். அவர்கள் திட்டமிட்டு பெரும் படுகொலைகளை நிகழ்த்தும்போது, அவர்களின் பிரசாரத்தைக் கேட்டு, அதற்குத் தங்களை ஒப்புக்கொடுத்து, அந்தக் குற்றங்களுக்கு அனுமதி கொடுத்திருக்கிறார்கள். மக்கள் தீர்ப்பு புனிதமானது என்று சொல்வதைப் போல, வரலாற்றுப் பொய் ஒன்றுமில்லை. இயேசுவை சிலுவையில் அறையச் சொன்னது மக்கள் தான். எத்தனையோ புனிதர்களை கல்லெறிந்து கொன்றதும் மக்கள் தான்.

ஆகவே, மக்களின் குரலாக ஒலிக்கும் அரசியல்வாதிகள் அல்ல, மக்களைக் கவரும் அரசியல்வாதிகள் அல்ல, மக்களை நோக்கிப்பேசக்கூடிய அரசியல்வாதிகள், மக்களைக் கண்டிக்கும் தார்மீகத் தகுதி கொண்ட அரசியல்வாதிகள் தான் நமக்குத் தேவை.

இந்தியாவுக்கு வந்த என் ஆங்கிலேய நண்பர் கேட்டதை நினைவுகூர்கிறேன். அவர் நூற்றைம்பது நாடுகளுக்கு பயணம் செய்த எழுத்தாளர். "உலகம் முழுக்க அறைகளில் மலம் கழிப்பார்கள். பொது இடங்களில் சாப்பிடுவார்கள். இந்தியர்கள் தலைகீழாக அதைச் செய்கிறார்கள்!"

உலக நாடுகளிலேயே பொது இடங்களில் மலம் கிடக்கும் ஒரே தேசம் இந்தியா தான். நானும் பல நாடுகளுக்குச் சென்றிருக்கிறேன், ஆப்ரிக்க நாடுகளுக்குக் கூட. எங்குமே சாலைகளில் மலம் கண்டதில்லை. படித்தவர்கள், வசதியான வீடு உடையவர்கள் கூட பொது இடங்களில் மலம் கழித்து விட்டு கூசாமல் எழுந்து செல்வதும், பிறர் பார்க்க சாலை ஓரங்களில் மலம் கழிக்க அமர்ந்திருப்பதும், மிகச் சாதாரணம் இங்கே.

இப்படி ஒரு பெரிய பண்பாட்டுப் பிரச்னை இந்தியாவுக்கு இருக்கிறது என்பதை அடையாளம் கண்டுகொண்டு, இதை மாற்றி அமைக்க முயற்சி செய்த கடைசி அரசியல்வாதி காந்தி தான். இந்தியர்களின் கழிப்பறை பழக்கங்களை மாற்றுவதை தன்னுடைய அரசியல் கடமைகளில் ஒன்றாக அவர் திரும்பத் திரும்ப சொல்லிக் கொண்டிருந்தார். தன் கழிப்பறைகளை தானே சுத்தப்படுத்தவேண்டும் என்றும், பொது இடங்களை சுத்தமாக வைத்துக் கொள்ள வேண்டும் என்றும் மக்களிடம் அவர் பிரசாரம் செய்தார்.

காந்தி, இந்திய சுதந்திரப் போராட்டத்துக்கான மிகப்பெரிய திட்டங்களைச் சொன்னார். கிராமிய பொருளாதாரம் சார்ந்த மிகப்பெரிய கனவுகளை அவர் வைத்திருந்தார். கூடவே இதையும் சலிக்காமல் அவர் சொல்லிக் கொண்டிருந்தார். அவருக்குப்பின் எந்த அரசியல்வாதியும் இதைச் சொல்லவில்லை.

கடந்த, 1918ல், முதல்முறையாக தென்னாப்ரிக்காவிலிருந்து காங்கிரஸ் மாநாட்டுக்கு வந்து உரையாற்றிய காந்தி, அந்த மாநாட்டின் கழிப்பறைகளைத் தூய்மை செய்வதைத் தான் முதலில் தன் கடமையாக எண்ணினார். காந்தியம் தொடங்கு வதே அங்குதான். காந்தி ஓர் ஊருக்குச் செல்லும் போது அவர் மலம் கழிக்கும் மரத்தாலான கழிப்பறையையும் சுமந்து செல்வார். அவருடைய அடையாளக்கொடி போல அது செல்லும் என்று, 'நள்ளிரவில் சுதந்திரம்' என்னும் நூலை எழுதிய

டொமினிக் லாப்பியர் மற்றும் லாரி காலின்ஸ் சொல்கிறார்கள். அது இந்தியாவுக்கு அவர் அளித்த ஒரு செய்தி. நாம் அதைக் கேட்கவேயில்லை.

இதே நிலைமை சிங்கப்பூரில் இருந்திருக்கிறது. லீ க்வான் யூ ஆறே மாதத்தில் இப்பழக்கத்திற்கு முடிவு கட்டினார். ஆங்கிலேய எழுத்தாளர், "ஒரு சிறிய சட்டம் மூலம் இதை தடுத்து விடலாமே" என்றார். நான் சொன்னேன், "தடுத்து விடலாம். ஆனால், மக்கள் ஆதரவை இழக்க வேண்டியிருக்கும். மக்கள் ஆதரவை இழந்தாலும் பரவாயில்லை, அவர்களுக்கு ஒரு நன்மையை நான் செய்ய வேண்டும் என்று நினைக்கும் அரசியல்வாதிகள் நம்மிடம் இல்லை" என்று.

அதற்கு நம் மனநிலையிலும் மாற்றம் தேவை. இன்று அத்தகைய ஓர் அரசியல்வாதி இருந்தால் நாம் அவரை எப்படி நினைப்போம்? கோமாளியாகத்தான், இல்லையா? நமக்கு ஊழல் பேர்வழிகள், அடிதடி பெயர்களை அடைமொழியாகக் கொண்ட குற்றவாளிகள்கூட வாக்களிக்கத்தக்க அரசியல்வாதிகள் என்று தோன்றுகிறார்கள். நம்மை கண்டிக்கும் ஒருவரை எதிரியாக எண்ண ஆரம்பிக்கிறோம். நாம் உதவாக்கரை மாணவர்களாக ஆகிவிட்டோம். இன்று நமக்குத் தேவை, கையில் கம்புடன் வகுப்புக்கு வரும் ஆசிரியர்.

இரண்டுக்கும் நடுவே...

இந்திய ஆங்கில எழுத்தாளர் அமிதவ் கோஷ் எழுதிய மூன்று நாவல் தொகையான இபிஸ் நாவல் வரிசை, நவீன இந்தியாவே அபின் மூலம் உருவானது என்ற ஒரு சித்திரத்தை அளிக்கிறது. அது ஒரு பார்வையில் உண்மை. அமிதவ் கோஷ், இலக்கியப் படைப்பாளி மட்டும் அல்ல; பொருளாதாரத்தின் வரலாற்றை எழுதும் ஆய்வாளரும் கூட.

Sea of Poppies, River of Smoke, Flood of Fire ஆகிய மூன்று நாவல்களில் இந்தியாவில் பிரிட்டிஷார் வேரூன்றிய ஆரம்ப காலத்தை அவர் சித்தரிக்கிறார். ஆப்ரிக்காவிலிருந்து கறுப்பின மக்களை பொறிவைத்துப் பிடித்துக் கட்டி இழுத்து அமெரிக்காவுக்குக் கொண்டு சென்று விற்கிறார்கள். அந்த, ‘மனிதச்சரக்கு’ ஏற்றிச் செல்லும் கப்பல்கள் அப்படியே இந்தியாவுக்கு சரக்குகள் ஏற்றிக் கொண்டு வந்தன. இங்கிருந்து ஒப்பியத்தை (அபின்) ஏற்றிக் கொண்டு சீனாவுக்குச் சென்றன.

பிரிட்டிஷ் அரசு அதன் ஆதிக்க விரிவாக்கத்துக்கு, ஒப்பியத்தை மிகவும் நம்பியிருந்தது. அவர்கள் சென்ற பகுதிகளில் எல்லாம், அபினை அறிமுகம் செய்தனர். ஆனால் தங்கள் படைவீரர்கள், அதைப் பயன்படுத்துவதை மிகக்கடுமையாகத் தடை செய்திருந்தனர். சீனாவைக் கைப்பற்றுவதற்காக வலுக்கட்டாயமாக அவர்கள், சீனாவில் அபினை அறிமுகம் செய்தனர். அதை அங்குள்ள அரசு எதிர்த்தபோது, அவர்களைப் போரில் தோற்கடித்து அபினை அங்கே பரவலாக்கினர்; சீனாவை வென்றனர். இவை ஒப்பியம் போர்கள் எனப்படுகின்றன. 1839ல் முதல் ஒப்பியம் போரும், 1856ல் இரண்டாம் ஒப்பியம் போரும் நிகழ்ந்தது.

இந்தியாவில் வேரூன்றிய பிரிட்டிஷார், இந்தியாவிலுள்ள விவசாயிகளை ஒப்பியம் பயிரும்படிச் சொல்லி கட்டாயப் படுத்தினர். ஒப்பியம் பயிரிடப்படாத வயல்களுக்கு பாசனம் மறுக்கப்பட்டது. மிகையான வரி போடப்பட்டது. விளைவாக ஒப்பியம் பயிர் பஞ்சாப், உத்தரப்பிரதேசத்தில் பெருகியது. ஒப்பியம் பிரிட்டிஷாருக்கு, அதிகாரத்தையும், பணத்தையும் அளித்தது. ஜமீன்தார்களும் கொழித்தனர். ஆனால் உணவு உற்பத்தி கடுமையாக வீழ்ச்சி அடைந்து மக்கள் பட்டினியால் செத்தனர்.

இந்த ஒப்பியம் விதைகளைச் சேகரித்து பிரிட்டிஷாருக்கு அளிக்கும் வணிகர்கள் உருவாகி வந்தார்கள். இவர்கள் பெரும்பாலும் பார்ஸிகள். இவர்கள் பெரும் கோடீஸ்வரர்கள் ஆகி, காலப்போக்கில் இந்திய முதலாளிகளாக வளர்ந்தனர். டாட்டா, பிர்லா போன்ற பார்ஸி பெருமுதலாளிகளின் உரு வாக்கம், இப்படித்தான் நிகழ்ந்தது என்கிறார் அமிதவ் கோஷ்.

ஒரு கட்டத்தில் இந்த முதலாளிகள் பிரிட்டிஷாரை மீறி வளர்ச்சி பெற்றனர். இந்தியச் சுதந்திரப் போராட்டத்திற்கு இவர்கள் நன்கொடைகளை அள்ளிக்கொடுத்தனர். உண்மையில் இந்தியச் சுதந்திரப் போராட்டத்தில் இவர்களின் பங்களிப்பை நம் வரலாறு சொல்வதே இல்லை. டாட்டா, பிர்லா இருவருக்குமே நெருக்கமானவர் காந்தி. அவர்களுக்கு ஒரு கொள்கையை அவர் உருவாக்கி அளித்தார். அதை, 'தர்மகர்த்தாக் கொள்கை' என அவர் அழைத்தார். தன் செல்வத்தை பிறர் வளர்ச்சிக்காகச் செலவிடும் அறக்கட்டளையாளர்களாக பெருமுதலாளிகள் செயல்படவேண்டும் என்றார் காந்தி.

இன்றைய இந்தியாவிலுள்ள பெருமை மிகுந்த கல்வி நிறுவனங்கள் இந்த பெருமுதலாளிகளால் தொடங்கப்பட்டவை. நவீன இந்தியாவில் கல்வி, தொழில்நுட்பம், கலைகள் ஆகிய வற்றுக்கான முக்கியமான பல அறநிலைகள் இவர்களுடை யவை. காந்தி சொன்ன தர்மகர்த்தாக் கொள்கையின் விளைவு இது.

ஆனால் இவற்றை விட முக்கியமானது, தங்கள் சொந்த லாபத்தை நோக்கமாகக் கொண்டு இவர்கள் உருவாக்கிய பெருந்தொழில்கள் இந்தியப் பொருளியலுக்கு அளித்த நன்மை.

இந்தியாவின் மாபெரும் தொழில் அமைப்புகளை இவர்கள் தான் உருவாக்கினர். இவர்கள் இரும்பு உருக்கு, உள்நாட்டுப் போக்குவரத்து போன்ற துறைகளில் பெரும் முதலீடுகளைச் செய்யாமலிருந்திருந்தால், இன்றைய நவீன இந்தியாவே உருவாகியிருக்காது என்பதே உண்மை.

அப்படியென்றால் இவர்களின் பின்னணியை நாம் எப்படி தார்மீகமாக மதிப்பிடுவது? இது சிக்கலான ஒரு கேள்வி. இதை நாம் வரலாற்றுப் பார்வையுடன், நிதானத்துடன் அணுக வேண்டும்.

ஒரு தேசம் வளர பெரிய முதலீடு தேவை. பெருந்தொழில் களையும், பெரும் கட்டுமானங்களையும் அப்படித்தான் உருவாக்க முடியும். அவை இல்லையேல், அந்நாட்டுக்கு அடித் தளமே இல்லை. அதற்கு இரு வழிகள். ஒன்று, முதலாளித்துவம். முதலாளிகள் இப்படித்தான் உருவாவர். எங்கே ஈரம் இருக்கி றதோ அங்கே மரம் முளைப்பது போல வரலாற்றில் எங்கே ஒரு சின்ன வாய்ப்பு உள்ளதோ அதைப் பயன்படுத்திக் கொண்டு அவர்கள் வளர்ந்து வருவார்கள்.

எந்தப் பெருமுதலாளிக்கும் அடியில் ஒரு பெரிய சுரண்டல், ஒரு சந்தர்ப்பவாதம் இருந்தே தீரும். ஐரோப்பாவின் பெரு முதலாளிகள் எல்லாருமே அடிமை வணிகம், ஆயுத வணிகம் மூலம் உருவானவர்கள். அமெரிக்க ஜனநாயகத்தின் ஒளிமிக்க முகம் என்றால், அது ஜான் கென்னடி. அவரது மூதாதையர் கள்ளச் சாராயக் கடத்தல் தொழிலில் இருந்து பணம் சம்பாதித்தவர்கள்.

இரண்டாவது வழி கம்யூனிசம். அது இந்தப் பெருந்தொழில் களை அரசாங்கமே செய்வது. அதற்குரிய முதலீட்டை, அரசே சேகரிக்கும். அந்தப் பொறுப்பை அதிகாரிகள் செய்வர். அதற்கு மக்களில் பெரும்பான்மையினரை கிட்டத்தட்ட அடிமை வேலையாட்களாக வைத்திருப்பார்கள். அவர்களுக்கு குறைந்த ஊதியத்தைக் கொடுத்து மிச்சத்தைச் சுரண்டிச் சேகரித்து முதலீடாக ஆக்குவார்கள்.

இன்றும் சீனாவில் தொழிலாளர்கள் ஒரு நகரத்திலிருந்து இன்னொன்றுக்குச் செல்ல பாஸ்போர்ட் விசா தேவை. அவர்கள் தங்கள் முதலாளிகளை அரசு அனுமதி இல்லாமல் மாற்றிக் கொள்ள முடியாது. அவர்களுக்குரிய குறைந்தபட்ச ஊதியத்தை

அரசே நிர்ணயித்து அளிக்கும். பல்லவி அய்யர் எழுதி தமிழில் வெளிவந்துள்ள, 'சீனா – விலகும் திரை' என்னும் நூலை ஆர்வ முள்ளவர்கள் வாசிக்கலாம்.

இன்றைய இளைஞர் வலதுசாரியாக இருக்கலாம், முதலாளிகள் மூலம் மூலதனம் திரண்டு முதலீடாக ஆவதை அவர் ஆதரிக்கலாம். அல்லது இடதுசாரியாக இருக்கலாம். மூல தனத்தை அரசே திரட்டி முதலீடு செய்ய வேண்டும் என்று அவர் எண்ணலாம். எதுவானாலும் அவரே வாசித்தும் சிந்தித்தும் அந்த நிலைபாட்டை எடுக்க வேண்டும்.

நான் முதலாளித்துவ ஆதரவாளன். எனக்கு அரசு அதிகாரி களை விட முதலாளிகளே மேல் என்னும் எண்ணமே இருக் கிறது. ஏனென்றால், முதலாளிகளை பல்வேறு பொருளாதார அமைப்புகள் கட்டுப்படுத்தும். பங்குச்சந்தை கட்டுப்படுத்தும். தொழிற்சங்கம் கட்டுப்படுத்தும். சர்வாதிகார அரசின் அதிகாரி களை மக்கள் எவ்வகையிலும் கட்டுப்படுத்த முடியாது.

ஆனால் எந்த நிலைப்பாடு எடுத்தாலும் நமக்கு அதன்மேல் மூர்க்கமான நம்பிக்கை இருக்கலாகாது. அதை வரலாற்று ரீதியாக அணுகும் நிதானம் தேவை. வாசிப்பு தேவை. நான் முதலாளித்துவம் நல்லது என நினைப்பதனால் இங்குள்ள முதலாளிகள் பிரிட்டிஷ் அரசின் சுரண்டலில் பங்குபெற்று உருவானவர்கள் என்னும் உண்மையை மழுப்ப மாட்டேன். அதை உணர்ந்து எச்சரிக்கையுடன் இருப்பேன்.

இன்று வலதுசாரி முதலாளித்துவப் பொருளாதாரம் பெரும்பான்மையினரால் ஆதரிக்கப்படுகிறது. ஆனால் அதன் உருவாக்கத்தைப் பற்றிய தெளிவு நமக்கிருக்கும் என்றால் அதை ஒரு தேவதூதனாக நாம் நினைக்க மாட்டோம். அது ஒரு காட்டுயானை. உரிய முறையில் கால்சங்கிலிகள் போடப்பட்டு துரட்டியால் கட்டுப்படுத்தப்பட வேண்டும்.

அந்த கால்சங்கிலியாகவும் துரட்டியாகவும் இடதுசாரி அரசியல் இருக்கவேண்டும். 1991ல் சந்திரசேகர் இந்தியாவின் பிரதமராக இருந்தபோது பெரும்பொருளியல் நெருக்கடி ஏற்பட்டது. இந்தியாவின் வைப்பு நிதியான தங்கத்தை உலக நிதியத்திற்கு அடகுவைக்கும் முயற்சி நிகழ்ந்தது. அப்போது

அதற்கெதிரான வலுவான இடதுசாரி நிலைபாடுதான் இந்தியா அதீதமுடிவுகளை எடுக்கமுடியாமல் காத்தது.

அதேபோல மன்மோகன்சிங் அரசு ஊழியர் வைப்பு நிதியை அந்நிய நிதியமைப்புகளில் முதலீடு செய்வதற்கு எடுத்த முயற்சியும் இடதுசாரிகளின் எதிர்ப்பால்தான் கைவிடப்பட்டது. இல்லையேல் 2008ல் அமெரிக்காவின் பெரும்பொருளியல் வீழ்ச்சியில் இந்தியா பலத்த அடிவாங்கியிருக்கும்.

இன்று முதலாளித்துவப் பொருளியலில் நாம் கண்மண் தெரியாத பாய்ச்சலில் சென்று அடிவாங்காமல் தடுக்கும் பெரிய எதிர்சக்தி இடதுசாரிகள். படிப்படியாக நம் நாடாளுமன்றத்திலும் சட்டமன்றத்திலும் அவர்களின் இடம் குறைந்து வருவது ஜனநாயகத்திற்கு நல்லது அல்ல என்று நான் நினைக்கிறேன்.

இந்தியத் தேர்தல் நேரத்தில் மூர்க்கமான ஒற்றைப்படை நிலைப்பாடுகள் உருவாகின்றன. ஒரு தரப்பினர் வலதுசாரி முதலாளித்துவத்தின் தரப்பில் நின்று இடதுசாரிகளை நாசகாரச் சக்திகள் என்பார்கள். இடதுசாரிகளை ஆதரிப்பவர்கள் முதலாளித்துவமே மோசடி என்பார்கள். இருதரப்பையும் நிதர்சனத்துடன் பார்க்கும் ஒரு வலுவான தரப்பு இளையதலை முறையினரில் உருவாகவேண்டும். அதுவே ஜனநாயகத்தின் சுக்கான்.

எதிரும் புதிரும்

கேரள ஆன்மிக ஞானி நாராயண குருவின் மாணவ மரபில் வந்தவரான மறைந்த நித்ய சைதன்ய யதி அவர்களை என்னுடைய குருநாதராக நான் சொல்வதுண்டு. எனது இருபத்தெட்டாவது வயதில் நான் அவரை முதலில் சந்திக்கும் போதே நூல்களை எழுதி எழுத்தாளனாக அறியப்பட்டிருந்தேன். ஆனால் கல்லூரியிலும், புத்தகங்களிலும் நான் உண்மையான கல்வியை பெறவில்லை என்பதை நான் அவரிடம்தான் கற்றுக் கொண்டேன்.

நித்ய சைதன்ய யதி அமெரிக்கப் பல்கலைகளில் ஆசிரியராக இருந்தவர். ஆனால் இந்தியமுறை குருகுல அமைப்பை உருவாக்கியவர். தத்துவம் தொடர்பான ஒரு கருத்தை, பதினைந்து நிமிடங்கள் எடுத்துக் கொண்டு அவரிடம் நான் விரிவாகப் பேசி முடித்ததும் மெல்லிய புன்னகையுடன், 'சரி. இன்னொரு பதினைந்து நிமிடம் இதன் எதிர்த்தரப்பைப் பற்றி சொல்' என்றார்.

நான் குழப்பத்துடன், 'அதை நான் ஏன் சொல்ல வேண்டும்?' என்றேன். நித்ய சைதன்ய யதி, 'எந்தக் கருத்தும் அதன் எதிர்த் தரப்புடன் சேர்ந்துதான் செயல்பட முடியும். மனித மூளையின் இயல்பே அப்படித்தான். நீ சொன்ன கருத்துக்கான மறுப்பு என்ன? அதை சொல். இதே அளவு ஆற்றலுடன், இதே தெளி வுடன் அதைச் சொல்' என்றார். என்னால் சொல்ல முடியவில்லை.

அப்போதுதான் நான் சிந்தித்துக் கொண்டிருப்பது மிகப் பிழையான ஒரு முறை என்று தெரிந்தது. ஒரு கருத்து அதற்கு நேர் எதிரான இன்னொரு கருத்துடன் மோதி, முரண்பட்டு, உரையாடி, அதன் விளைவாக மூன்றாவது ஒரு கருத்தை உருவாக்குகிறது.

நேர்க்கருத்தை தீஸிஸ் என்கிறார்கள்; எதிர்கருத்து ஆன்டிதீஸிஸ். விளைவுக்கருத்து சிந்தஸிஸ் எனப்படுகிறது.

ஆங்கிலத்தில் இதை டயலக்டிஸ் என்கிறார்கள். இன்றைய தமிழில் முரணியக்கம் என்கிறார்கள். வேதாந்த மரபில் இதை யோகமீமாம்ஸை என்பார்கள். சைவ சித்தாந்தத்தில்கூட சுபக்கம், பரபக்கம் என இரண்டாக கருத்துகள் பிரிந்து மோதி வளர்வதைப்பற்றி பேசுகிறார்கள். சிவசக்தி நடனம் என்பதே ஒருவகையில் இதுதான்.

ஒரு நமது கல்வி நிறுவனங்களில் இந்த விவாதமுறையை நாம் கற்பிப்பதே இல்லை. இங்கே கருத்து என்றாலே விஷயத்தைச் சார்ந்து மூர்க்கமாக, ஆவேசமாக வாதாடுவதுதான். இதனால்தான் நம்முடைய அனைத்து மேடைகளிலும் அனைவரும் ஒற்றைப் படையாகவே ஒரு கருத்தை சொல்கிறார்கள். அதன் மறு தரப்பைப் பற்றி அவர்களால் யோசிக்கவே முடிவதில்லை.

இந்தியாதனியார்மயத்தின் பாதையில்தான் செல்ல வேண்டும் என்று ஒருவர் வாதிடும்போது, அவரிடம், 'தனியார்மயத்தின் ஆபத்துகள் என்ன என்பதை ஒரு பத்து நிமிடங்கள் சொல்லுங்கள்' என்று கேட்டால் அவரால் சொல்ல முடியாது. 'தனியார்மயத்தால் ஆபத்தே இல்லை, அனைத்துமே சிறந்தவை' என்று அவர் சொல்வார். தனியார்மயம் ஆபத்தானது என்று வாதிடும் இடதுசாரியிடம் தனியார்மயத்தின் லாபங்களைப் பற்றிக் கேட்டாலும் அவரால் சொல்ல முடியாது. இந்த ஒற்றைப்படை தன்மைதான் உண்மையில் நம்முடைய அரசியல் விவாதங்கள் அனைத்தையுமே பயனற்றதாக ஆக்கியிருக்கிறது.

ஒரு தரப்பை நாம் பார்க்கும்போதே அதன் மறுதரப்பை பார்க்கமுடியாமலாகும் மனஅமைப்பை பெற்றுவிடுகிறோம். அந்த ஒற்றைத்தரப்பை நடைமுறைச் செயலாக ஆக்கும்போது அதன் எதிர்த்தரப்பு கிளர்ந்து வரும். நாம் அதை வேருடன் அழிக்க முயல்வோம். அப்படி அழிக்கப்படுவது உண்மையில் ஒரு முக்கியமான தரப்பாக எதிர்காலத்தில் வளர வாய்ப்புள்ள வையாக இருக்கும். அதை அழித்ததனால் மிகப்பெரிய இழப்பு நமக்கு வரக்கூடும்.

ஓர் உதாரணம் சொல்ல வேண்டுமென்றால், 70கள் வரைக்கும் இந்திய அரசு காடுகளை பொருள் உற்பத்திக்கான

இடங்களாகத்தான் பார்த்தது. நான் படிக்கும் காலத்தில் பாடப் புத்தகங்களிலேகூட, 'காடு நமக்கு, விறகு, அரக்கு, தோல் முதலியவற்றை தருகிறது' என்றுதான் இருக்கும். வருடம் தோறும் காட்டில் முதிர்ந்த மரங்களை வெட்டி விற்பதற்கு அரசே குத்தகைக்கு கொடுக்கும் பழக்கம் இருந்தது. 'கூப் காண்ட்ராக்ட்' என்று அதை இளமையில் சொல்ல கேள்விப்பட்டிருக்கிறேன். ஆம், அரசாங்கமே திட்டமிட்டு காடுகளை வெட்டி அழித்துக் கொண்டிருந்தது.

அதற்கு எதிராக இங்குள்ள காந்தியவாதிகளில் ஒரு தரப்பினர் பேசினர். காடுகளை அழிக்கக்கூடாது என்றும், அவற்றை பேண வேண்டும் என்றும் குரல் கொடுத்தனர். பல இடங்களில் மரங்களை வெட்டுவதற்கு எதிராக அவர்கள் போராட்டங்களை நடத்தினர். இமயமலைச்சாரலில் மரங்களை வெட்ட வந்த அரசு அதிகாரிகளுக்கெதிராக மரங்களை கட்டிப் பிடித்து நின்று போராடும் ஒரு போராட்ட முறையை, காந்தியவாதி சுந்தர்லால் பகுகுணா அவர்களால் உத்தரப்பிரதேசம், கர்வால் பகுதியில், 1971ல் தொடங்கப்பட்ட சிப்கோ இயக்கம் அறிமுகம் செய்தது.

அப்போது இங்குள்ள அறிவுஜீவிகளுக்கு அது ஒரு தேவையற்ற பிடிவாதமாகவும், ஏளனத்துக்குரியதாகவும் தான் தோன்றியது. வளர்ச்சியை பற்றி பேசும் வலதுசாரிகளும் தொழிலாளர் நலன் பேசும் இடதுசாரிகளும் அவர்களை எதிர்த்தனர். வளர்ச்சி என்பது ஒரு கருத்து என்றால், அவ்வளர்ச்சி சுற்றுச்சூழலை அழிக்கக்கூடாது என்பது எதிர்க்கருத்து. ஜனநாயகத்தில் இரண்டு கருத்துகளும் முரண்பட்டு, இரண்டுக்கும் நடுவே உள்ள ஒரு முடிவுதான் எட்டப்பட வேண்டும். இந்தியாவில் ஜனநாயகம் இருந்ததால் தான் பகுகுணா அவர்கள் தன்னுடைய கருத்தை இந்தியா முழுக்க அலைந்து ஊடகங்களில் சொல்ல முடிந்தது.

கடந்த, 1972ல் சுவீடன் நாட்டில் ஸ்டாக்ஹோம் நகரில் ஐக்கிய நாடுகள் சபை சார்பில் நடந்த உலகச் சுற்றுச்சூழல் பாதுகாப்பு மாநாடுதான் உலக அளவில் சுற்றுச்சூழல் பற்றிய முதல் முயற்சி. அது ஒரு பெரிய எச்சரிக்கை மணியை அடித்தது. உலகின் பசுமைவளம் அழிந்து கொண்டிருக்கிறது என்றும், நீர்வளம் குறைந்து கொண்டிருக்கிறது என்றும், காடுகள் அழிக்கப்படும் என்றால் உலகமே சிலவருடங்களில் அழிந்து விடக்கூடும் என்றும் அது குரல் கொடுத்தது.

காந்தி அந்த மாநாட்டுக்கு சென்றிருந்த இந்திரா அந்தக் குரலை புரிந்துகொண்டார். உலகநாடுகளிலேயே ஆரம்பத்திலேயே சுற்றுச்சூழல் பற்றிய பிரக்ஞையை அடைந்த நாடுகளில் ஒன்று இந்தியா. அதன்பின் தான் இந்தியாவில் இன்றிருக்கும் சுற்றுச்சூழல் சார்ந்த எச்சரிக்கைகளும், கட்டுப்பாடுகளும் உருவாயின. காடுகளைப் பாதுகாப்பதற்கான சட்டங்கள் பிறப்பிக்கப்பட்டன. கண்காணிப்பு அமைப்புகள் பிறந்தன.

இன்றும்கூட இந்தியாவைச் சூழ்ந்துள்ள பலநாடுகளில் இப்படி ஓர் எச்சரிக்கையே இல்லை. மலேசியாவும், இந்தோனேசியாவும் காடுகளை தீவைத்துக் கொளுத்தி அழித்து எண்ணைப்பனை விவசாயம் செய்ய பெரிய நிறுவனங்களுக்கு அனுமதி கொடுக்கின்றன. கிட்டத்தட்ட தமிழகம் அளவுக்கு பரப்புள்ள காடுகள் வானிலிருந்தே எரிபொருள் வீசி எரித்து அழிக்கப்படுகின்றன. மாதக்கணக்காக தீ எரிகிறது.

இந்தோனேசியாவுக்குச் சமீபத்தில் சென்றிருந்தபோது, மொத்த நாடே புகையால் மூடப்பட்டு இருண்டிருந்ததைக் கண்டேன். மொத்த மக்களும் இருமிக் கொண்டிருந்தனர். எங்கும் கரி. அந்தப் புகை மேகம் போல சிங்கப்பூருக்கு வந்து மூடி சிங்கப்பூர் அரசு பலநாட்கள் விடுமுறை விட வேண்டிய நிலைமை உருவாகிறது. சீனாவில் மூச்சு வடிகட்டிகள் இல்லாமல் பலநகரங்களில் நடமாடவே முடியாது.

ஏனென்றால் அங்கெல்லாம் வளர்ச்சிபற்றி பேசும் ஆட்சியாளர்கள் சுற்றுச்சூழல் பற்றிய பேச்சை எடுப்பதற்கே எவரையும் விடுவதில்லை. அங்குள்ளது சர்வாதிகார அரசு. ஆகவே மறுதரப்பே இல்லை. இந்தியாவில் ஜனநாயகம் இருப்பதனால் தான் சுற்றுச்சூழல் பற்றி காந்தியவாதிகள் பேசிய பலவீனமான குரல் இன்று இவ்வளவு தூரம் வளர்ந்திருக்கிறது.

ஆகவே ஒரு ஜனநாயக சூழலில் எவர் ஒருவர் எந்த வகையான செய்தியை சொன்னாலும் அவரே அதில் உள்ள குறைகளையும் அதன் மாற்றுத் தரப்புகளையும் எடுத்துரைக்கிறாரா, அவற்றை அவர் தர்க்கபூர்வமாக நிதானமாக அணுகுகிறாரா என்பதை நாம் பார்க்க வேண்டும்.

எதிர்த்தரப்பென்பதே முட்டாள்தனத்தின் உச்சம் என்றொருவர் மேடையில் வாதிடுவாரென்றால், அவர் ஒரு

அரசியல்வாதி அல்ல. அவர் வெறும் பிரச்சாரகர். அந்தக் குரலை கீழ்மட்டத்திலுள்ள ஒரு எளிமையான அரசியல் தொண்டன் பேசினால் கூட நம்மால் புரிந்து கொள்ள முடியும். ஆனால் நாட்டை ஆள்பவர், ஆள விரும்புபவர் அவ்வாறு பேசினாரென்றால் நாம் மிகுந்த எச்சரிக்கை அடைய வேண்டும். அவர் பெரிய அழிவுசக்தி.

ஜனநாயகமென்பது ஒன்றுக்கு மேற்பட்ட தரப்புகள் ஒன்றுடன் ஒன்று மோதி முரண்பட்டு முன்னகரும் ஓர் இயக்கம். முரணியக்கமே ஜனநாயகம். ஆகவே எவர் எந்தத்தரப்பைப் பற்றிப்பேசினாலும் அதன் மறுதரப்பு என்ன என்று அவரிடமே கேட்டாகவேண்டும்.

பாத்திரத்தின் களிம்பு

பொதுவாகவே கங்கைக்கரை மாநிலங்கள் ஆரம்பக் கல்வியில் மிகவும் பின்தங்கியவை. 12 ஆண்டுகளுக்கு முன், ஹரியானா முதல்வராக இருந்த ஓம்பிரகாஷ் சவுதாலா, ஆசிரியர் நியமனத்தில் பெருமளவில் ஊழல் செய்து தவறானவர்களை ஆசிரியர்களாக ஆக்கினார். அதற்காக அவர் சிறை செல்ல நேரிட்டது. இதைவிடப் பிற்பட்ட நிலை பீஹாரில் இருக்கிறது. ஆரம்பக் கல்வி என்பதே பீஹாரில் ஒரு மோசடி என்று ஆய்வாளர்கள் எழுதி இருக்கிறார்கள்.

ஆச்சரியம் தரும் விஷயம் என்னவென்றால், சுதந்திரம் கிடைத்ததும் மிகச்சிறந்த அரசியல்வாதிகளான ஆச்சாரிய கிருபாளனி, ஜெயப்ரகாஷ் நாராயணன் போன்றவர்களால் வழிநடத்தப்பட்ட அரசியல் கொண்டது பீஹார்.

நாற்பதுகளில் ஏற்பட்ட பஞ்சம் அதற்கு ஒரு பின்னடைவாக இருந்தாலும் சுதந்திரத்திற்கு பின் பீஹார், இந்தியாவின் மிக வெற்றிகரமாக ஒரு மாநிலமாக மாறிக் கொண்டிருந்தது. ஏனென்றால், கனிமவளம் கொண்டது அது. கங்கை ஓடுவதனால் நீர்வளம் நிறைந்தது. மிகப்பெரிய அளவில் மக்கள் வளம் கொண்டது.

ஆனால், சாதி அரசியலால் பீஹார் வீழ்ச்சி அடையத் தொடங் கியது. பெரும்பான்மையினர் அரசியலைக் கைப்பற்றுவது ஜனநாயகத்தில் இயல்பானது. ஆனால், அது பீஹாரில் பெரிய அழிவை உருவாக்கியது.

அங்கே பெரிய எண்ணிக்கையில் உள்ள யாதவர்கள், ஜாட்டுகள் என்னும் இருபெரும் ஜாதியினரால் அங்குள்ள அரசியல் கையடக்கப்பட்டது. கிராமங்கள் அனைத்தும்

அவர்கள் கட்டுப்பாட்டுக்கு சென்றன. அனைத்து வளர்ச்சித் திட்டங்களையும் அவர்கள் முடக்கினர். அதன்பிறகு அங்கே எந்த முன்னேற்றமும் நிகழ்வில்லை.

தமிழ்நாட்டில், செங்கல் சூளைகளிலும், திருப்பூரில், நெசவு ஆலைகளிலும் வேலைக்கு வரும் பல்லாயிரக்கணக்கான வட இந்தியர்கள் பீஹார் மாவட்டத்தை சேர்ந்தவர்கள். ஈரோடு பகுதிகளில் விவசாய வேலைக்கு கூட பீஹாரிலிருந்து மக்கள் கொண்டு வரப்படுகிறார்கள். குஜராத்தில் விவசாய நிலங்கள் அனைத்தையுமே பீஹாரில் இருந்து வரும் கூலித் தொழிலாளர்கள் தான் செய்கிறார்கள். ஏன் லடாக்கில் ரத்தம் உறையும் கடுங்குளிரில் சாலை போடும் வேலையே பீஹாரிகள் தான் செய்கிறார்கள். இந்தியா முழுக்க மிகக்குறைவான ஊதியத்திற்கு பீஹாரிகள் கூலிகளாகச் செல்கிறார்கள். சொந்த நாட்டின் அகதிகள் அவர்கள்.

நிதிஷ்குமார் பாரதிய ஜனதாவுடன் அமைத்த முதல் ஆட்சி என்பது பீஹார் பேரழிவின் விளிம்பில் நிற்கும்போது உருவான ஒரு சிறிய மாற்றம். மிகுந்த நல்லெண்ணத்துடன் பல சீர்திருத்த முயற்சிகளை நிதிஷ் மேற்கொண்டார். முதலில் கிராமங்கள் முழுக்க இருந்த கட்டைப் பஞ்சாயத்து முறையை ஒழித்து சட்டத்தின் ஆட்சியை அவர் கொண்டு வந்தார்.

நான் தொண்ணூறுகளில் பீஹாரில் பயணம் செய்யும் போது பல ஊர்களில் சாலைகளில் அந்த கிராமத்துப் பண்ணையார்களே செக்போஸ்டுகளை நிறுவி, அவ்வழியே செல்லும் வாகனத்தி லிருந்து தன் சொந்தச் செலவுக்கு கட்டாய வசூல் செய்வதை கண்டிருக்கிறேன். ஏதேனும் ஓர் ஆலயத்துக்கான நிதி வசூல் என்று ரசீதும் அளிப்பார்கள். எந்த காவல் துறையாலும் அதைத் தடுக்க இயலவில்லை.

பீஹாரில் சட்டம் - ஒழுங்கை திருப்பிக் கொண்டு வந்தது, நிதிஷ்குமாரின் மிகப்பெரிய சாதனை. கிராமத்துச் சந்தைகளை கட்டுப்படுத்தி வென்று வந்த குற்றவாளிகள் அகற்றப்பட்டனர். பீஹாரில் ஓரளவுக்கு வளர்ச்சி உருவாகியது.

அடுத்த கட்டமாக ஆரம்பக்கல்வியை மேம்படுத்த நிதிஷ் முயன்றார். முப்பதாயிரம் ஆரம்பப்பள்ளி ஆசிரியர்களை, மூன்று படிகளாக நியமித்தார். அவர்களை நியமிக்கும் பொறுப்பு கிராமப்

பஞ்சாயத்துகளுக்கும், கிராம நிர்வாக அலுவலர்களுக்கும் வழங்கப்பட்டது.

அவ்வாறு கிராம பஞ்சாயத்துகளுக்கு அவ்வுரிமை வழங்கப் பட்டது, மிகப்பெரிய பிழை என்று தெரிய வந்தது. இதழா ளர்கள் சிலர் சேர்ந்து, பீஹாரின் இந்தப் புதிய ஆரம்பப்பள்ளி ஆசிரியர்களில் மிகக் கணிசமானவர்கள் ஆரம்பப்பள்ளியே முடிக்காதவர்கள் என்றும், அவர்கள் அளித்த கல்விச் சான்றிதழ்கள் அனைத்தும் போலியானவை என்றும் வெளிக்கொணர்ந்தனர். சான்றிதழ்களை பரிசோதிக்க வேண்டிய அதிகாரிகள் பணம் பெற்றுக் கொண்டு அவர்களை வேலைக்கு சேர்த்திருந்தார்கள். எழுதப் படிக்கக் கூட தெரியாதவர்கள் ஆரம்பப்பள்ளி ஆசிரியர்களாகி சம்பளம் பெற்றார்கள். அவர்கள் பள்ளிக்கு செல்லவோ பாடங்களை நடத்தவோ இல்லை. பீஹாரின் கல்வி முறை தரை மட்டத்திலிருந்து மேலும் கீழே சென்றது.

ஆனால், இந்த ஊழல் வெளிப்பட்டு, அதிகாரப்பூர்வமாக ஆவணங்கள் வெளிக்கொணரப்பட்டு, ஆதாரப்பூர்வமாக நிறுவப்பட்ட பிறகும் கூட நிதிஷ் அரசால் எதுவுமே செய்ய முடியவில்லை. இந்த ஆசிரியர்களில் கணிசமானவர்கள் அதற்குள் பணிநிரந்தரம் பெற்றுவிட்டிருந்தனர். அவர்கள் ஆசிரியர் சங்கங் களில் உறுப்பினர்களாகி விட்டிருந்தனர். அவர்களுக்காக ஆசிரியர் சங்கங்கள் தெருவில் இறங்கி போராடவும் தயாராக இருந்தன.

அரசு ஊழியர்களையும், ஆசிரியர்களையும் பகைத்துக் கொள்ள நிதிஷ் விரும்பவில்லை. அவர்கள் மேல் எந்த நடவடிக்கையும் எடுக்கவில்லை. அவர்கள் பலவகையிலும் தக்கவைக்கப்பட்டனர். அடுத்த தேர்தலில் நிதிஷ் வென்று ஆட்சிக்கு வர இவர் நடவடிக்கை எடுக்காமல் இருந்ததே முக்கியமான காரணமாக அமைந்தது என்பார்கள்.

ஏன் ஆசிரியர்களுக்கு இந்த அதிகாரம் இருக்கிறது? அரசு ஊழியர்களும், ஆசிரியர்களும் இந்தியாவின் தேர்தல் முறையை மறைமுகமாக கட்டுப்படுத்தும் ஆற்றல் கொண்டவர்கள். சென்ற முறை ஜெயலலிதா அரசு, அரசு ஊழியர்கள் மேல், ஆசிரியர்கள் மேல் கடுமையான நடவடிக்கைகளை எடுத்த போது ஒரு ஆசிரியர் என்னிடம் சொன்னார், "வரும் தேர்தலில்

ஜெயலலிதாவை தோற்கடிப்போம். மக்கள் ஜெயலலிதாவை ஆட்சிக்கு கொண்டுவர நினைத்தாலும் எங்களால் தோற்கடிக்க முடியும்.''

நான் வியப்புடன், "எப்படி?'' என்று கேட்டேன். மக்கள் வாக்களிக்க வராத பல்லாயிரம் வாக்குச் சாவடிகள் தமிழகத்தில் உள்ளன. அவை முழுக்க முழுக்கத் தேர்தல் அதிகாரிகளாகச் செல்லும் ஆசிரியர்களின் கட்டுப்பாட்டில் உள்ளன. அவற்றை அவர்கள் என்ன வேண்டுமானாலும் செய்ய முடியும் என்றார் அவர். எப்படி வெவ்வேறு தேர்தல்களை தாங்கள் முடிவு செய்தோம் என்று அவர் விளக்கியபோது ஒருகணம் உறைந்து போய்விட்டேன்.

இந்தியா முழுக்க எல்லா அரசுகளும் ஆசிரியர்களையும், அரசு ஊழியர்களையும் பார்த்து அஞ்சுகின்றன. ஒவ்வொரு முறையும் தேர்தல் நெருங்கும் போது, ஊதிய உயர்வோ பிற சலுகைகளோ கேட்டு அவர்கள் போராடுவதையும், அதற்கு அரசு அடிபணிவதையும் நாம் பார்த்துக் கொண்டிருக்கிறோம். ஒரு மாஃபியா போல இந்திய ஜனநாயகத்தை பிணைக்கைதிகளாக வைத்திருக்கிறார்கள் இவர்கள்.

வாக்கு எந்திரம் வந்த பிறகு இவர்களுடைய அதிகாரம் பெருமளவுக்கு மட்டுப்பட்டிருக்கிறது என்றாலும் இன்றும் கூட ஓரளவுக்கு தேர்தல்களை விரும்பியபடி மாற்றும் வல்லமை இவர்களுக்கு இருக்கிறது.

இந்த மறைமுக அதிகாரத்தை இவர்களிடமிருந்து எப்படி அகற்றுவதென்பது எல்லா அரசுகளும் எண்ணிக்கொண்டிருக்கும் செயல்தான். ஆனால், அது மக்களின் தொடர் முயற்சியால் மட்டும் தான் முடியும். தேர்தல் அதிகாரிகள் சாதகமாக செயல்பட்டால் தேர்தல் வாக்களிப்புகளை பல வகையிலும் மாற்றி அமைக்க முடியும் என்ற நிலை இன்றும் நீடிக்கிறது. ஒவ்வொரு தேர்தல் மையத்திலும் அரசியல் கட்சிகளுக்கு அப்பாற்பட்டு மக்களும் ஏதேனும் ஒரு வகையில் கண்காணிக்கத் தொடங்க வேண்டும். முறைகேடுகள் நிகழுமென்றால் அவற்றை செய்தியாக்கவும் புகாரளிக்கவும் தயங்கக்கூடாது.

தொலை தூரத்தில் அதிகம் மக்கள் செல்லாத பழங்குடி மக்கள் வாழும் பகுதிகளில் அமைந்துள்ள வாக்குச் சாவடிகளை

கண்காணிக்க மக்கள் கண்காணிப்பகங்கள் அமைய வேண்டும். இல்லையேல் வரிப்பணத்தை ஊதியமாக பெற்றுக் கொண்டு அதற்குரிய எந்த நியாயமான பங்களிப்பையும் சமுதாயத்துக்கு வழங்காமல் இருக்கும் அரசு ஊழியர்களின் கைகளில் அரசாங்கம் பாவையாக ஆகிவிடும்.

இந்தியா போன்ற பெரும் தேசத்திற்கு அரசு ஊழியர்கள் மிக அவசியமானவர்கள்; அவர்களின்றி இந்த சிக்கலான விரிந்த நிலப்பரப்பை ஆள முடியாது. இந்தியா முழுக்க பரவி யிருக்கும் ஒரே கல்வியும், ஒரே வகைப் பயிற்சியும் கொண்ட அரசு ஊழியர்களின் அமைப்பு வெள்ளையர்களால் உருவாக்கப் பட்டது. அதுவே இந்தியாவை ஒன்றாகக் கட்டி நிறுத்துகிறது. இந்தியா என்னும் உடம்பின் நரம்புவலை அவர்களே.

ஆகவே, அவர்களுக்கு தவிர்க்க முடியாமல் ஓர் அதிகாரம் கை வருகிறது. அதை வெள்ளையர் காலம் முதலே ஊழலுக் காகத்தான் அவர்கள் பயன்படுத்தி வருகிறார்கள். வெள்ளை யர்கள் அவர்கள் தங்களை ஆதரிப்பதற்கு அளித்த கப்பம் அது. சுதந்திரத்திற்குப்பின் அவர்களை இந்திய ஜனநாயக அரசுகள் கட்டுப்படுத்த முடியாமல் போனது அவர்களுக்கு தேர்தலில் இருக்கும் பங்களிப்பால்தான்.

இந்தியாவின் மிகப்பெரிய ஊழல்வாதிகள் அரசியல்வாதிகள் அல்ல; இந்த அரசு ஊழியர்கள் தான். ஒட்டுமொத்தமாக இந்தியாவின் வரிப்பணத்தை இவர்கள் தான் சுருட்டி அழிக்கி றார்கள். எந்த ஒரு அரசு, அரசு ஊழியர்களுக்கு எதிரானதாக இருக்கிறதோ அதுவே மக்களுக்கு சாதகமான அரசாக இருக்க முடியும் என்பதே இந்தியாவின் நடைமுறை உண்மை.

பொம்மைகளின் அரசியல்

ரஜினிகாந்த் நடித்த பாட்ஷா படத்தின் ஒரு போஸ்டர் நம்மில் பலருக்கு நினைவிருக்கும். பல நூறு கைகளால் ரஜினி காந்த் மேலே தூக்கப்பட்டிருப்பார். தன் கையை முஷ்டி மடித்துத் தூக்கி உற்சாகமாக ஆர்ப்பரிப்பார். அந்த படத்தில் ஒரு பாடல் காட்சியில் மிகச்சிறப்பாக இக்காட்சி படமாக்கப்பட்டிருந்தது. அதன் இசையும் ஒலிக்கோர்ப்பும் மிகச்சிறந்த முறையில் அந்த சித்திரத்தை நம் மனதில் உருவாக்கின.

எனது நண்பரான சுரேஷ் கிருஷ்ணா இயக்கிய படம் அது. காட்சி அமைப்பில் மிகக்கவனம் கொண்ட இயக்குநர் அவர். எந்த வகையில் ரசிகர்களின் உள்ளத்தில் ரஜினிகாந்த் நிலைநிறுத்தப்பட வேண்டும் என்று யோசித்து வரைந்து உருவாக்கப்பட்ட காட்சி அது. அது என்ன சொல்கிறது? நூற்றுக் கணக்கான இளைஞர்களின் கரங்களால் அவர் மேலே தூக்கப்படு கிறார். அந்தக் கைகளில் ஒன்று அவரது கை. ஆனால் மற்ற கைகளை விட ஒரு படி மேலாக நிற்கிறது. அவர்களில் ஒருவர் ஆனால் அவர்களின் தலைவர் அவர்.

அந்தக் காட்சியை நாம் பார்க்கும்போது அதன் அர்த்தத்தை யோசிக்க மாட்டோம். ஆனால் அதன் அர்த்தம் நம் மனதில் எங்கோ நம்மை அறியாமலேயே ஆழப்பதிந்திருக்கும். இதுதான் இத்தகைய காட்சிகளின் வலிமை. இவ்வாறு நாம் நினைத்தி ருக்காத உள்ளர்த்தங்கள் ஏற்றப்பட்ட காட்சிகளைத்தான் இலக்கியவாதிகள், 'படிமம்' என்கிறார்கள்.

இன்று இருப்பது படிமங்களின் அரசியல். ஒவ்வொரு அரசியல்வாதியும் தங்களை ஒரு குறிப்பிட்ட வகையில் காட்சி யாக, படிமமாக ஆக்கிக் கொள்கிறார்கள். ஒருவகையில் இந்த

படிம அரசியலைத் தொடங்கி வைத்தவர் காந்தி. இந்தியாவின் சாதாரண விவசாயிகளின் உடையை அவர் அணிந்தார். அது சமணத் துறவியின் ஆடையும் கூட. சமணத் துறவிகளைப் போல கையில் ஒரு கோல் வைத்திருந்தார்.

இந்தியா முழுக்க ரயிலில் பயணம் செய்து காந்தி மக்களை சந்தித்தார். ரயில் ஒரு நிலையத்தில் நிற்கும்போது அதன் வாசலில் வந்து நின்று மக்களைப் பார்த்து மெல்லிய குரலில் ஓரிரு சொற்களில் வாழ்த்து மட்டுமே அவர் சொல்வார். விரிவான உரைகள் நிகழ்த்துவதற்கான ஒலி அமைப்பு அன்று இல்லை. ஆனால் அவருடைய அந்தத் தோற்றமே அவர் என்ன சொல்ல வருகிறார் என்பதை மக்களுக்கு உணர்த்தியது. அகிம்சைப் போராட்டம் என்பது காந்தியின் உருவம் மூலமே மக்களிடம் சென்று சேர்ந்தது.

இந்திய காங்கிரஸ் கட்சியின் சார்பில் லண்டனுக்கு ஆறாம் ஜார்ஜ் அரசரை பார்க்க செல்லும்போது காந்தி அதே எளிய உடையைத் தான் அணிந்திருந்தார். மன்னர் ஆடம்பரமான அரச உடை அணிந்திருந்தார். இருவரும் சேர்ந்து நிற்கும் புகைப்படம் உலகம் முழுக்க பிரசுரமாயிற்று. அந்தப் புகைப்படத்தை பார்க்கும்போதே சுரண்டப்பட்டு ஒடுக்கப்பட்ட இந்தியா காந்தியாகவும், சுரண்டிக் கொழுத்த பிரிட்டன் அரசராகவும் மக்களுக்குத் தெரிந்தது. அப்படித் தெரியும் என்பது காந்திக்குத் தெரியும்.

ஆனால் காந்தியின் படிமம் என்பது நடிப்பு அல்ல. அவர் எதைச் சொன்னாரோ அதை அவர் வாழ்ந்து காட்டினார். ஆகவே அவர் ஒரு படிமமாக ஆனார். ஆனால் நவீனக் காட்சி ஊடகங் களைக் கொண்டு படிமங்களை உருவாக்கி அதை அரசியலுக்குப் பயன்படுத்துவதில் ஜெர்மனிய சர்வாதிகாரி ஹிட்லர்தான் மிகப்பெரிய முன்னோடி. அன்று உருவாகி வந்த சினிமா என்னும் கலையை அவர் மிகத் திறமையாகப் பயன்படுத்திக் கொண்டார்.

ஹிட்லரின் பிரச்சாரப்படஇயக்குநரான லெனி ரீஃபென்ஸ்டல் (Leni Riefenstahl) அவரை மிகச்சிறந்த காட்சிப் படிமங்களாக ஆக்கினார். மிகப்பெரிய ராணுவ அணிவகுப்புகளை உறைந்த முகத்துடன் பார்த்து நிற்கும் ஹிட்லரின் படங்கள் அன்று பெரிய

அளவில் ராணுவ வெறியை உருவாக்கின. அவருக்குப் பின்னால் எப்போதுமிருந்த ராணுவமும், மிகப்பெரிய கவச வண்டிகளும், இரும்பும், அவரை உறுதியான மனிதராகக் காட்டின.

உதாரணமாக, ஹிட்லர் குள்ளமான சிறிய மனிதர். ஆனால் லெனியின் படங்களில் அவர் ஓங்கிய உடலுடன் பெரிய தளபதி போலத் தெரிவார்! கையை ஓங்கியபடியும், நீட்டிய படியும் ராணுவ வாகனங்களுக்கு அருகே நின்றிருக்கும் ஹிட்லரின் படங்கள் இன்றும் நினைக்கப்படுகின்றன. பிரசாரப் படங்களை எடுப்பதில் லெனி ஒரு பெரிய மேதை என்றே இன்று சினிமா நிபுணர்கள் கொண்டாடுகிறார்கள்.

சுதந்திரத்திற்குப் பின்னர் ஜனநாயக அரசியல் உருவாகி வந்த போது அரசியல்வாதிகள் தங்களைப் பற்றிய படிமங்களை மக்களைக் கவர்வதற்கும், அதிகாரத்திற்கு செல்வதற்கும் பயன் படுத்திக் கொண்டார்கள். உதாரணமாக, கையில் புத்தகங்க ளுடன் இருக்கும் அரசியல்வாதிகளின் சிலைகளும் படங்களும், அவர்கள் கற்றறிந்தவர்கள் என்ற சித்திரத்தை உருவாக்கின. சுட்டுவிரல் காட்டி நிற்கும் அரசியல்வாதி மக்களை வழிநடத்து பவர் என்ற எண்ணத்தை உருவாக்குகிறார்.

பல படிமங்களை நாம் உடனடியாக நினைவு கூரலாம். எம். ஜி.ஆர்., ஒரு வயதான மூதாட்டியை இறுக அணைத்திருக்கும் ஒரு படம், அவரது அரசியல் வாழ்க்கையின் வெற்றிக்கு காரணமாகியது. அவர் ஒரு மாபெரும் செங்கோலை, ஜெயலலிதா வுக்கு அளிக்கும் படம், ஜெயலலிதாவின் அரசியலை தொடங்கி வைத்தது. சி.என்.அண்ணாத்துரை குனிந்து கருணாநிதியின் காதில் ரகசியமாகப் பேசும் ஒரு படம், அவரது அரசியல் வாழ்வில் மிக முக்கியமான ஒரு தொடக்கமாக அமைந்தது.

இவ்வாறு ஒவ்வொரு நாளும் நமக்கு படிமங்கள் வந்து கொண்டிருக்கின்றன. நாம் சாதாரணமாகப் பார்த்து விட்டு கடந்து போவோம். ஆனால் நம் மனம் அதிலுள்ள அர்த்தத்தை நம்மை அறியாமலே எடுத்துச் சேர்த்து வைத்திருக்கும். ஓர் அரசியல்வாதியைப் பற்றி ஒரு பொதுவான கருத்தை நாம் சொல்லும் போது. அதை ஏன் சொல்லுகிறோம் என்று யோசித்தால் பெரும்பாலும் அது அவருடைய பேச்சுகளாலோ எழுத்துகளாலோ அது வந்திருக்கவில்லை என்பதை உடனே

புரிந்து கொள்வோம். அவருடைய ஒரு புகைப்படமோ ஒரு போஸ்டரோ தான் அந்த சித்திரத்தை நமக்களித்திருக்கும்.

கவனியுங்கள், கையை தலைக்குமேல் ஓங்கி ஆவேசக் கூச்சலிடும் அரசியல்வாதியின் படம் அவர் மிகத் தீவிரமானவர் என்று நமக்கு சொல்கிறது. உண்மையிலேயே அவர் தீவிர மானவரா என்று நமக்குத் தெரியாது. அந்தப்படத்தை வைத்து அந்த முடிவுக்கு நாம் வருகிறோம். இளைஞர்கள் அந்த காட்சி யாலேயே கவரப்படுகிறார்கள். அதைப்போல தாங்களும் நடிக்கிறார்கள். இதுதான் படிமங்களின் அரசியல்.

இன்று மிகச்சிறந்த விளம்பர நிபுணர்களைக் கொண்டு படிமங்கள் உருவாக்கப்படுகின்றன. சுரேஷ் கிருஷ்ணா எப்படி ரஜினிகாந்துக்கு ஒரு புகழ் பெற்ற படிமத்தை உருவாக்கினாரோ அதே போல காட்சித்தொழில் செய்யும் தொழில்முறை நிபுணர் கள் வணிகத்திற்கும் படிமங்களை உருவாக்குகிறார்கள். நாம் வாங்கும் ஒரு பொருளை எப்படித் தேர்வு செய்கிறோம்? ஹீரோ ஹோண்டா ஒரு சிறுத்தை என நம் மனம் நம்புவது அந்த விளம்பரத்திலுள்ள படிமத்தால். டி.வி.எஸ்., ஒரு குதிரை என நம் மனதில் எங்கோ பதிகிறது இல்லையா?

இன்றைய ஜனநாயகத்தில் இந்தப் படிமங்களை நாம் சந்தேகத்துடன் பார்க்க வேண்டியிருக்கிறது. ஏனென்றால் நம்மை அறியாமலேயே நமது கருத்தை ஒருவர் மாற்றுவது நமது நன்மைக்காகவே அல்ல. நமது கருத்தை ஒருவர் மாற்ற வேண்டும் என்றால், அவர் நம்முடன் பேச வேண்டும். நமது தர்க்க புத்தியை அவர் திருப்தி செய்ய வேண்டும். நமது கேள்விகளுக்கு அவர் பதில் சொல்ல வேண்டும். அப்போதுதான் நாம் அவரை நம்ப காரணங்கள் அமைகின்றன.

மாறாக, வெறும் படிமங்களை நம்பி நம்மையறியாமலேயே அபிப்பிராயங்களை உருவாக்கிக் கொண்டு வாக்களிக்கும் போது நாம் உண்மையில் ஏமாற்றப்படுகிறோம். செய்தித் தொடர்புகள் இல்லாமல் இருந்த ஒரு காலகட்டத்தில் ஜனநாயகம் என்றால் என்ன என்றே தெரியாத மக்களிடம் பேசுவதற்கு காந்திக்கு படிமங்கள் தேவைப்பட்டன. இன்று அடிப்படைக்கல்வி கற்று விவாதிக்கக்கூடிய ஒரு தலைமுறை உருவாகி வந்திருக்கிறது.

அவர்கள் ஒரு போதும் இந்த படிமங்களை நம்பக்கூடாது. அவற்றை விவாதத்திற்கு கொண்டு வரவேண்டும்.

"பொம்மையை காட்டி ஏமாற்ற நான் குழந்தையல்ல. என்னிடம் பேசுங்கள், என் கேள்விகளுக்கு பதில் சொல்லுங்கள்" என்று அரசியல்வாதிகளிடம் சொல்லப்போகிற ஓர் இளைஞன் தான் உண்மையில் ஜனநாயகத்தில் நுழைகிறான்.

நாம் – அவர் என்னும் அரசியல்

மறைந்த அமைச்சர் க.ராஜாராம் அவர்களுடன் இரு முறை ரயிலின் ஒரே சிற்றறையில் பயணம் செய்யும் வாய்ப்பு அமைந்தது. உற்சாகமான உரையாடல்காரர். இலக்கியம் சினிமா இரண்டிலும் ஓரளவுக்கு ஆர்வமுடையவர். நான் எழுதிய ஒரு கதையை வாசித்திருந்தார். ஆகவே அறிமுகம் எளிதாயிற்று. தி.மு.க., அரசியலில் சி.என்.அண்ணாத்துரை காலம் முதலே இருந்து கொண்டிருப்பவர். தன் நினைவுகள், அவதானிப்புகள் என்று பேசிக் கொண்டே இருந்தார்.

அப்பயணத்தில் அவர் சொன்ன ஒரு செய்தியை பின்பு இந்தியா டுடே நாளிதழிலும் எழுதியிருந்தார். மறைந்த சி.என்.அண்ணாத்துரை அவர்களுடன் ஒருமுறை காரிலேயே டெல்லிக்கு பயணம் சென்றதன் அனுபவம் தான் அது. அவசரத்திற்கு ரயிலும் விமானமும் அமையவில்லை. எனவே காரிலேயே செல்லலாம், நான்கு நாட்கள் ஆகும் என்று ராஜாராம் சொன்னபோது, அண்ணாத்துரை அதற்கு ஒத்துக் கொண்டார். தமிழகத்திற்கு வெளியே காரில் ஊர்களையும் மக்களையும் பார்த்துக் கொண்டு அப்படி ஒரு பயணத்தை மேற்கொள்வது அவருக்கு அதுதான் முதல் முறை. அவருக்கு நன்கு தெலுங்கு தெரியும் என்பதனால் மத்திய பிரதேசம் வரைக்கும் கூட, மக்களிடம் அவரால் உரையாட முடிந்தது.

செல்லும் வழியில் ஆர்வமூட்டும் ஒவ்வொன்றையும் நிறுத்தி பார்த்து சென்றதனால் ஏழுநாட்கள் கழித்து தான் அவர்கள் டெல்லியைச் சென்றடைந்தனர். அப்பயணம் சி.என். அண்ணாத்துரை அவர்களின் பார்வையை மாற்றியது என்று ராஜாராம் பதிவு செய்கிறார். மொழிவழி மாநிலப் பிரிவினையை ஒட்டி உருவான மாநில உணர்வுகளின் மீது தன் அரசியலை

அமைத்துக் கொண்டவர் சி.என்.அண்ணாத்துரை. ஆனால் மொழிக்கு அடியில் பண்பாடு மற்றும் மதம் ஆகியவற்றின் அடிப்படையில் இந்தியா பிரிக்கமுடியாத ஒற்றைத்தேசம் என்ற உணர்வை அவர் அப்பயணத்தில் அடைந்தார் என்றார் ராஜாராம்.

உண்மையில் ஒரு பரந்த இந்தியப்பார்வை என்பது சற்றே திறந்த மனத்துடன் ஒருமுறை இந்தியாவைச் சுற்றி வந்தாலே உருவாகிவிடும். நம் அரசியல்வாதிகளாலும், குறுகிய நோக்கமுள்ள இதழாளர்களாலும் உருவாக்கப்பட்டிருக்கும் பல்வேறு பொய்ச்சித்திரங்கள் நம் அனுபவங்கள் வழியாக எளிதாகக் கலையத்தொடங்கும். நாமே உருவாக்கிக் கொண்டிருக்கும் பிரமைகள் திகைப்பூட்டியபடி அகலும்.

நான் என் நண்பர்களுடன் கடந்த எட்டாண்டுகளாக ஒவ்வொரு வருடமும் இந்தியாவின் நிலப்பரப்பை காரிலேயே ஒருமாத காலம் சுற்றிவரும் ஒரு பயணத்தை மேற்கொள்வதுண்டு. அதற்கு முன் ஐந்து முறைகளுக்கு மேல் இந்தியாவை நான்மட்டும் மாதக்கணக்கில் தனியாகச் சுற்றி வந்திருக்கிறேன். என் இந்திய தரிசனம் என்பது நானே அலைந்து அறிந்தது.

பல பிரமைகள் நண்பர்களுக்கு அப்பயணத்தில் உடைந்த படியே இருந்தன. உதாரணமாக, வட இந்தியர்கள் அனைவரும் வெள்ளை நிறத்தவர், தென்னிந்தியர்கள் கருப்பர்கள் என்பது பரவலாக இங்குள்ள ஓர் எண்ணம். அதன் அடிப்படையில் பொய்யான ஒரு ஆரிய - திராவிட வாதம் உருவாக்கப்பட்டு இங்கே அரசியலுக்கே அடிப்படையாக உள்ளது. ஆனால் ஒடிசா விலோ, பீஹாரிலோ, ராஜஸ்தானிலோ பயணம் செய்பவர்கள் அங்குள்ள மக்களில் பெரும்பாலானவர்கள் நம்மைப்போன்றே கரியவர்கள் அல்லது மாநிறத்தவர்கள் என்பதை காணலாம். வெண்ணிற மக்கள் இங்குபோல அங்கும் சிறுபான்மையினரே.

அப்படி இருக்க இந்த வகையான ஆதாரமற்ற அவநம்பிக்கைகள், வெறுப்புகள் எப்படி உருவாக்கப்பட்டு நிலைநிறுத்தப்படுகின்றன? 'பிறர்' என்பதை இன்றைய அதிகார அரசியலில் ஒரு முக்கியமான கருத்தாகச் சொல்வார்கள் அறிஞர்கள். அதிகாரத்தை பிடிக்க விரும்பும் அரசியல்வாதி முதலில் மக்களிடையே உருவாக்குவது, 'நாம் X பிறர்' என்னும் இரட்டை நிலையைத்தான்.

முதலில் பிறர் என்பதை அவர் வரையறுத்து அடையாளம் காட்டுகிறார். அதற்கு சமூகத்தில் ஏற்கனவே உள்ள சிறிய நடை முறை வேறுபாடுகளையும், கசப்புகளையும் அவர் பயன் படுத்திக்கொள்கிறார். அதற்கேற்ப வரலாற்றைத் திரிக்கிறார். தர்க்கங்களை உண்டு பண்ணுகிறார். உணர்ச்சிக் கொந்தளிப்புக் களை உருவாக்குகிறார். பலவகையான அடையாளங்களையும் குறியீடுகளையும் அதற்காக அவர் பயன்படுத்துகிறார்.

தமிழர் இந்துக்கள் தமிழரல்லாதவர்கள், திராவிடர் இஸ்லாமியர்கள், தென்னிந்தியர் ஆரியர், வட இந்தியர் என்று பலவகையான இருமைகள் நமக்கு சொல்லப்படுகின்றன. இதில் ஒன்று நாம்; இன்னொன்று பிறர். அவர்கள் நமக்கு எதிரிகள். இதுதான் எளிய அரசியல் சூத்திரம்.

நாம் தமிழர், நாம் திராவிடர், நாம் தேவர், நாம் நாடார் என்று நமக்கு அவர்கள் உருவாக்கி அளிக்கும் அடையாளத்தை நாம் சூடிக்கொள்கிறோம். அந்த வரையறையின் அடிப்படையில் அரசியல்வாதிகள் நம்மை ஒன்று திரட்டுகிறார்கள். உங்க ளுக்கு இவர்கள் எல்லாம் எதிரிகள் என்று சுட்டிக்காட்டி அவர்களுக்கெதிராக நாம் ஒன்றுபட வேண்டும் என்கிறார்கள். அவ்வாறு ஒன்றுபட்டு அப்பிரிவினையை உருவாக்குபவரை நாம் நமது தலைவராக தேர்ந்தெடுக்கிறோம்.

அவ்வாறு தேர்ந்தெடுக்கப்பட்ட பின், அந்த அரசியல்வாதி நடைமுறையில் என்ன செய்கிறார்? யாரிடமெல்லாம் அவர் நமக்கு எதிர்ப்பை உருவாக்கினாரோ, யாரையெல்லாம் நமக்கு அந்நியராக சொன்னாரோ, அவர்கள் அனைவரிடமும் போய் சமரசம் செய்து கொண்டு தம்முடைய சொந்த நலன்களை பேணிக் கொள்கிறார். ஐம்பதாண்டுகால இந்திய வரலாற்றில் நாம் திரும்ப திரும்ப காண்பது இதுதான்.

வடஇந்தியாவே தென்னிந்தியாவுக்கு எதிரானது என்ற சித்திரம், ஐம்பதுகளில், அரசியல் லாபநோக்குடன் உருவாக்கப் பட்டது. 'வடக்குவாழ்கிறது. தெற்குதேய்கிறது' என்ற பிரபல மான கோஷம் மக்களிடையே திரும்பத் திரும்பச் சொல்லப்பட்டு பரப்பப்பட்டது. மக்கள் அதை ஒரு தலைமுறைக்காலம் நம்பினர். அதனடிப்படையில் அரசியலில் வாக்களித்தனர்.

ஆனால் உண்மையில் என்ன நடந்தது? அந்த கோஷம் 1950களில் எழுந்தது. அந்த வருடங்களில் வட இந்தியா மிகப் பெரிய உணவுப்பஞ்சத்தில் இருந்தது. பீஹார், வங்காளம், ஒடிசா போன்ற மாநிலங்களில் பட்டினிச் சாவு உருவாகும் நிலை இருந்தது. மத்திய பிரதேசமும், ராஜஸ்தானும் வறட்சியின் பிடியின் அழிந்து கொண்டிருந்தன. மிதமிஞ்சிய அகதி மக்களால் வங்காளமும், அசாமும் பெரும் பொருளாதார நெருக்கடியில் இருந்தன. பிரிட்டிஷாரின் ஆட்சிக்காலத்தில் உருவாக்கப்பட்ட செயற்கைப்பஞ்சம் அது.

ஜெயப்பிரகாஷ் நாராயணன் போன்றவர்களால் மாபெரும் கஞ்சித்தொட்டி இயக்கம் நடத்தப்பட்டது. நேரு உலகம் முழுக்க சென்று கையேந்தி, பட்டினிச்சாவை தடுக்க முயன்றார். நமக்கு அமெரிக்காவும் ஐரோப்பிய நாடுகளும் உதவி செய்தன. தென்னிந்தியாவில் அத்தகைய பஞ்சம் இருக்கவில்லை. தென்னிந்தியா வட இந்தியாவுக்கு உதவியாக வேண்டிய நிலை அன்றிருந்தது.

ஆனால் நமக்கு அந்த உண்மைகளை இங்கே சொல்வதற்கு ஆளில்லை. நாம் வடஇந்தியர்களால் சுரண்டப்படுகிறோம் என்று சொல்லப்பட்டபோது அதை நம்புவது நமக்கு வசதியாக இருந்தது, ஆகவே நாம் நம்பினோம். பொதுவாக உண்மை நிலையை ஆராய்வதற்கான பொறுமை சாதாரணமக்களுக்கு மிகவும் குறைவு. அதைத்தான் அரசியல்வாதிகள் பயன்படுத்திக் கொள்கிறார்கள்.

இன்று நமது அண்டை மாநிலங்கள் அனைத்தும் நமக்கு, 'பிறர்' என்று கற்பிக்கப்படுகிறார்கள். கர்நாடகமும், கேரளமும் நமக்கு எதிரிகள் என்கிறார்கள். ஏனென்றால் அவர்கள் நமக்கு தண்ணீர் தருவதில்லை. ஆந்திரம் நமக்கு எதிரி எனப்படுகிறது. ஏனென்றால் தெலுங்கர்கள் இங்கே குடியேறி இருக்கிறார்கள். இந்திக்காரரர்கள் நம்மை சுரண்டுகிறார்கள் என்கிறார்கள். சரி, அப்படியென்றால் உலகில் யார்தான் நமக்கு நண்பர்கள்?

இந்தியா என்ற இந்த தேசம் சில ஆயிரம் வருடங்களாக துளித்துளியாக உருவாகி வந்தது. தமிழர்கள் பெருவாரியான எண்ணிக்கையில் இல்லாத மாநிலங்களே இங்கு குறைவு. ஆகவே ஒருபோதும் இந்தியப் பெருநிலம் தமிழர்களுக்கு அந்நியமாக

ஆகமுடியாது. அங்கு வாழும் தமிழர்கள் நமக்கு அந்நியர்களும் ஆக முடியாது. இந்தியாவின் பிற மாநிலங்களுடன் வணிகம் மூலமும், நீர்மேலாண்மை மூலமும் நாம் பிரிக்க முடியாதபடி இணைந்துள்ளோம்.

இந்த எதார்த்தத்தை பார்த்தோமென்றால் பிற மாநிலங்களை தமிழகத்துக்கு எதிரானதாக கட்டமைக்கும் குறுகிய அரசியல் உள்ள உள்நோக்கத்தை நம்மால் புரிந்து கொள்ள முடியும்.

இப்படி உருவாக்கப்படும் எந்த ஒரு இருமையும் நமக்கு நன்மை தருவது அல்ல. நம்மை பிக்பாக்கெட் அடிக்கும் முயற்சிதான் அது. அரசியல்வாதிகள் நம்மிடம் நம்முடைய வாழ்க்கை வளர்ச்சியைப் பற்றி பேச வேண்டும் நமது சந்ததி களுக்கு இந்த மண்ணும் நதிகளும் எப்படி பேணி அளிக்கப் படவேண்டும் என்பதைப் பேச வேண்டும். நமது அன்றாட பிரச்னைகளைப் பேச வேண்டும் நமக்கு பொய்யான எதிரிகளை உருவாக்கி அளித்து, நம்மிடம் வெறுப்பை வளர்த்து, அதனடிப்படையில் நம்மை ஒன்றுசேர்த்து சுயநல அரசியலை நடத்தக்கூடியவர் அரசியல்வாதியே அல்ல, அவர் மோசடிப் பேர்வழி. நம் சந்ததிகளை அழிக்கும் குற்றவாளி.

குடிமகனின் சுயமரியாதை

கேரளத்தின் நான்கு முதல்வர்களை, அவர்களின் பதவிக் காலத்தில் சந்தித்த அனுபவம் எனக்குண்டு. இளைஞனாக இருக்கும்போது, கேரளத்தில், காசர்கோடு நகரில் நான் வேலை பார்த்த தொலைபேசித்துறை அலுவலகத்தில் இருந்து ஒருநாள் மாலையில் இறங்கி வரும்போது, அன்றைய கேரள முதல்வர் ஈ.கே.நாயனார் படிகளில் மேலேறி வந்து கொண்டிருந்தார். நான் மூளை ஓடாமல் வாய்பிளந்து நின்றேன். சிரித்தபடி என் தோளில் கை வைத்து, எங்கள் தொழிற்சங்க தலைவர் மேலே இருக்கிறாரா என்று விசாரித்தார்.

ஒரு கணம் கழித்தே அவர் மாநில முதல்வர் என்பதும், சற்று அப்பால் அரசுக்கொடி பறக்கும் கார் நிற்பதும் எனக்குத் தெரிந்தது. அவர், என்னை, 'டேய்,' என்று அன்பாக அழைத்ததும், தோளைத் தொட்டதும், இன்றும் நான் நெகிழ்ச்சியுடன் எண்ணிக்கொள்பவை. 'அந்நியருக்கு அனுமதி இல்லை' என்னும் பலகையைப் பார்த்ததும், 'ஓகோ அதுவேறயா?' என்று, அவர் சிரித்தபடி நின்றுவிட்டார். நான் ஓடிச்சென்று, எங்கள் தொழிற்சங்க தலைவர் வி.ஏ.என்.நம்பூதிரியை அழைத்து வந்தேன். செல்லும்போது, மீண்டும் என் தோளில் தட்டி, 'வருகிறேன்' என்று சொன்னார்.

கேரள முதல்வராக இருந்த ஏ.கே.அந்தோணியை, என் அண்ணா ஒருவரின் பணி சார்ந்த நெருக்கடி ஒன்றுக்காக, சென்று சந்தித்தேன். ஒரு தனிப்பட்ட கோரிக்கை மட்டும் அல்ல, சரியான கோரிக்கையும் அல்ல. ஆனால், எனக்கு வேறு வழி இருக்கவில்லை. நான் எழுத்தாளன் என்பதனால், அவர் என்னை எழுந்து வரவேற்றார். பேசி முடித்ததும் வாசல் வரை வந்து, வழியனுப்பவும் செய்தார். தான் நூல்களை வாசிப்பது மிகவும்

குறைந்து விட்டது என வருத்தமான புன்னகையுடன் சொல்லி, என் கோரிக்கையை கேட்டார்.

புன்னகையுடன் "அண்ணா கட்டாயப்படுத்தி கூட்டி வந்திருப்பார், இல்லையா?" என்றார்.

நான் சங்கடமாக சிரித்து, "ஆம்," என்றேன். "பரவாயில்லை" என்றார். என் கோரிக்கை நிறைவேறியது.

வி.எஸ்.அச்சுதானந்தன் அவர்களை ஒரு பொது நிகழ்ச்சியில் பார்த்தேன். நான் இடதுசாரிகளை விமர்சித்து எழுதிய ஒரு கட்டுரையை குறிப்பிட்டு, தன்னுடைய வலுவான மாற்றுக் கருத்தை சொன்னார். உடனே நான் புண்பட்டிருப்பேனோ என்று சந்தேகப்பட்டது போல், தோளில் தட்டி, "சாரி" என்று சொல்லிப் புன்னகைத்தார்.

என் நண்பர் டி.பி.ராஜீவன் எழுதிய ஒரு நூலின் வெளியீட்டு விழாவில், கேரள முதல்வர் உம்மன்சாண்டி, நான் வெளியிட்ட நூலை பெற்றுக் கொண்டார். ஒரேயொரு காவலர் துணை வர, சட்டசபையிலிருந்து பின்பக்கம் வழியாக, பத்திரிகையாளர் மாளிகையை நோக்கி அவர் நடந்தே வந்தார். வியர்வையுடன் ஓடி வந்தார் என்று சொல்லவேண்டும். மேடை ஏறியதும், என்னிடம், "சட்டசபை நடந்து கொண்டிருக்கிறது. நான் உடனே செல்ல வேண்டும். தாமதத்திற்கு மன்னிக்க வேண்டும்" என்றார். நூலை பெற்றுக்கொண்டு, நூலைப் பற்றி தன் கருத்தை சொல்லி, உரையாற்றினார். என் அருகே அமர்ந்திருந்த போது, நான் எழுதிய இரு படைப்புகளை குறிப்பிட்டு, அவற்றை படித்திருப்பதாகச் சொன்னார்.

கேரளத்தின் பெருமைமிகு முதல்வர்களாக இருந்த ஈ.எம்.எஸ். நம்பூதிரிப்பாட் அவர்களை சந்தித்து உரையாடி இருக்கிறேன். நீண்ட காலம் முதல்வராக இருந்த அச்சுத மேனனை பலமுறை சந்தித்து உரையாடிய அனுபவம் எனக்குண்டு.

தமிழகத்தில், காமராஜருக்கு பிறகு, அவ்வாறு சந்தித்துப் பேசக்கூடிய இடத்தில் எந்த முதல்வரும் அமையவேயில்லை. இங்கே முதல்வர்களை சந்திப்பதென்பது பல படிகளாக செய்ய வேண்டிய ஒரு ராஜதந்திர நடவடிக்கை. சந்திக்கையில், இங்கு, அதற்கான சில உடல் மொழிகள் உள்ளன. சால்வை கொண்டு

சென்று, போர்த்த வேண்டும். கிட்டத்தட்ட மடாதிபதிகளிடம் பேசுவது போல், ஒடுங்கி பணிந்து பேசவேண்டும். சாமானியர்கள் அவர்களை அணுகவே முடியாது. அணுக முயன்றால் அடிவிழவும் வாய்ப்புண்டு.

காங்கிரஸ் கட்சியின் இரு பெருந்தலைவர்களுடன் எனக்கு நெருக்கமிருந்தது. ஜி.கே.மூப்பனார் என் மேல் மதிப்பு கொண்டவர். ஒருமுறை, அமரர் கல்கி பிறந்த இல்லத்தில், ஒரு குழு புகைப்படத்தை எடுப்பதற்காக அனைவரும் அமர்ந்த பின், நான் இடமில்லாமல் ஓரமாக நின்றேன். 'வாங்க எழுத்தாளத் தம்பி,' என, என்னை அழைத்து, அவரது மடியில், மூப்பனார் அமரச் செய்தார். அப்புகைப்படம் பிரசுரமானபோது பலரும் என்னிடம் வியப்புடன் கேட்டிருக்கிறார்கள். மூப்பனார், என்னிடம், ஒரு இளைய நண்பரிடம் பேசுவது போலத்தான் பேசுவார்.

அமரர் வாழப்பாடி ராமமூர்த்தி அவர்களையும் இருமுறை சந்தித்திருக்கிறேன். மிகச்சாதாரணமாக அவர் கட்டிலில் படுத்திருக்க, நான் அருகே நாற்காலியில் அமர்ந்து, காங்கிரஸை கடுமையாக தாக்கிப் பேசியிருக்கிறேன். அவர்கள் முதல்வராக ஆகியிருந்தால் உம்மன்சாண்டி அல்லது அந்தோணி போலத்தான் இருந்திருப்பார்கள். ஆனால், அவர்களின் அரசியல் இங்கே எடுபடவில்லை. வட்டச் செயலாளர் ஆனதுமே பென்ஸ் காரில் முப்பது பேர் பின்தொடரச் செல்பவர்கள்தான் நமக்கு சிறந்த அரசியல்வாதிகளாக தெரிகிறார்கள்.

அதற்கான காரணம் நமது உளவியலில் உள்ளது. நாம் இன்னும் ஜனநாயகத்திற்கு பழக்கப்படவில்லை. ஓர் அரசியல்வாதி எளிமையானவராக, நாம் அணுகக்கூடியவராக இருந்தால், அவர்மேல் நமக்கு மதிப்பு வருவதில்லை. மாறாக, அவர் ஆற்றலற்றவர் என்ற எண்ணம் ஏற்படுகிறது. நம்மை ஆள்பவர் நம்மைப் போன்றவராக இருக்கக்கூடாது, நம்மைவிட மேலானவராக இருக்கவேண்டும் என நினைக்கிறோம். செல்வத்தில், அதிகாரத்தில், தோரணையில், அவர், நம்மை விட மிக மேலே இருந்தால் மட்டுமே மதிக்கிறோம்.

அதாவது, நாம் இன்னும் ஜனநாயகவாதிகளை தேர்ந்தெடுக்கவில்லை. மன்னர்களைத்தான் தேர்ந்தெடுக்கிறோம்.

நம் எம்.எல்.ஏ.க்கள் குறுநில மன்னர்கள். நம் பஞ்சாயத்து கவுன்சிலர்கள் குட்டி நிலக்கிழார்கள். மாவட்ட ஆட்சியர்கள், வட்டார ஆட்சியர்கள் கூட மன்னராட்சி காலத்திற்குரிய தோரணையுடன்தான் இருக்கிறார்கள். உயர்தர வாகனங்கள், எடுபிடிகள், தொண்டர்கள் எளிதில் அணுகமுடியாத பாதுகாப்பு ஏற்பாடுகள். அவர்களை அணுகி, நாம் பேசும்போதும், நாம் ஒடுங்கி பணிந்து பேசவேண்டும் என்று அவர்கள் எதிர் பார்ப்பதை காணமுடியும்.

ஓர் அரசியல்வாதி, எவராலும் அணுக முடிபவராக இருக்கும்போது மட்டும் தான், அவரை சுற்றியுள்ளவர்களை, அவரால் கட்டுப்படுத்த முடியும். ஒரு சாமான்ய மனிதன், முதல்வரை சந்தித்து, எப்போது வேண்டுமானாலும் ஒரு குற்றச் சாட்டை அல்லது மனக்குறையை பதிவு செய்யும் வாய்ப்பி ருக்கையில், எப்போதும் அமைச்சர்களுக்கும், அதிகாரிகளுக்கும் அது சார்ந்த அச்சம் இருக்கும். அனைத்திற்கும் மேலாக, மக்க ளுக்கு என்ன தேவை என்று மக்களே அரசியல்வாதியிடம் சொல்லும் வாய்ப்பு இருக்கவேண்டும். இங்கே அதற்கான வாய்ப்பே இல்லை.

ஈ.கே.நாயனார் கேரள முதல்வராக இருந்தபோது, ஒவ்வொரு ஞாயிற்றுக்கிழமையும், ஏசியாநெட் தொலைக்காட்சியில் நேரடியாகவே பொதுமக்கள் அவரிடம் குறைகளை சொல்லும் ஒரு நிகழ்ச்சி இருந்தது. மிக எளிய மக்கள் கூட 'நாயனாரே' என்று அவரை பெயர் சொல்லி அழைத்து, அவர்களுடைய பிரச்னைகளை சொல்வதை கேட்டிருக்கிறேன். அங்கேயே அதற்கான தீர்வை அவர் சொல்வார். அல்லது சட்டப் பூர்வமாக அரசு அதை செய்ய முடியாது என்று விளக்குவார். அரைமணி நேரத்தில், அதிகபட்சம் 12 பேர் அவரிடம் பேச முடியும். ஆனால், அப்படி பேச முடியும் என்ற வாய்ப்பே அதிகாரிகளுக்கு ஒரு மிகப்பெரிய அச்சத்தை அளித்தது.

மன்னராட்சியில் கூட, மன்னர் மாறுவேடமிட்டு, மக்களி டையே உலவி நாட்டு நடப்புகளை தெரிந்து கொள்ளும் வழக்க மிருந்தது. கம்பன், ராமனை பற்றி சொல்லும் போது, ஒவ்வொரு குடிமகனிடமும் அருகில் நின்று, ஒவ்வொருவரிடமும் நலம் விசாரித்து, உளக்குறைகளை கேட்டுத் தெரிந்து கொண்டதை சொல்கிறான் என்கிறார்.

'ராஜனுத லலித பாஷா' என்று ராமனைப் பற்றி தியாகையர் சொல்கிறார். அரசனுக்குரிய பணிவான பேச்சைக் கொண்டவன் என்று பொருள். அதாவது, பணிவு அரசனிடம் இருக்க வேண்டும், குடிமக்களிடம் அல்ல.

அப்படியென்றால் இன்று அரசர்களைக்கூட நாம் தேர்ந்தெடுப்பது அல்ல, ஆண்டைகளைத்தான் தேர்வு செய்கிறோம். அவர்களுக்குக் கைகட்டி, வணங்கி நிற்பதில் கூச்சமில்லாதிருக்கிறோம். காரணம், நம் அடிமை மனநிலை. சென்ற தலைமுறை அவ்வாறு இருந்ததை புரிந்து கொள்ள முடிகிறது. அவர்கள் வளர்ந்த சூழல் அப்படி. ஆண்டைகள் கோலோச்சிய கிராமத்தில் அவர்கள் பிறந்திருக்கலாம். நிலப்பிரபுக்களிடம் கைகட்டி நின்றிருக்கலாம்.

இன்றைய கல்வி கற்ற இளைஞர்கள், சுயமரியாதை கொண்டாக வேண்டும். ஜனநாயகத்தில், குடிமகனின் சுயமரியாதை என்பது அடிப்படை பண்பு.

நீர்ப்பாசி

தேர்தல் சமீபத்தில் வெளியான அரசியல்கட்சிகளின் அறிக்கைகளைப் பற்றி ரயிலில் சில தொழில்நுட்பத்துறை சார்ந்த இளைஞர்கள் பேசிக்கொண்டிருந்தனர். அவர்களில் ஒருவர் "இவர் எந்த ஊரிலே தேர்தலிலே நிக்கிறார் ப்ரோ?" என்றார். "டேய், அவரு ஜாம்பியாவிலே நடக்கப் போகிற தேர்தலுக்காக அறிக்கை வெளியிட்டிருக்கார். அங்கதான் நிக்கப்போறார்" என்றார். ஒரே சிரிப்பு.

அந்தத் தேர்தல் அறிக்கை உண்மையில் ஏதோ ஆப்ரிக்க நாட்டின் சர்வாதிகாரி அளிக்கும் செயல்திட்டம் போல் தான் இருந்தது. இந்தியாவின் குடியரசுக்குள் ஒரு மாநில முதல்வரின் அதிகாரம் என்ன, இங்குள்ள பொருளியல் சூழலில் என்ன செய்யமுடியும் என்று எதைப்பற்றியும் கவலை இல்லாமல் 'அடித்து விட்டிருந்தார்கள்'. படிப்போ, அடிப்படை அறிவோ இல்லாத இளைஞர் கூட்டம் தான் அவர்களின் இலக்கு என்பது வெளிப்படையாகத் தெரிந்தது.

ஆனால் மற்ற அரசியல்கட்சிகளின் தேர்தல் அறிக்கைகளும், அப்படித்தான் இருக்கின்றன. நம் அரசியல்கட்சிகளின் தேர்தல் அறிக்கைகளை கோயிலில் உள்ள யாளி சிலைகளுடன் ஒப்பிட லாம். சிங்கத்தின் கால். கழுகின் சிறகு. பாம்பின் வால். யானையின் துதிக்கை. சின்னக்குழந்தைகள் பார்த்தால் அது என்ன மிருகம் என்று தெரியாமல் திகைக்கும். இந்த தேர்தலறிக்கைகளில் எப்போதும் ஒருபாதி கம்யூனிசம் தெரியும். மறுபாதியில் முதலாளித்துவம். கொஞ்சம் ஜனநாயகம். மிச்சப்பகுதியில் சர்வாதிகாரம். எந்தக்கொள்கை என்று எவராலும் கண்டுபிடிக்க முடியாது.

ஆனால் நம் எளிய இளைஞர்கள் இவற்றை 'கொள்கை'கள் என்று நம்புகிறார்கள். மேடையில் ஒரு தலைவர் ஆவேசமாக ஒரு தரப்பை எடுத்து முழக்கமிட்டால் அதை கொள்கைப்பிடிப்பு என்று நினைக்கிறார்கள். அந்தக்கொள்கைகளை அவர்களும் எடுத்துக்கொண்டு பேசுகிறார்கள். ஆறே மாதத்தில் அந்தக் கொள்கை தலைகீழாக திரும்பும்போது திகைப்பார்கள். அந்தக் கட்சித்தலைவர் ஏதேனும் விளக்கம் அளிப்பார். அதை நம்பி அடுத்த 'கொள்கையை' எடுத்துக்கொண்டு பேசத் தொடங்கு வார்கள்.

ஜனநாயகத்தில் தங்களுக்கு ஒரு கொள்கை இருப்பதாகவும், அதை நிலைநாட்டும் பொருட்டே அரசியல் செய்வதாகவும் அத்தனை பேரும் சொல்கிறார்கள். ஆனால் அதிகாரமே அவர்களின் இலக்கு. அதை அடைவதற்காக அவர்கள் சொல்லும் கொள்கைகளை கைவிட்டுக்கொண்டே முன்னால் செல்வார்கள். இதை நவீன அரசியல் ஆய்வுகளில் பரப்பியம் என்கிறார்கள்; ஆங்கிலத்தில் பாப்புலிசம் (populism) என்பார்கள்.

சோவியத் ரஷ்யாவிலிருந்து வெளிவந்த 'வளர்முக நாடுகளில் பாப்புலிசம்' என்னும் நூல் இந்த விஷயத்தைப் புரிந்து கொள்ள மிக உதவியானது. இன்றைய நம்முடைய அரசியலைப் புரிந்து கொள்ள பரப்பியம் என்ற சொல்லை உணர்வது மிக அவசியம்.

கொள்கைப் பிடிப்பு என்றால் என்ன? அது ஓர் அரசியல் கொள்கையை உறுதியாக நம்பி அதை முன்வைப்பது. அந்தக் கொள்கைக்கு ஒரு பொருளாதார முகம் இருக்கும். சமூகவியல் சார்ந்த ஒரு பக்கம் இருக்கும். இலக்கிய நிலைப்பாடுகள் இருக்கும். கல்வி, கலை எல்லாவற்றிலும் அதற்கு அந்தக் கொள்கை சார்ந்த ஒரு நிலைப்பாடு இருக்கும். அந்தக் கொள்கைக்கு ஒரு மையம் இருக்கும். அது தத்துவம் சார்ந்ததாக இருக்கும்.

கம்யூனிஸ்டுக் கட்சிகள் கம்யூனிஸ்டுக் கொள்கை கொண்டவை. பாரதிய ஜனதா இந்துத்துவக் கொள்கை கொண்டது. தங்கள் கொள்கைகளின் அடிப்படையில் அவர்கள் அரசியல், சமூகம், நிர்வாகம் அனைத்துத் தளங்களிலும் செயல் படுகிறார்கள். நாம் அவர்களுடன் விவாதிக்கலாம். ஏற்றுக் கொள்ளலாம்; அல்லது கடுமையாக நிராகரிக்கலாம்.

ஆனால் பரப்பிய இயக்கங்களுக்கு (Populist movements) அப்படி ஒரு நிலையான கொள்கை இருப்பதில்லை. அவர்களுக்குத் தேவை அதிகாரம். அந்த அதிகாரத்தை நோக்கிச் செல்வதற்கு மக்கள் அவர்களுக்கு ஆதரவு அளிக்க வேண்டும். அந்த ஆதரவைப் பெற மக்களைக் கவர விரும்புகிறார்கள். ஆகவே மக்களுக்கு என்ன பிடிக்குமோ அதை அவர்கள் தங்கள் கொள்கை என்று முன்வைப்பார்கள்.

மேலோட்டமாகப் பார்க்கையில் பரப்பிய அரசியல்வாதிகள் பேசுவதும் கொள்கைபோலத்தான் தெரியும். ஆனால் அது அவர்களின் கொள்கை அல்ல. நமக்கு அது பிடிக்கும் என்பதனால் தான் அதை அவர்கள் பேசுகிறார்கள்.

கொள்கையரசியல் என்று பேசுபவர்கள் தங்களுக்கு சொந்த மாக தத்துவம் கொண்டவர்கள். அந்த தத்துவத்திலிருந்து அவர்கள் தங்கள் கொள்கைகளை அடைகிறார்கள். அதை நம்மிடம் பிரச்சாரம் செய்கிறார்கள். பரப்பியம் பேசுபவர்களுக்கு மையத்தத்துவம் என ஏதும் இல்லை. அதிகாரத்தை அடைவது மட்டும்தான் இலக்கு.

பரப்பியம் பேசுபவர்கள், நமக்குப்பிடித்ததை நம்மிடம் பேசி, நம்மை மகிழ்விக்கிறார்கள். கொள்கை பேசுபவர்கள் நம்மை மாற்ற முயற்சி செய்கிறார்கள். பரப்பியம் பேசுபவர்கள், நமக்கு ஏற்ப அவர்கள் மாறிக்கொள்கிறார்கள். கொள்கைவாதிகளை நோக்கி நாம் செல்லவேண்டும். பரப்பியவாதிகள் நம்மை நோக்கி அவர்களே வருவார்கள்.

பரப்பியம் பேசுபவர்கள் எப்படிச் செயல்படுவார்கள்? அவர்கள் கொள்கையரசியல் பேசுபவர்களைத்தான் கூர்ந்து கவனித்துக் கொண்டிருப்பார்கள். கொள்கைவாதிகள் பேசிப்பேசி கொஞ்சம் கொஞ்சமாக மக்களை மாற்ற ஆரம்பிக்கும் போது அதே கொள்கைகளை மேலும் ஆவேசமாக இந்த பரப்பியம் பேசும் கூட்டம் பேச ஆரம்பிக்கும். அவர்கள் உருவாக்கிய அதே வார்த்தைகளை இவர்கள் எடுத்துப் பயன்படுத்துவார்கள். அதே உணர்ச்சிகளை இன்னும் நாடகத்தனமாக இவர்கள் வெளிப் படுத்துவார்கள்.

அதோடு மக்களுக்குப் பிரியமான விதத்தில் அந்த கொள்கை களை கொஞ்சம் வளைத்தும் நெளித்தும் கொடுப்பார்கள்.

ஆகவே மக்களுக்கு இவர்கள்தான் இன்னும் தீவிரமான கொள்கை கொண்டவர்கள் என்று தோன்றும். தேர்தல்களில் இவர்களுக்குத்தான் மக்கள் வாக்களிப்பார்கள். ஆனால், அதிகாரத்துக்கு வந்ததும், இவர்கள் கொள்கைகளை தூக்கி தூர வீசிவிடுவார்கள். அந்த எழுபத்தைந்து ஆண்டுகளுக்கு முன்பு கம்யூனிச கொள்கைகள் மேல் மக்களுக்கு பெரிய ஈடுபாடு உருவாகியது. காரணம் உலகமெங்கும் பஞ்சமும் வேலையில்லா திண்டாட்டமும் இருந்தன. இரண்டு உலகப்போர்கள் நடந்து முடிந்த பின் மேலும் வறுமை பெருகியது. அந்த தருணத்தை கண்டுகொண்ட சோவியத் ரஷ்யா பெரும்பணம் செலவழித்து கம்யூனிச கொள்கைகளை உலக நாடுகள் முழுக்க கொண்டுசென்றது. குறிப்பாக இந்தியா போன்ற வளரும் நாடு களில் இளைஞர்கள் கம்யூனிசத்தால் ஈர்க்கப்பட்டனர்.

உடனே இங்கெல்லாம் பரப்பியம் பேசும் இயக்கங்கள் உருவாகி வந்தன. இந்த பரப்பியம் பேசும் கூட்டம் அதே இடது சாரிக் கொள்கைகளை மேலும் தீவிரமாக பேசியது. கண்ணீர் மல்க நடித்தனர். அடுக்குமொழி பேசினர். 'நாங்கள் இன்னும் தீவிர கம்யூனிஸ்டுகள்' என்றனர். லெனின், ஸ்டாலின், மார்க்ஸ் போன்ற பெயர்களைச் சூட்டிக்கொண்டனர்.

உண்மையான இடதுசாரிகள் இனவெறி, சாதிப்பற்று, மொழிப்பற்று போன்றவற்றை எதிர்த்து பிரச்சாரம் செய்வார்கள். ஆனால் பரப்பியவாதிகள் இடதுசாரி கொள்கைகளுடன் அவற் றையும் சேர்த்துக்கொண்டனர். விளைவாக மக்களின் ஆதரவை பெற்று ஆட்சிக்கு வந்தனர். அதோடு இடதுசாரி கொள்கைகளை கைகழுவிவிட்டு, அப்பட்டமான முதலாளித்துவ அரசியல் செய்தனர். மிகப்பெரிய முதலாளிகளாக தாங்களே ஆனார்கள்.

இந்தியாவில் மட்டும் அல்ல. இந்தோனேசியா, இலங்கை, பிலிப்பைன்ஸ், தாய்லாந்து போன்று நம்மைச்சூழ்ந்துள்ள நாடுகளிலும் இதுதான் நடந்தது. இதனால் உண்மையான வலதுசாரிகளும் இல்லாமலானார்கள்.

நம் நீர்நிலைகளில் ஆகாயத்தாமரை என்னும் களை வளர்கிறது. அது நீரில் உள்ள ஆக்ஸிஜனை இல்லாமலாக்கி நீரில் உயிர்கள் வாழமுடியாமல் மாற்றும். நீர் சாக்கடையாக ஆகும். அதேபோல ஜனநாயக அரசியலை சாக்கடையாக்குவது

பரப்பியம். அது உண்மையான எந்த விவாதமும் நிகழாமல் ஆக்கிவிடுகிறது. பொய்யான கொள்கைகளால் சூழலை மலினப் படுத்திவிடுகிறது.

உதாரணமாக புரட்சி என்னும் வார்த்தை. அது பாரதியால் உருவாக்கப்பட்டது. Revolution என்ற சொல்லின் மொழி மாற்றம். ஒரு சமூக அமைப்பை ஒட்டுமொத்தமாக நேர்த் தலைகீழாக ஆக்கும் மாற்றத்தைக் குறிக்கும் சொல் அது. புரட்டிப்போடுவதே புரட்சி. இன்றைய தமிழ்ச்சூழலில் அச்சொல்லின் அர்த்தம் என்ன? ஒரு சொல் பொருளிழந்தால் அது எதைக் குறிக்கிறதோ அந்த விஷயமே பொருளிழந்ததாகத்தான் அர்த்தம். அந்த விஷயத்தைப்பற்றிப் பேசவே முடியாமலாகிறது அல்லவா?

கொள்கைக்கு என ஓர் ஒழுங்கு இருக்கும். கம்யூனிஸ்டுகளின் அறிக்கையில் உள்ள ஒரு விஷயத்தை பாரதிய ஜனதாவின் அறிக்கையில் நாம் எதிர்பார்க்கவே முடியாது. பாரதிய ஜனதா வின் அறிக்கையிலுள்ள ஒன்றை நாம் கம்யூனிஸ்டுகளின் அறிக்கையில் காணவே முடியாது. ஆனால், இந்த பரப்பிய கட்சி களின் அறிக்கையில் எதுவேண்டுமானாலும் இருக்கும்.

அவனை இப்படி ஒரு மனிதன் பேசினால் வேளைக்கொன்றை பேசுபவன், வீணன் என்று ஒதுக்குவோம். ஆனால் அப்படிப் பேசும் அரசியலியக்கத்தை நாம் ஆதரிக்கிறோம். காரணம் அது அந்த தருணத்தில் நமக்கு பிடித்ததை பேசுகிறது. எப்போது கொள்கைக்கும் பரப்பிய இயக்கத்தின் வெற்றுக் கூச்சலுக்கும் இடையே நமக்கு வேறுபாடு தெரிகிறதோ அதன் பின்னரே நாம் அரசியலை புரிந்து கொள்ளத் தொடங்குகிறோம்.

ஒற்றை வரிகளின் வெற்றி

நான் தொழிற்சங்கத்தில் இருந்த நாட்களில், ஒருமுறை, ஒரு போராட்டத்துக்காக, ஒரு கோஷத்தை எழுதினோம். 'போனஸ் என்பது, பிடித்தம் செய்யப்பட்டு, மொத்தமாக அளிக்கப்படும் சம்பளம் தான்' என்பது தான் என் கருத்து.

கோஷங்களை எழுதும் மூத்த தோழர், "போனஸ் என்பது லஞ்சமில்லை! தொழிலாளி மனதில் வஞ்சமில்லை!" என்று எழுதினார்.

நான், "இந்த இரண்டு வரிகளுக்கும் நடுவே என்ன தொடர்பு?" என்றேன். "கோஷத்தில் ஒரு தாளம் இருக்க வேண்டும், இல்லை யேல், தொழிலாளர்களால் அதை சொல்ல முடியாது. சொல்ல முடியாத ஒன்றை அவர்கள் நினைவில் வைத்துக்கொள்ள மாட்டார்கள்" என்றார் தோழர். அது தான் நடந்தது, அந்த வரி மிகப்பிரபலம் ஆகியது.

போராட்டங்களில், ஊர்வலங்களில் இப்படி சில கோஷங்கள் ஒலிப்பதை நாம் கேட்டிருப்போம். ஒரு கருத்தை தாளம் உள்ள வரியாக மாற்றி திரும்பத் திரும்பச் சொல்வது தான் அது. அந்த வரி, சொல்பவர் மனதில் பதிந்து, அவர் அதை நம்பத் தொடங்குகிறார். கேட்பவர் மனதிலும் அறியாமல் பதிந்து விடுகிறது.

ஹிட்லரின் பிரச்சார அமைச்சராக 1933 முதல் 1945 வரை இருந்த ஜோசப் கீபல்ஸ் என்பவர் தான் அரசியலில் திரும்பத்திரும்ப ஒலிக்கும் கோஷங்களின் இடத்தை அடையாளம் கண்டு கொண்டவர். 'திரும்பத் திரும்பச் சொல்லப்படும் பொய் என்பது உண்மையே' என்ற அவரது வரி மிகவும் பிரபலம். அப்படி

திரும்பத் திரும்பச் சொல்ல வேண்டுமென்றால், அதற்கு ஒரு தாளம் இருக்க வேண்டும். அதுவே கோஷம்.

அதற்கு முன், நெடுங்காலமாகவே, ராணுவத்தில் அத்தகைய கோஷங்களுக்கு முக்கியப் பங்கிருந்தது. ராணுவத்திற்கு போர் பற்றிய கருத்துகளை எளிய கோஷங்களாக ஆக்கித்தான் அளிக்க வேண்டும். ஏனென்றால், ராணுவம் போர்முனையில் செயல்படுகிறது. அங்கே சிந்தனைக்கு இடமில்லை. அதே சமயம், எதன் பொருட்டு போரிடுகிறோமோ அதை திரும்பத் திரும்பச் சொல்லிக் கொண்டே இருக்க வேண்டும். அப்போது தான் உண்மையான தீவிரம் வரும். அதற்காகவே ராணுவத்தில் கோஷங்கள் எழுப்பப்படுகின்றன.

மிகத்தொன்மையான காலம் முதலே, போர் வீரர்கள், "வாழ்க! ஒழிக!" கோஷங்களை எழுப்பியபடி போருக்கு போவது வழக்கமாக இருந்ததை நாம் வரலாற்றில் காண்கிறோம்.

கீபல்ஸ், அதை நுணுக்கமாக ஆராய்ந்து, ஜனநாயகத்திற்கும் பயன்படுத்தலாம் என்று கண்டுபிடித்தார். எந்த சிந்தனைக்கும் இடமில்லாமல் ஒன்றை மக்கள் மனதில் நிறுவும் ஆற்றல் கோஷங்களுக்கு உண்டு. சிந்திக்காமல் மக்கள் நம்பும் விஷயங் களே அரசியலில் வெற்றியை தேடித்தரக் கூடியவை. சிந்திக்க வைக்கும் போது, எப்படியும் மறு தரப்பும் உருவாகி வரும் என்று கீபல்ஸ் சொன்னார்.

"தமிழகத்திலே தட்டினால் தங்கம். வெட்டினால் வெள்ளி. அத்தனையும் கொணர்ந்து மக்களின் வாட்டத்தை போக்கு வோம்" என்று ஒரு கோஷம், ஒரு காலத்தில், தமிழகத்தில் மிக பிரபலம். தட்டினால் தங்கம், வெட்டினால் வெள்ளி என்று, அந்த எண்ணம் மக்கள் நாவில் பதிந்து விட்டது.

ஆனால், தமிழகம் நீர் வளத்திலும் கனிம வளத்திலும் பிற மாநிலங்களை விட மிகக் குறைவானது. நெய்வேலி தவிர நமக்கு நிலக்கரி சுரங்கங்கள் ஏதுமில்லை. தமிழகத்தில் எண்ணெய் கிடைப்பதில்லை. உலோகம் மிகக் குறைவாகத் தான் கிடைக்கிறது. அசாமிய எண்ணெயையும், பீஹாரின் நிலக்கரியையும், மஹாராஷ்டிரத்தின் செம்பையும் நம்பி தான் இந்தியாவும், தமிழகமும் இருக்கிறது. இது தகவல் உண்மை.

ஜனநாயக சோதனைச்சாலையில்... 147

ஆனால், தமிழகத்தை ஒருவர் புகழ்ந்து பேசும் போது, உண்மையா என்று பார்க்க நாம் மெனக்கெடுவதில்லை. அதை நம்ப நம் மனம் ஆசைப்படுகிறது. கைரேகை சோதிடர்கள் யாருடைய கையைப் பிடித்து பார்த்தாலும், 'நீங்கள் மிக நல்லவர். வெளுத்ததெல்லாம் பால் என்று நம்புகிறவர். மனதில் கள்ளமில்லாதவர். ஆனால், உங்களை மற்றவர்கள் ஏமாற்றுகிறார்கள். உங்கள் பணம் மற்றவர்களால் சுரண்டப்படுகிறது' என்று சொல்வார்கள். 'அதெல்லாமில்லை' என்று மறுக்கக்கூடிய ஒருவர் கூட இல்லை என்று, அவர்களுக்கு தெரியும்.

அந்த வித்தையைத் தான் இந்த கோஷத்திலும் பார்த்தோம். அதை மக்கள் நம்பியதற்கு ஒரு காரணம் இருந்தது. சுதந்திரப் போராட்ட காலத்தில், ஒரு நம்பிக்கை மக்களிடம் உருவாகியது. வெள்ளையன் ஆட்சி அகன்றால், இந்தியாவில் பாலாறும் தேனாறும் ஓடும் என்று. அது நடைமுறை சாத்தியம் அல்ல என்பதே உண்மை.

ஆனால், எளிய மக்கள் அப்படி ஒரு நல்ல எதிர்காலத்திற்கான மிகையான கனவுகளை வளர்த்துக் கொண்டு இருப்பார்கள். அது அவர்களுடைய இயல்பு.

சுதந்திரத்திற்கு பிறகு, வடமாநிலங்களில் பஞ்சம் வந்தமையால், இந்திய அளவில், ஒரு உணவுக் கட்டுப்பாட்டை மத்திய அரசு கொண்டு வந்தது. இந்தியா முழுக்க உணவு சேகரிக்கப்பட்டது. அந்தந்த இடங்களில் குறைந்தபட்சம் எவ்வளவு தேவையோ அந்த அளவு வைக்கப்பட்டு, எஞ்சியிருந்த உணவு பஞ்சம் பிழைத்த பகுதிகளுக்கு கொண்டு செல்லப்பட்டது. அவ்வாறுதான் இந்தியாவில் பஞ்சத்தில் மக்கள் எவரும் இறக்காமல் பார்த்துக் கொள்ளப்பட்டது.

இந்த உணவுக் கட்டுப்பாடு காரணமாக, தமிழகத்திலும், ஆந்திரத்திலும் போதிய விளைச்சல் இருந்தும் கூட, உணவுத் தட்டுப்பாடு ஏற்பட்டது. ஆகவே, ரேஷன் முறை கொண்டு வரப்பட்டது. குறைவாக அரிசி அளிக்கப்பட்டது. அரிசியுடன் சோளம், கம்பு போன்ற தானியங்களும் அளிக்கப்பட்டன. மக்களிடையே ரேஷன் முறை கடுமையான கசப்பை உருவாக்கியது.

நம் சுதந்திரத்துக்கு பிறகு முன்பிருந்த அளவு கூட தானியங்கள் கிடைக்கவில்லை என்ற எண்ணம் தென்மாநிலங்களில்

உருவாகியது. சகோதரர்கள் பீஹாரிலும், உத்தரபிரதேசத்திலும் சாகும்போது நமது உபரி விளைச்சலை நாம் அளித்தோம். அது நம் கடமை.

அந்த மனநிலையை சாதகமாகப் பயன்படுத்திக் கொண்டது மேலே சொல்லப்பட்ட கோஷம். உண்மையில் ஐம்பதுகளின் இறுதி வரை நீடித்த பெரும் பஞ்சத்தில் இருந்து, இன்னமும் கூட, பீஹாரும் உத்தரப்பிரதேசமும், வங்காளமும் மேலே எழவில்லை. கல்வி, உள்கட்டமைப்பு ஆகியவற்றில் அவை மிகவும் பின் தங்கியுள்ளன.

மாறாக தென்னகம் மிகச்சிறந்த போக்குவரத்து வசதிகள் காரணமாகவும், நமக்குள்ள சிறந்த துறைமுகங்கள் காரண மாகவும் தொடர் வளர்ச்சியை அடைந்து, இன்று வடக்கை விட முன்னணியில் இருக்கிறது.

ஆனால், ஒரு கோஷத்தை கேட்கும்போது நாம் இந்த உண்மையை சிந்திப்பதில்லை. அந்த கோஷம் அடிவயிற்றி லிருந்து ஆக்ரோஷமாக எழுப்பப்பட்டால் அதை நம்மை யறியாமலேயே நம்பத் தொடங்குகிறோம். திரும்பத் திரும்ப ஏமாந்தாலும் நமக்கு உண்மை உறைப்பதில்லை.

இத்தகைய ஏமாற்று கோஷங்களை விட ஆபத்தானது வெறுப்பு கோஷம். ஒரு தரப்பின்மேல் வெறுப்பை உண்டு பண்ண வேண்டும் என்றால் அவர்களை ஒரு இழிசொல்லால், அரசியல்வாதிகள் அடையாளப்படுத்துவார்கள். அந்த சொல்லை வெறுப்பு கொப்பளிக்கும் கோஷமாக ஆக்கி, கூச்சலிட்டபடியே இருப்பார்கள். ஏன் வெறுக்கிறோம் என்று தெரியாமலேயே அந்த கோஷத்தை கேட்பவர்களும் அச்சொல்லால் சுட்டப்படு பவர்களை வெறுக்கத் தொடங்கி விடுவார்கள்.

1994ல், ஆப்ரிக்க நாடான ரவாண்டாவில் ஒரு மிகப்பெரிய இனக்கலவரம் அரசியல்வாதிகளால் தூண்டி விடப்பட்டது. டுட்ஸி, ஹூடு என்னும் இரு இனங்களுக்கு இடையே அரைநூற்றாண்டாக இனக்காழ்ப்பு உண்டு. வெள்ளையரால் உருவாக்கப்பட்டது அந்த வெறுப்பு. அதை அரசியல்வாதிகள் வளர்த்தனர். டுட்ஸிக்களும் ஹுடுக்களும் இருவேறு இனத்தவர் என்று அவர்களையே நம்பவைத்தனர்.

ஆனால், நூறாண்டுகளுக்கு முன்புவரை, டுட்ஸிக்கள், ஹுடுக்களாகவும்; ஹூடுக்கள், டுட்ஸிக்களாகவும் மாற வாய்ப்பிருந்தது. கொள்வினை கொடுப்பினை இருந்தது.

கலவரத்தில் நூறே நாட்களில், மூன்று லட்சம் பேர் கொன்று குவிக்கப்பட்டனர். அத்தனை அழிவையும் உருவாக்கியது ஒரு வார்த்தை. ஹூடுக்கள், டுட்ஸிக்களை கரப்பான்பூச்சிகள் என்று அழைத்தனர். திரும்பத் திரும்ப அந்த வார்த்தையை எல்லா மேடைகளிலும் சொன்னார்கள். ஊர்வலங்களில் கோஷம் போட்டார்கள்.

அந்த வார்த்தை எதை சுட்டுகிறது? கரப்பான்பூச்சி அருவருப் பானது. நோய் பரப்புவது. ரகசியமாக பரவுவது. எவ்வளவு அழித் தாலும் அழியாதது. அந்த வார்த்தையே, டுட்ஸிக்கள் மேல், ஹூடுக்கள் மனதில் கடுமையான கசப்பை உருவாக்கியது. அவர்கள் அதை யோசித்துக் கூட பார்க்கவில்லை.

வன்முறை வெடித்த போது டுட்ஸிக்களை கொன்று அழித்தார்கள்.

கொலை செய்து வெறி நடனமிட்டவர்கள் பெரும்பாலும் இளைஞர்கள். டெர்ரி ஜார்ஜ் இயக்கிய, 'ஓட்டல் ரவாண்டா' என்னும் அமெரிக்க சினிமாவில் அந்த அழிவை நாம் காணலாம்.

இங்கும் அரசியல் களத்தில், அவ்வாறு பொய்யை திரும்பத் திரும்ப சொல்லி நிறுவும் கோஷங்கள் எழுப்பப் படுகின்றன. வெறுப்பை நிறைக்கும் சொற்கள் உருவாக்கப்படு கின்றன. கோஷங்கள் வழியாக அவ்வெறுப்பை நம் மனதில் நிறைக்கிறார்கள். ஒரு விஷயம் கோஷமாக முன்வைக்கப்பட் டாலே அது ஏமாற்று வேலை என்று எண்ணுவது அவசியம். வெறுப்பும், காழ்ப்பும் கொண்ட கோஷங்கள் நம்மை அழிப்பவை என்பதில் ஐயமே இல்லை.

குருதியோட்டத்தில் இணைவது

சில வருடங்களுக்கு முன்பு கேரளத்தில் ஒரு கட்டுமான பணியிடத்திற்கு மேற்கு வங்காளத்தில் இருந்து, கூலி தொழிலாளர்கள் ரயிலில் அழைத்து வரப்பட்டனர். ரயில் நிலையத்தை மார்க்சிய கம்யூனிஸ்ட் கட்சியின் தொண்டர்கள் முற்றுகையிட்டு, அந்த கூலி தொழிலாளர்கள் திருப்பி அனுப்பப்படவேண்டும் என்று, கோஷமிட்டனர்.

செய்தியாளர்களிடம் பேசிய அவர்களின் தலைவர், 'மேற்கு வங்காளத்தை இழிவு செய்வதற்கும், அதன் வழியாக, கம்யூனிச ஆட்சியை இழிவு செய்வதற்கும், திட்டமிட்டு பொய்யாக வரவழைக்கப்பட்டவர்கள் இவர்கள்' என்று குற்றம் சாட்டினார். ஆனால், மேலும் மேலும் கூலித் தொழிலாளர்கள் கேரளத்திற்கு வந்து கொண்டே இருந்தனர். கட்டுமானம், ஓட்டல், வீட்டுப் பணியாளர் ஆகிய மூன்று தளங்களிலும் கேரளத்தில் ஏராளமான ஊழியர்கள் தேவைப்படுகின்றனர். ஏறத்தாழ 7 லட்சம் தமிழ் தொழிலாளர் அங்கிருக்கின்றனர்.

சில பஞ்சாயத்துக்களே தமிழர்களால் நிறைந்து, அ.தி.மு.க., ஆட்சியில் இருக்கின்றன. இப்போது, சட்டமன்ற தேர்தலில், பல தொகுதிகளில், தமிழ் தொழிலாளர்களை நம்பி அ.தி.மு.க., வேட்பாளர்களை நிறுத்தியுள்ளது.

மேற்கு வங்க தொழிலாளர்கள் கிட்டத்தட்ட நான்கு லட்சத்துக்கு மேல் பணியாற்றுவதாக சொல்லப்படுகிறது.

சில ஊர்களில், வங்கமொழி செய்தி தாள்களையும், வார இதழ்களையும் கூட பார்க்க முடிகிறது. சில ஊர்களில், அரசு பள்ளிகளில் வங்கமொழி இரண்டாவது மொழியாக கற்றுக் கொள்ள ஏற்பாடு செய்யப்பட்டுள்ளது.

இந்தியா முழுக்க பயணம் செய்யும் அனுபவமுள்ள ஒரு பயணி, எந்த மாநிலம் வளர்கிறது தேய்கிறது என்று, எளிதில் கண்டு கொள்ள முடியும். ஒரு சாலையில் சாதாரணமாக சென்றாலே, சாலை ஓரத்து உணவகங்கள் தரமானவையாகவும் வசதியாகவும் இருந்தால், அங்கு சாலை போக்குவரத்து மிகுந்திருக்கிறது என்று பொருள். அது பொருளாதார வளர்ச்சியை சுட்டிக்காட்டும்.

எதிரே வரும் வண்டிகளில் எத்தனை வண்டிகள் வீட்டு கட்டுமான பொருட்களை ஏற்றிச் செல்கின்றன என்பதை பார்த்தால், அங்கு மக்களின் வாழ்க்கைத் தரம் மேம்பட்டுக் கொண்டிருக்கிறதா என்பதை, சொல்ல முடியும்.

ஒரு சின்ன கிராமத்தில், பொது பொருட்கள் விற்கும் கடையில் என்னென்ன பொருட்கள் விற்கப்படுகின்றன என்று பார்த்தால், அங்குள்ள மக்களின் நுகர்வின் தரம் தெரியவரும்.

ஆந்திரம், கேரளம், தமிழகம் போன்ற தென் மாநிலங்கள் சீரான வளர்ச்சியை காட்டுகின்றன. கர்நாடகத்திலும் மகாராஷ்டிரத்திலும் சில பகுதிகளில் வளர்ச்சியும், சில பகுதிகளில் தேக்க நிலையும் காணப்படும். குஜராத்தில் பழங்குடி பகுதிகளில் குறைவான வளர்ச்சியும், நகர்ப்புறங்களில் பெரிய வளர்ச்சியும் இருக்கும்.

ஒடிசா, பத்தாண்டுகளுக்கு முன்பு மிகப்பெரிய தேக்க நிலையிலிருந்து வியப்பூட்டும்படி மேலெழுந்து வந்து கொண்டிருக்கிறது. பீஹாரிலும் மாற்றங்கள் உள்ளன. எந்த வளர்ச்சியோ மாற்றமோ இல்லாத மாநிலம் என்பது உத்தர பிரதேசம். அதற்கு ஒரு படி கீழாக மேற்கு வங்காளம் உள்ளது. கொல்கத்தாவை தவிர, மேற்கு வங்காளத்தில் எங்குமே, நாம் வாழ்ந்து கொண்டிருக்கும் வாழ்க்கையின் ஒரு சாயலையும் பார்க்க முடியாது. சதுப்புகள் நடுவே பழமையான வீடுகள் தென்படும். ஒரு கிராமத்தின் முச்சந்தியில், அழுக்கில்லாத உடையணிந்த ஒருவரை பார்ப்பதே வங்காளத்தில் அரிது.

ஒருமுறை, ஒரு வங்க சிறுநகர் ஒன்றில், ஒரு பெண்மணி எங்களுக்கு சோளக் கொண்டைகளை விற்க வந்தாள். சோளக் கதிர் பத்து ரூபாய் என்றாள். எதுவரை அவள் இறங்கி வருகிறாள் என்று பார்ப்பதற்காக, நாங்கள் வண்டியை சற்று நிறுத்தி,

"மூன்று கதிரும் பத்து ரூபாய்க்கு கொடு" என்றோம். அவள் கொடுக்க முன்வந்தாள். மேலும் வண்டியை நிறுத்தி, "ஒரு கதிர் ஒரு ரூபாய்க்கு கொடு" என்று கேட்டோம். சற்று தயங்கியபின் அதற்கும் அவள் இறங்கினாள்.

அங்கு, நாங்கள் ஏழு பேர் தங்குவதற்கு, இரண்டு இரட்டை அறைகளும் ஒரு தனி அறையுமாக சேர்த்து, ஐநூறு ரூபாய்க்கு அறை போட்டோம். அந்த விடுதிக்காரரிடம், "ஏன் இவ்வளவு குறைவாக கிடைக்கிறது?" என்று கேட்டோம். "அந்த சோளக் கொண்டைக்காரி, அந்த சோளக்கொண்டைகளை விற்று பணமாக்குவது அவ்வளவு கடினமானது. இந்த விடுதியில் இன்றைக்கு நீங்கள் மட்டும் தான் தங்கியிருக்கிறீர்கள். குறைந்த பட்சம் இந்த மின் கட்டணத்தையாவது உங்களிடம் இருந்து வாங்கிவிட முடியுமல்லவா?" என்றார்.

வங்காளத்தின் தேக்கநிலைக்கு என்ன காரணம்? முதன்மை யாக அங்கு தொழிலாளர் பிரச்னை உள்ளது என்பதே. அரசே தொழிற்சங்கங்களை ஆதரிப்பதும், தொழிற்சங்க தலைவர்கள் தொழில்களை கட்டுப்படுத்த முயல்வதும், அங்கே தொழில்கள் வளராமல் செய்துள்ளன. கிழக்கு வங்காளத்தின் அகதிகள் வந்து குவிந்து கொண்டே இருப்பது பிறிதொரு சிக்கல்.

ஆனால், இதற்கு அனைத்துக்கும் மேலான பிரச்னை என்பது, வங்காளம் தன்னை தனிமைப்படுத்திக் கொண்டது தான். வங்காளத்துக்கும் பிற மாநிலங்களுக்குமான உறவு மிக குறைவு. வங்காளிகள் ஒடிசாவிலும், அசாமிலும், வடகிழக்கு மாநிலங்கள் அனைத்திலும் குடியேறி மிக வலுவான வணிக சமுதாயம் இருந்தும் கூட, மேற்கு வங்காளம், அதனுடைய இடதுசாரி அரசியல் காரணமாக பிற மாநிலங்களுடனான உறவை மிகவும் துண்டித்துக் கொண்டது.

மேற்கு வங்காளத்தின் கிராமங்களில் வங்காளி அல்லாத ஒருவரைப் பார்ப்பதே மிக குறைவு.

ஒரு மாநிலத்தில், பிற பகுதியினர் வந்து செல்வது என்பது, நுரையீரலுக்குள் மூச்சு செல்வது போல. அதுதான் வணிக வளர்ச்சியாக மாறுகிறது. கொண்டும் கொடுத்தும் தான் ஒரு பொருளியல் வளரமுடியும். எந்த ஒரு அரசியலாக இருக்கட்டும், அது வணிகத்தின் மூச்சு ஓடிக்கொண்டிருக்க உதவவேண்டும்.

வங்காளத்தில் நெடுங்காலமாகவே ஒருவகை வங்கமேட்டிமை வாதம் இருந்தது. தாங்கள் ஒருவகையில் அத்தனை இந்தியர்களை விடவும் மேலானவர்கள் என்னும் தோரணையை, பொதுவாக வங்காளிகளிடம் பார்க்கலாம்.

இந்திய சுதந்திர போராட்டத்தின் நெடுந்தூண்களில் ஒருவராகிய சுரேந்திரநாத் பானர்ஜி போன்றவர்களே வங்க மேலாதிக்க மேட்டிமைவாதத்திற்கு ஆட்பட்டு, மெல்ல அரசியலில் ஓரம் கட்டப்பட்டவர்கள் தான். அன்று முதல் இன்றுவரை, வங்காளத்தின் அரசியல்வாதிகள் அனைவரின் வரலாற்றிலும், தான் வங்காளி என்னும் அகந்தையாலேயே தனிமைப்பட்டு விலகி வீழ்ச்சியடையும் ஒரு சித்திரத்தைக் காணலாம். இந்தியாவின் மையப்போக்கு அரசியலை வங்காளிகள் எப்போதும் நிராகரித்துக் கொண்டிருந்தனர். தங்களுக்குள்ளேயே மோதிக் கொண்டு, ஒரு சின்ன தனி சமுதாயமாக வாழ்ந்தனர்.

இந்த மனநிலை காரணமாக, வங்காளம் தன்னை துண்டித்துக் கொண்டு, பொருளியலில் தேக்கமடைந்துவிட்டது. இதை உடைப்பதற்காக, சில முயற்சிகளை, கடந்த பத்தாண்டுகளாக, அங்குள்ள இடதுசாரிகள் எடுத்தனர். அவர்களுக்கு எதிராக எழுந்த மம்தா பானர்ஜி, மீண்டும் வங்க மேட்டிமைவாதம் பேசி, அம்முயற்சிகளை உடைத்தார். அந்த மக்கள், இன்னும் இந்தியாவின் மைய ஓட்டத்துடன் கலந்து, வெற்றியும் வளர்ச்சியும் சாத்தியமாகாமல் இருக்கின்றனர். அதேசமயம் கூலி வேலை தேடி இந்தியா முழுக்க அலைகின்றனர், ஏழை வங்காளிகள்.

எனது நண்பர் ஒருவரின் அலுவலகத்தில், இந்தியாவின் லாரி போக்குவரத்தைக் காட்டும் ஒரு மின்னணு வரைபடம் உண்டு. இந்தியாவில் அனைத்து சாலைகளும், அவற்றில் ஓடும் லாரிகளும் ஒரு சாட்டிலைட் வரைபடத்தில் ஒளிவிட்டுக் கொண்டிருக்கும். இரவு நேரத்தில் அதை பார்க்கும்போது, ஒரு MRI ஸ்கேன் திரையில், உடலில் ஓடும் ரத்த ஓட்டத்தை பார்ப்பது போலிருக்கும்.

இந்தியா முழுக்க ஓடிக்கொண்டிருக்கும் இந்த பல்லாயிரக் கணக்கான லாரிகள் இந்தியாவின் ரத்தம். அந்த லாரிகளில் கணிசமானவை நாமக்கல்லையும், கரூரையும் சார்ந்தவை

என்பதுதான், தமிழகத்தின் பொருளாதார வளர்ச்சிக்கு மிக முக்கியமான காரணம்.

நாகாலாந்திலோ காஷ்மீரிலோ நின்று, சாலையில் செல்லும் லாரிகளைப் பார்த்தால் ஐந்தில் ஒரு லாரி தமிழகத்தில் பதிவு செய்யப்பட்டதாக இருக்கிறது. அந்த லாரிகள் ஒவ்வொன்றும், அங்கிருந்து நமக்கு செல்வத்தைக் கொண்டு வந்தபடியே இருக்கின்றன. இந்தியாவின் மிக வெற்றிகரமான தொழில் துறைகளில் ஒன்றாக தமிழகம் இருப்பதற்கான காரணம், நாம் இந்திய பெருநிலத்துடன் கொண்டுள்ள இந்த உறவு தான்.

உடலின் ஒரு பகுதி ரத்த ஓட்டத்திலிருந்து துண்டித்துக் கொண்டால், அது காலப்போக்கில் அழுகிப் போவதைப் போல தான் வங்கமும் மாறிக் கொண்டிருக்கிறது. நம்முன் இரண்டு வாய்ப்புகள் உள்ளன. இந்தியாவின் ரத்த ஓட்டத்தில் கலந்து, அதன் இதயத்துடிப்பை வாங்கிக்கொள்வது. அதன் வழியாக வளர்வது. அல்லது வங்காளம் போல துடித்துத் துண்டித்துக் கொள்வது.

நம்மிடம் அரசியல் பேசும் ஒருவர், துடித்துத் துண்டித்து அழியும் அரசியலை சொல்கிறாரா, இணைந்து வளரும் அரசியலை பேசுகிறாரா என்பது மிகவும் முக்கியமானது.

அணைக்க முடியாத நெருப்பு

சென்ற ஆண்டு வடகிழக்கு மாநிலங்களில் மிகச்சிறிய ஊர்கள் வழியாகப் பயணம் செய்து கொண்டிருந்தேன். வட கிழக்கில், சீரான வளர்ச்சி இப்போது உருவாகத் தொடங்கி யிருக்கிறது.

சிலிகுரி என்னும் இடமே, வடகிழக்கில் நுழைவதற்கான வாசல். கிழக்கு வங்காளத்திற்கும், நேபாளத்திற்கும் நடுவே இருக்கும் மிகச்சிறிய நிலப்பகுதி, ஒரு தசைத்தொடர்பு போல, வடகிழக்கை இந்தியாவின் மைய நிலத்துடன் இணைத்துள்ளது.

சிலிகுரியிலிருந்து அருணாச்சலப் பிரதேசத்திற்கோ, மணிப்பூருக்கோ செல்வதென்பது மிகக்கடுமையான ஒரு பயணம். பிரிட்டிஷார் போட்ட, வசதி குறைவான, பழமையான சாலை. சமீபகாலம் வரை, மீட்டர்கேஜ் ரயில் பாதைகள் தான். இப்போது தான் முதல் முறையாக, மொத்த வடகிழக்கையும் சிலிகுரி வழியாக வடஇந்தியாவுடன் இணைக்கும், மிகப்பெரிய ரயில் திட்டம் நிறைவேறியிருக்கிறது.

மேலும், பிரம்மாண்டமான ஒரு திட்டம் தொடங்க இருக்கிறது. டெல்லியில் தொடங்கி அஸாம், மணிப்பூர் வழியாக பர்மா சென்று தாய்லாந்தை அடைந்து, பாங்காக் வரை செல்லும் ஒரு பலதேச நெடுஞ்சாலைத் திட்டம் அறிவிக்கப்பட்டுள்ளது.

அது நிறைவேறினால் வடகிழக்கின் முகம், முற்றிலும் மாறி விடும். நாங்கள் செல்லும்போது, சிலிகுரி முதல் அருணாச்சல பிரதேசம் இதாநகர் வரை செல்லும் சாலைத் திட்டம், முழு வேகத்தில் நடந்து கொண்டிருந்தது.

பயணங்களில் நாங்கள் பார்த்த வடகிழக்கில் மேகாலயாவும், நாகாலாந்தும் ஓரளவு பொருளாதார வளர்ச்சி அடைந்தவை.

திரிபுரா தொடர்ந்து வளர்ச்சிப் பாதையில் இருக்கிறது. ஆனால், மணிப்பூர் அநேகமாக எந்த மாற்றமும் இல்லாமல் இருக்கிறது. காரணம், மணிப்பூர், பர்மாவின் எல்லையை ஒட்டி இருக்கிறது. பர்மாவின் வடகிழக்குப் பகுதியில் எந்த வகையான அரசுக்கட்டுப்பாடும் இல்லை. பழங்குடிகளின் சுதந்திரமான சமூக அரசுகள் அங்குள்ளன. மணிப்பூரிலிருந்து அங்கு சென்று, உடனே மீண்டு வரமுடியும். ஆகவே, மணிப்பூர் இன்னமும் கூட தீவிரவாதிகளின் மறைமுகக் கட்டுப்பாட்டில் இருக்கிறது.

பிரிவினை கோரும் பழங்குடித் தீவிரவாதிகள், அவர்களின் அரசியலின் ஒரு பகுதியாக உறுதியாகச் சொல்லும் விஷயம் என்னவென்றால், இந்தியப் பெருநிலத்திலிருந்து எந்த வணிகர்களும் அங்கு வரக்கூடாது என்பதே. இந்தி சினிமாப் படங்கள் அங்கே ஓடக்கூடாது. நாங்கள் அங்கு செல்லும்போது தமிழ்ப்படங்கள் ஓடிக் கொண்டிருப்பதைப் பார்த்தோம்.

மணிப்பூருக்கு பிற நிலங்களுடனான வணிகம் நிறுத்தப் பட்டால் மட்டுமே, அந்நிலத்தை தங்கள் கட்டுப்பாட்டுக்குள் வைக்க முடியும் என நினைக்கிறார்கள்.

ஆகவே லாரிகள் தாக்கப்படுகின்றன. இந்தியாவின் மிக அதிக மழை பெய்யக்கூடிய பகுதிகளில் ஒன்றான மணிப்பூரில் விளைச்சல் எப்போதும் நிறைவாக இருந்தும்கூட அங்குள்ள பொருட்களை எந்த வகையிலும் விற்க முடியவில்லை. எந்த வகையிலும் அங்கு பொருளாதார செயல்பாடுகள் நடைபெற வில்லை. வெளிக்காற்று உள்ளே வராமல் உள்காற்று வெளியே செல்லாமல் மூச்சுத் திணறிக் கொண்டிருக்கிறது மணிப்பூர்.

வேலை கிடைக்காத மணிப்பூரின் இளைஞர்கள் அங்கிருந்து இரு வகையில் வெளியேறிக் கொண்டிருக்கிறார்கள். மணிப்பூர் முழுக்க பெங்களூரிலும், சென்னையிலும் உள்ள பொறியியல் மற்றும் தனியார் மருத்துவக் கல்லூரிகளின் மிகப்பெரிய விளம்பரப் பலகைகளை பார்த்தோம்.

அங்குள்ள செல்வாக்கு மிக்கவர்கள் தங்கள் பிள்ளைகளை இங்கே அனுப்பி படிக்க வைத்து இங்கேயே தங்கியிருந்து இங்கேயே வேலை செய்ய வைத்து விடுகிறார்கள். அங்குள்ள ஏழைகள் அங்கிருந்து ஓட்டலிலும் ஆலைகளிலும் வேலை செய்வதற்காக இங்கே வருகிறார்கள். தமிழகத்தின் நடுத்தர

ஓட்டல்களில் கூட மணிப்பூர் இளைஞர்கள் வேலை செய்வதைப் பார்க்கலாம்.

அவர்களுக்கு இங்குள்ளவர்களைவிட குறைவான சம்பளம் கொடுக்கப்படுகிறது. ஆனால் செலவு போக ஐந்தாயிரம் ரூபாய் மணிப்பூருக்கு அனுப்ப முடிந்தால், அது அவர்களுக்கு மிகப் பெரிய தொகை. ஏனென்றால், அந்த ஐந்தாயிரம் ரூபாயை அங்குள்ள தீவிரவாதிகளால் கட்டுப்படுத்தப்படும் பொருளா தாரத்தில் சாதாரணமாக ஈட்ட முடியாது.

மணிப்பூரின் தீவிரவாதிகளை ஆதரித்து இங்கு தொடர்ந்து எழுதும் உள்நோக்கம் கொண்ட பல அரசியல் எழுத்தாளர்கள் இருக்கிறார்கள். மணிப்பூரின் பிரிவினைவாதியான ஐரோம் ஷர்மிளாவை ஒரு பெண் காந்தி என்று சொல்லும் அளவுக்கு எழுதி தள்ளியிருக்கிறார்கள். இவர்களிடம், 'சரி, ஐரோம் ஷர்மிளாவின் அரசியல் என்ன? அது முற்போக்கானதா?' என்று ஒரு எளிமையான கேள்வியைக் கேட்க முடியாது.

ஐரோம் ஷர்மிளா, மீய்ட்டி என்ற பழங்குடி இனத்தை சார்ந்தவர். மொத்த மணிப்புரி நிலமும், மீய்ட்டிகளின் நாடாக மாற வேண்டும் என்று அவ்வினம் சொல்கிறது. அதன் பொருட்டு ஐம்பதுகள் முதல் தொடர்ச்சியாக அங்கே பழங்குடி கலவரங்கள் நடந்து பல்லாயிரம் பேர் இறந்துள்ளனர்.

அங்கு இருக்கும் மற்ற சிறுபான்மைப் பழங்குடிகளான குக்கிகள், அங்கமிகள், நாகர்கள் தங்களுக்கென்று வேறு பழங்குடி ராணுவங்களை உருவாக்கிக் கொண்டு மணிப்பூர் முழுமையும் தங்கள் கட்டுப்பாட்டில் இருக்க வேண்டும் என்று கோருகிறார்கள்.

இந்த ராணுவங்கள் மோதிக்கொண்டே இருக்கின்றன. அச்சிறிய மாநிலத்தில், 1992 முதல் 1997 வரையிலான இனக்குழுச் சண்டைகளில் ஆயிரம் பேர் கொல்லப்பட்டுள்ளனர். ஒரு லட்சம் பேர் வீடிழந்தனர். இன்றும் தொடர்ந்து வருகிறது இப்பூசல். ஒரு இனக்குழு இன்னொரு இனக்குழு வாழும் நிலத்துக்குள் செல்லவே முடியாது.

ஐரோம் ஷர்மிளாவுக்கு இந்தக் கொலைகள் மானுட உரிமை மீறல்களாகத் தெரியவில்லை. ஆனால் ஒரு கலவரத்தை அடக்க

ராணுவம் சுட்டு இருவர் கொலையுண்டால் அதை 'மணிப்பூர் மக்களுக்கு எதிராக இந்தியாவின் தாக்குதல்' என்று அவர் சொல்கிறார். உலக ஊடகங்களும் இந்தியாவின் கூலி அறிவு ஜீவிகளும் அதை மேலும் மேலும் கூவுகின்றன. நாம் கேட்பது அவர்களின் குரலை மட்டுமே.

இப்போது கூட எங்கெல்லாம் ராணுவம் தளர்வுறுகிறதோ அங்கெல்லாம், சிறுபான்மை பெரும்பான்மைப் பழங்குடி யினரை பழங்குடியினர், தாக்குகிறார்கள். தமிழகத்தில் ஒரு மாவட்டத்தில், குறிப்பிட்ட சாதியினர் பெரும்பான்மையினராக இருக்கிறார்கள். அவர்கள் அந்தப் பகுதி தங்களுக்கு தனி நாடாகக் கிடைக்க வேண்டும் என்று போராடினால், அதை இந்திய அரசால் ஏற்றுக்கொள்ள முடியுமா? அங்குள்ள சிறுபான்மைச் சாதியினரின் எதிர்காலம் என்ன என்ற கேள்வி எழுகிறதல்லவா?

அந்த அத்தனை சாதிகளும் சேர்ந்து, 'இந்திய அரசு எங்களை விட்டுவிடட்டும், நாங்களே தீர்த்துக் கொள்கிறோம்' என்றால் அனுமதிக்கலாமா? வடகிழக்குப் பிரச்சினை என்பது உண்மை யில் இதுதான்.

இந்தத் தீவிரவாத ராணுவங்களுக்கு பர்மாவின் ராணுவ சர்வாதிகார அரசும், சீனாவும் அனைத்து உதவிகளையும் செய்கின்றன. 1995ல், நரசிம்ம ராவ், பர்மிய அரசுடன் ஒப்பந்தம் ஒன்றைச் செய்துகொண்டார். அதன் அடிப்படையில் தங்கள் நிலத்தில் அமைந்திருந்த தீவிரவாத முகாம்களை பர்மிய ராணுவம் குண்டுவீசி அழித்தது. வடகிழக்கில் அமைதி திரும்பத் தொடங்கியது.

ஆனால், அரசு கட்டுப்பாட்டில் இல்லாத பர்மியப் பழங்குடிப் பகுதியுடன் தொடர்பில் இருப்பதனால் மணிப்பூர் தீவிரவாதம் ஒழியவில்லை. சென்ற ஆண்டு மணிப்பூரில் வன்முறையை நிகழ்த்திவிட்டு பர்மாவுக்குள் ஓடிப் பதுங்கிய தீவிரவாதி களை, பர்மிய எல்லைக்குள் சென்று இந்திய ராணுவம் தாக்கி அழித்தது. அது ஒரு மீறல். ஆனால் ஒரு தொடக்கம். நாகாலாந்து, மேகாலயா போல, மணிப்பூர் மீண்டு வரக்கூடும்.

கடந்த முன்னூறு ஆண்டுகளாக பஞ்சத்தாலும், அடிமைத் தனத்தாலும் மக்கள் வாடி செத்தனர்; பெரும் பஞ்சங்களில் கோடிக்கணக்கானவர்கள் செத்துப்போன வரலாறுக்கு நூறு

ஆண்டுகள் கூட ஆகவில்லை. நமது ரத்த சொந்தங்கள் மூன்றில் ஒரு பகுதியினர், நியூசிலாந்தில் இருந்து கரீபியன் தீவுகள் வரைக்கும் பிழைப்பு தேடிச்சென்று, அங்கு நோய்களிலும் அடிமைத்தனத்திலும் சிக்கி அழிந்தனர்.

சென்ற ஐம்பது ஆண்டுகளில் தான் நாம் குடிசைகளில் இருந்து வீடுகளுக்கு மாற ஆரம்பித்திருக்கிறோம். நமது பிள்ளைகள் பள்ளிக்கூடத்திற்கு செல்ல ஆரம்பித்திருக்கிறார்கள். மூன்று வேளை உணவு உண்ண ஆரம்பித்திருக்கிறோம். காரணம் நாம் நமக்கு பழங்காலத்தில் இருந்த பல்வேறு சாதிக் கசப்புகளையும், இன வெறுப்புகளையும் மறந்து நவீன சமூகமாக ஒன்று திரண்டோம்.

இன்று நம் அரசியல் என்பது, இன்னும் பொருளியல் வளர்ச்சி மட்டும்தான். நாகரீக சமுதாயங்களுக்கு நிகரான வாழ்க்கையை நமது பிள்ளைகளுக்கு அமைத்துக் கொடுப்பது மட்டும் தான்.

நாங்கள் சென்ற பகுதிகளில் எல்லாம் வணிகர்களும், வண்டி ஓட்டுநர்களும், சக பயணிகளும் திரும்பத் திரும்ப தீவிரவாத அரசியலைப்பற்றி சலிப்புடன் பேசினர். வளமான நிலத்தை வேளாண்மை செய்யாமல் விட்டுவிட்டு மகள்களை பெங்களூரில் வீட்டு வேலைக்கு அனுப்ப நேர்ந்த ஒரு தந்தை கண்ணீர் மல்கிக் குமுறியதை நினைவுகூர்கிறேன்.

ஆனால் அந்தத் தீவிரவாதிகளை குறுகிய இனவெறிக்காக ஆதரித்தவர்கள் அவர்கள்தான். மற்ற இனக்குழுக்களுக்கு எதிராக பலநூற்றாண்டுகளாக இருந்துவந்த வெறுப்புதான் அதற்குக் காரணம்.

மணிப்பூர் உள்ளிட்ட வடகிழக்கு மாநிலங்கள் மிகப்பெரிய படிப்பினையை அளிக்கின்றன. வெறுப்பரசியல் சிறுதுளி நெருப்பு. கொளுத்துவது மிக எளிது. அதை வளர்த்துவிட்டு ஆதாயம்தேட பல சக்திகள் காத்துள்ளன. அணைப்பது மிகக் கடினம். எரித்துச் சாம்பலாக்கிவிட்டு அதுவே அடங்க வேண்டும்.

தேசியம் என்னும் கற்பிதம்

'போரும் அமைதியும்' போன்ற, காலத்தை வென்ற பெரும்படைப்புகளின் ஆசிரியராகிய ருஷ்ய எழுத்தாளர் லியோ டால்ஸ்டாய், நான் வழிபடும் ஞானி. அவர் 'தேசியம் என்பது ஒரு கற்பிதமே' என்று சொல்லியிருக்கிறார். இந்திய தேசியம் பற்றிய எனது கருத்துகளை மறுப்பவர்கள் எப்போதும் இவ்வரியைச் சுட்டிக் காட்டி எனக்கு கடிதம் எழுதுவதுண்டு.

எனது பதில் எப்போதும் ஒன்றுதான். தேசியம் மட்டுமல்ல, பண்பாட்டின் அடித்தளமாக நாம் கொண்டுள்ள அனைத்து அமைப்புகளுமே கற்பிதங்கள்தான். குடும்பம், அரசு, மதம் எல்லாமே. ஏன் நீதி, கடவுள் போன்றவைகூட. எவையுமே புனிதமானவையோ, மனிதனுக்கு முந்தையவையோ அல்ல. ஆனால் இவை ஒவ்வொன்றுக்கும் அவற்றுக்கான பயனும் பங்களிப்பும் உண்டு.

சிந்திப்பவருக்கு தேசியம் என்னும் கற்பிதத்தின் வரலாறென்ன என்பது எளிதில் அறிந்து கொள்ளக் கூடியதாகவே இருக்கும். ஒரு குறிப்பிட்ட நிலப்பகுதியில் வசிக்கும் மக்கள் பல்வேறு காரணங்களினால் தங்களை ஒரு மக்கள் கூட்டம் என்று நினைக்கையில் தேசம் என்னும் கருத்து உருவாகிவருகிறது.

உண்மையில் பயணங்கள் மிக அரிதாக இருந்த பழங்காலத்தில் மிகச்சிறிய பழங்குடித் தேசங்களே உருவாகியிருக்கும். பின்னர், வணிகத்தின் மூலமும், படையெடுப்புகள் மூலமும், அச்சிறு நாடுகளிலிருந்து இன்னும் சற்று பெரிய நாடுகள் உருவாயின. அப்பெரிய அரசுகள் மேலும் இணைந்து பேரரசுகள் உருவாயின. இந்தியப் பெருநிலத்தில் அவ்வாறு பல்லாயிரம் பழங்குடி அரசுகள் இருந்துள்ளன. பல நூறு அரசுகள் அமைந்துள்ளன.

புகழ்பெற்ற பேரரசுகளும் உருவாகி வந்தன. தேசியம் என்பது பல்வேறு சிறிய தேசியங்கள் இணைந்து தொகுப்பாக உருவாகி வருவதுதான்.

இது அரசியல் வரலாறு. இன்னொரு பக்கம் பண்பாட்டு தேசியம் என்று ஒன்று உண்டு. அரசுகளும், பொருளியலும் வெவ்வேறாக இருந்தும் கூட ஒரு நிலப்பரப்பின் மக்கள் தங்களை ஒரே பண்பாடு கொண்டவர்களாக உணர்வது அது. எப்போது தமிழில் எழுதப்பட்ட இலக்கியம் என்று ஒன்று நமக்குக் கிடைக்கிறதோ அப்போதே இந்தியா என்னும் பண்பாட்டுத் தேசியம் உருவாகிவிட்டிருப்பதை நாம் காண்கிறோம்.

புறநானூற்றில் உள்ள முதல் பதினாறு பாடல்கள் தான் தமிழிலேயே (கிடைத்த, எழுதப்பட்ட) மிகத்தொன்மையானவை. அவற்றின் மொழிநடையே அதற்குச் சான்று. ஆறாவது பாடலி லேயே 'வடாஅது பனிபடு நெடுவரை வடக்கும் தெனாஅது உருகெழு குமரியின் தெற்கும்' என்று காரிக்கிழார் எழுதிய பாடல் வந்துவிடுகிறது. வடக்கே பனி படர்ந்த இமயமலை முதல் தெற்கே குமரி வரை ஒரு நிலத்தை அது தங்களுக்குரிய தாக உருவகிப்பதைக் காணலாம். நெடுங்காலம் கழித்த தான் சிலப்பதிகாரத்திலும், தொல்காப்பியத்திற்கு பனம்பாரனார் எழுதிய உரையிலும் குமரி முதல் வேங்கடம் வரையிலான தமிழகம் பற்றிய ஒரு சித்திரம் வருகிறது.

அதற்கும் முன் 'ஆசேது ஹிமாசலம்' என்று சமஸ்கிருத நூல்கள் இந்திய நிலத்தை உருவகிக்கின்றன. சேதுமுனை முதல் இமயம் வரை என பொருள். தொன்மையான நூல்கள் பாரதவர்ஷம் என்று இந்த நிலத்தை சொல்கின்றன. இந்து மத சடங்குகள் முழுக்க, இந்த ஒட்டுமொத்த நிலத்தையும் கருத்தில் கொண்டுதான் உள்ளன.

இந்தியாவில் உள்ள அனைத்து தென்னக மன்னர்களும் இமயத்தையும், கங்கையையும் வெற்றி கொள்ள விழைவதைக் காணலாம். இமயவரம்பன், நெடுஞ்சேரலாதன், கங்கை கொண்ட சோழன் போன்றவர்கள் உதாரணம். வடஇந்திய மன்னர்கள் குமரி வரை வந்து திரும்ப விரும்புவதையும் காணலாம். பண்பாட்டு தேசமாக அறியப்பட்ட இந்நிலத்தை, அரசியல் தேசமாகவும் ஆக்கிக் கொள்ளும் விழைவுதான் அது.

இவ்வாறு பண்பாட்டு அடிப்படையில் ஒன்றாக இருந்த தேசம், அரசியல் அடிப்படையில் ஒன்றாக ஆனது பிரிட்டிஷ் ஆட்சிக்காலத்தில் என்பதில் ஐயமில்லை. நாம் இன்று பேசிக் கொண்டிருக்கும் நவீன தேசியம் என்பதுதான், ஐரோப்பாவில் பதினேழாம் நூற்றாண்டுக்கு பிறகு உருவானது. ஐரோப்பாவை ஒட்டுமொத்தமாக ஆட்சி செய்த போப்பாண்டவரின் புனித ரோமப் பேரரசுக்கு எதிராக, ஐரோப்பாவிலிருந்த பல பகுதிகள் தங்களை தனி நாடுகளாக உருவகித்துக் கொண்டன. அவ்வாறு உருவானதே இன்றைய அரசியல் தேசியம் பற்றிய கருத்துகள்.

நவீன தேசியத்திற்கு மூன்று அடிப்படைகள். ஒன்று, பண்பாட்டு ரீதியாக ஒன்றாக இருத்தல். இரண்டு, பொருளியல் ரீதியாக ஒன்றாக இருத்தல். மூன்று, அரசியல் மற்றும் அரசு நிர்வாகம் சார்ந்து ஒன்றாக இருத்தல். இந்திய சுதந்திரப் போராட்டத்தில் இத்தகைய ஒரு நவீன தேசியத்தை அடையவே நாம் போராடினோம். 1947க்குப் பின் அதை நாம் அடைந்தோம்.

ஆக, நவீன தேசியம் என்பது, இங்கு தொன்மையான காலம் முதலே இருந்து வந்த பண்பாட்டு தேசியத்தின் ஒரு வளர்ச்சி வடிவமே ஆகும். ஐரோப்பாவில் இந்த நவீன தேசிய உருவகங்கள் மொழியை அடிப்படையாகக் கொண்டு உருவாயின.

ஆனால் ஒவ்வொரு நாட்டிலும் துணைமொழிகள் இருந்தன. அவை அந்த மொழிவாத தேசியத்துக்கு எதிராகப் போராடின. ஃப்ரான்ஸில் கார்ஸிகா போன்ற பகுதிகள் தனிநாடு கோரிப் போராடின. இத்தாலியில் சார்டினியா போன்ற பகுதிகள் தனிநாடாக பிரிய விரும்பின. பிரிட்டனில் ஸ்காட்லாந்தும் அயர்லாந்தும் தனிநாடுகளாக பிரியும் பொருட்டு போரிட்டன.

ஆனால், காலப்போக்கில், ஐரோப்பா இந்த உபதேசியங்களை இயல்பாக தன்னுள் ஒருங்கிணைத்துக் கொண்டது. ஆகவே தான் அது பொருளியல் ரீதியாகவும், சமூக ரீதியாகவும் வெற்றியின் பாதையில் செல்கிறது. மிக விரைவிலேயே அவர்கள் மொழிவழி தேசியம் சார்ந்த மனநிலையை விட்டு விட்டு எதிர்காலத்தை மட்டுமே கருத்தில் கொண்டு ஒரு நவீன தேசியத்தை வகித்துக் கொண்டார்கள். அந்நாட்டில் வாழும் அனைத்து மக்களுக்கு இணையான உரிமை கொண்ட ஒரு ஜனநாயக தேசியம் அது. குடியேறியவர்களுக்கும் அது சமமான இடம் அளிக்கிறது.

அதாவது அந்த தேசியத்தின் வேர்கள் இறந்த காலத்தில் இல்லை. எதிர்கால லட்சியத்தில் உள்ளன. ஆகவே தான் அதன் அடுத்த படியாக இன்று ஒரு சோதனை முயற்சியாக ஐரோப்பிய நாடுகள் அனைத்தும் இணைந்து ஒரு பொருளியல் கூட்டமைப்பு ஒன்றை உருவாக்கியிருக்கின்றன.

இன்னும் சில காலத்தில், அவை ஒரே தேசமாக மாறக் கூடும். இதுதான் இயல்பான பரிணாமம். மாறாக இந்தியாவில் தேசியம் பற்றி பேசும் முற்போக்காளர்கள் கூட நேர் எதிரான ஒரு பாதையை வளர்ச்சியாக சுட்டிக் காட்டுகிறார்கள். அதாவது ஐரோப்பா எந்தெந்த உள்முரண்பாடுகளை கடந்து வந்து விட்டதோ அதையெல்லாம் இங்கே கொண்டு வரமுயற்சி செய்கிறார்கள்.

தேசியம் என்பது ஒரு கற்பிதமே. ஆனால் அந்த கற்பிதத்திற்கு ஒரு பயன்பாடு உண்டு. ஒரு நிலப்பரப்பின் மக்கள், தங்களுக்குள் உள்ள முரண்பாடுகளை தீர்த்துக் கொண்டு, இணைந்து, வணிகத்தையும் தொழிலையும் வளர்த்து, தங்கள் மீதான தாக்குதலை எதிர்த்து நின்று, வளர்ச்சியடைவதற்கான ஒரு வழி அது.

அப்படி ஓர் ஒற்றுமை தேவை என்பதனால் அதை உணர்ச்சி ரீதியாக ஆக்கிக்கொள்கிறோம். குடும்ப உறவையும் திருமண உறவையும் அப்படித்தான் உணர்ச்சிகரமாக ஆக்கியிருக்கிறோம் இல்லையா? திருமணம் என்பது ஓர் ஒப்பந்தமே என நம் அனைவருக்குமே தெரியும். ஆனாலும், அது ஏழு பிறவியாக வரும் உறவு என்று சொல்கிறோம்.

இந்த நவீன தேசியத்திலிருந்து, மேலே சற்று சென்றால், நாமும் ஐரோப்பா போல இன்னும் பெரிய தேசியத்தை உருவாக்கிக் கொள்ள முடியும். என்றோ ஒரு நாள் இந்தியாவும், பாகிஸ்தானும், இலங்கையும், வங்காள தேசமும் இணைந்து ஒற்றை தேசமாக ஆகுமென்றால் அதுதான் வளர்ச்சி. அப்போது ஒரு பயனுள்ள கற்பிதம் மேலும் பயனுள்ள கற்பிதமாக ஆகிறது. இந்தியா உடைந்து ஒவ்வொரு துண்டும் ஒன்றுக் கொன்று பூசலிடுமென்றால் அது வீழ்ச்சி.

இந்தியா சுதந்திரம் பெற்றபோது, பத்தாண்டு காலம் இந்தியாவின் ஒற்றுமை நீடிக்காதென்று வின்ஸ்டன் சர்ச்சில்

சொன்னார். இதை 'காந்திக்குப்பின் இந்தியா' என்ற நூலில் ராமச்சந்திர குஹா குறிப்பிடுகிறார். அடுத்த ஒவ்வொரு பத்தாண்டுக்கும், ஒரு ஐரோப்பிய நிபுணர், இந்தியா துண்டு துண்டாக உடையுமென்று ஆரூடம் சொல்லியிருப்பதை சுட்டிக்காட்டுகிறார். ஆனால், அறுபது ஆண்டுகளாக இந்தியா மேலும் மேலும் ஒருங்கிணைந்து, தன் பிரச்னைகளை வென்று முன்னகர்ந்தே வருகிறது.

வளர்ச்சியை நோக்கமாக கொண்ட ஒரு மாநில அரசு, இந்தியா என்னும் ஒட்டுமொத்தத்தில் தன் இடத்தை அறிந்ததாக இருக்கும். பேரங்கள் மூலமும் நிர்பந்தங்கள் மூலமும் தனக்கான அனைத்தையும் பெற்று, முன்னேறவே அது முயலும். ஆந்திராவின் சந்திரபாபு நாயுடுவும் ஒடிசாவின் நவீன் பட்நாயக்கும் மிகச்சிறந்த உதாரணங்கள். மாறாக, ஊழலாலும் செயலின்மையாலும் மக்களை ஏமாற்றும் அரசியல்வாதிகளே இந்தியா என்னும் தேசிய அமைப்பை எதிரியாக நமக்கு சுட்டிக்காட்டுகிறார்கள்.

பல குரல்களின் மேடை

தமிழகத்தின் புகழ்மிக்க தொழிலதிபர்களில் ஒருவரான அமரர் சக்தி நா.மகாலிங்கம் அவர்களிடம் எனக்கு பதினைந்து ஆண்டுகள் தொடர்பு இருந்தது. நான், 'சொல் புதிது' என்னும் இதழ் நடத்த அவர் உதவி செய்தார். எனது, 'இந்திய ஞான மரபில் ஆறு தரிசனங்கள்' என்னும் நூலை, அவருக்கு சமர்ப்பணம் செய்திருக்கிறேன்.

ஒருமுறை, உரையாடலில் தன் தொழிற்குழுமத்தில் உள்ள ஒருவரை குறிப்பிட்டு, "அவர் கூறும் எந்தக் கருத்தும் எனக்கு உடன்பாடானது அல்ல" என்றார்.

"அப்படியென்றால் ஏன் அவரை வைத்திருக்கிறீர்கள்?" என்று கேட்டேன். "அவர் என்னை எதிர்ப்பதற்காகத்தான்" என்று சிரித்தபடி சொன்னார். அவரது பிரம்மாண்டமான தொழிற்குழுமத்தில் ஒவ்வொரு சிறு முடிவும் மிகப்பெரிய எதிர்விளைவுகளை உருவாக்கக்கூடும். ஆகவே, அனைத்து கோணங்களிலும் ஒவ்வொன்றையும் ஆராய்ந்து பார்க்க வேண்டியிருக்கிறது. அதற்கு பல்வேறு தரப்புகளில் நின்று பேசக்கூடியவர்கள் அவரைச் சுற்றி தேவை.

அவர்கள், அவரை ஏற்றுக் கொண்டாக வேண்டும் என்பதில்லை. இன்னும் சொல்லப்போனால், அவரை கடுமையாக மறுப்பவர்கள் தான் அவருடைய திட்டங்களை மேலும் கூர்மையாக்குகிறார்கள். அவருடைய தவறுகளை சுட்டிக்காட்டி, அவருடைய செயலை மேலும் வெற்றிகரமாக ஆக்குகிறார்கள்.

ஒரு தொழிற்குழுமத்திற்கே இத்தகைய மாற்றுக்குரல்கள் உள்ளே இருக்க வேண்டுமென்றால், தமிழகம் போன்ற ஒரு மாபெரும் நிலப்பரப்பை ஆளும் கட்சிக்குள் எப்படி இருக்க

வேண்டும். ஒரு மாற்றுக்குரல் கூட எழாது, ஒருவர் இந்த மாநிலத்தை ஆள்வார் என்றால் அது எத்தகைய ஆட்சியாக இருக்கும்?

உண்மையில் காமராஜர் ஆட்சிக்குப்பின் தமிழகத்தை ஆண்ட அனைத்து முதல்வர்களும் சர்வாதிகாரிகளே. காமராஜர் ஆட்சியில், அவருக்கு சமானமான, அவரை மறுக்கக்கூடிய முக்கியமான அமைச்சர்கள் இருந்தனர். சி.சுப்ரமணியம், ஆர். வெங்கட்ராமன் போல.

பிறகு வந்த முதல்வர்கள், மிதமிஞ்சிய வகையில், தங்களை முன் நிறுத்திக் கொள்கிறார்கள். கட்சி, அரசு அனைத்துமே அவர்களின் தனிப்பட்ட சொத்து. ஆகவே விசுவாசிகளே கட்சியிலும் அரசிலும் இருக்கிறார்கள்.

தமிழகத்தின் பெரும் பகுதியை ஆண்ட மன்னர்கள் என்றால், ராஜராஜ சோழன் மற்றும் திருமலை நாயக்கர். ராஜராஜ சோழனின் அவையில் கடம்பூர் சம்புவரையர், கொடும்பாளூர் வேளார், பழுவேட்டரையர், முத்தரையர் போன்ற பல சிற்றரசர்கள் இருந்தனர். அவர்கள் ராஜராஜனுக்கு பெண் கொடுத்தவர்கள், அவர் குடும்பத்தில் பெண் எடுத்தவர்கள். ஆகவே, அரசனுக்கு நிகரான அதிகாரம், அன்று அவர்களுக்கு இருந்தது.

அவையில் எழுபத்திரண்டு திருமலைநாயக்கர் பாளையக் காரர்கள் இருந்தார்கள். அவர்கள், மன்னனுக்கு ஆலோசனை சொல்லி இடித்துரைக்கும் அந்தஸ்து கொண்டவர்களாக இருந்தார்கள். அவ்வாறு தான் இந்த பெரிய நிலம் வெற்றிகரமாக ஆளப்பட்டது.

உண்மையில், அவ்வாறு பலதரப்புகள் சேர்ந்து விவாதித்து, ஆட்சி செய்யும் முறையை, மேலும் அதிகரிக்கும் பொருட்டே இங்கு ஜனநாயகம் கொண்டு வரப்பட்டது.

பல தளங்களை சேர்ந்த நிபுணர்கள் ஓர் அரசில் இடம் பெற வேண்டும். அவர்கள் ஒருவருக்கொருவர் முரண்பட்டு, கருத்துகளை தெரிவிக்க வேண்டும். பல்வேறு இடங்களை சேர்ந்த, பல்வேறு மக்கள் குழுக்களை சேர்ந்த, பல்வேறு தொழில்களை சேர்ந்த அரசியல்வாதிகள் அந்த அரசில் இருக்க

வேண்டும். இவர்கள் அனைவரும் கூடி விவாதித்து, ஒரு முடிவை எடுக்க வேண்டும். ஒரு குரல் கூட ஒலிக்காமல் இருந்துவிடக் கூடாது என்பதே ஜனநாயகத்தின் அடிப்படை. ஒரு குரல் மட்டும் ஒலிப்பது என்பது சர்வாதிகாரம் மட்டுமே.

சுதந்திரத்துக்கு பின், இந்தியாவை ஆண்ட நேருவின் அமைச்சரவை ஒரு முன்னுதாரணமான ஜனநாயக தன்மையோடு இருந்தது. நான்கில் மூன்று பங்கு பெரும்பான்மை பெற்று, வென்றவர் நேரு. ஆனால், அவரது அரசில், நேருவுக்கு நிகரான அதிகாரத்துடன் பட்டேல் இருந்தார்.

நேரு, நகர்மயமாக்கலையும் தொழில் மயமாக்கலையும் ஆதரித்தபோது, கிராம தொழில்களையும் கிராமங்களின் ஒருங்கிணைந்த வளர்ச்சியையும் பட்டேல் முன்நிறுத்தினார். நேருவுடன் எப்போதும் முரண்படும், ரஃபீக் அகமது கித்வாய் போன்ற, அமைச்சர்கள் அவரது அமைச்சரவையில் இருந்தார்கள். தனது ஒவ்வொரு திட்டத்தையும், நேரு, அவர்களிடம் பேசி, அவர்களை நிறைவுறச் செய்து, அதன் பின்னரே கொண்டு வரமுடிந்தது.

பலமுறை, நேரு கடும் கோபம் கொண்டு, அமைச்சரவை யிலிருந்து இறங்கிச் சென்றிருக்கிறார் என்று, பதிவு செய்யப் பட்டிருக்கிறது. ஆனால், அந்தக் கூட்டு அமைச்சரவை, ஒரு பதினைந்து ஆண்டு காலத்தில், இந்தியாவுக்கு செய்த பங்க ளிப்பை, அதன் பிறகு எந்த இந்திய மைய அரசும் செய்யவில்லை.

நேர்மாறாக, இந்திரா காந்தி, அவரது கட்சியையும், அரசையும் முழுக்கட்டுப்பாட்டில் வைத்திருந்தார். நெருக்கடி நிலை காலத்தில், 'இந்திராவே இந்தியா! இந்தியாவே இந்திரா' என்ற கோஷமே, தேவகாந்த் பருவா என்ற அமைச்சரால் முன் வைக்கப்பட்டு, அக்கட்சியினரால் முன்னெடுக்கப்பட்டது. இந்தியாவின் முக்கியமான ஜனநாயக அமைப்புகள் அனைத்தும் ஆற்றல் இழந்தன.

இந்திராவின் ஆட்சி காலத்தில் தான், இந்தியா மிகப்பெரிய பொருளாதார நெருக்கடிகளை சந்தித்தது. இந்தியாவில் வேலையில்லா திண்டாட்டம் உச்சகட்டத்தில் இருந்தது. ஆலைகள் மூடப்படுவதும் அதற்கிணையாகவே பெருகியது.

வேளாண் துறையிலும் பொது துறை உற்பத்தியிலும் பெரு வீழ்ச்சி ஏற்பட்டது.

வேலையில்லா திண்டாட்டத்தால் உருவான நக்சலைட் கிளர்ச்சி, இந்தியாவை உலுக்கியது. கிட்டத்தட்ட ஐம்பதாயிரம் இளைஞர்களை சுட்டுக் கொன்று, அப்போராட்டத்தை இந்திரா காந்தி நசுக்கினார். காரணம், மாற்றுக்குரலே இல்லாமல் இருந் தமையால் அந்த பிழைகளை எவரும் சுட்டிக்காட்டவில்லை. தொடர்ந்து, நெருக்கடி நிலையை கொண்டுவந்து வீழ்ச்சி யடைந்தார் இந்திரா.

இந்திராவை தோற்கடித்து, ஆட்சிக்கு வந்த மொரார்ஜி தேசாயின் அரசில், ஒருபக்கம் இடதுசாரிகளான ஜார்ஜ் பெர்னாண்டஸ் போன்றவர்களும், மறுபக்கம் வலதுசாரிகளான அடல் பிகாரி வாஜ்பாய் போன்றவர்களும் இருந்தனர்.

இந்தியாவின் கலப்பு பொருளியலை, அவர்கள் முன் னெடுத்துச் சென்றனர். இந்திய ஜனநாயகத்தில், மொரார்ஜியின் ஆட்சி காலம் ஒரு பொற்காலம். ஆனால், அவர்களுக்கிடையே நிகழ்ந்த விவாதங்களை, 'சண்டைகள்' என்று மக்கள் புரிந்து கொண்டனர். அந்த ஆட்சி கவிழ்ந்தது.

போர்க்காலங்களிலும் நெருக்கடி நேரங்களிலும், உறுதியான தலைமைக்கும் ஒற்றைக்கும், ஓர் இடம் உண்டு. ஏனெனில் அங்கு தாமதம் கூடாது.

ஆனால், ஜனநாயகம் தாமதமாக மட்டுமே செயல்பட வேண்டும். எந்த முடிவும் அவசரமாக எடுக்கப்பட்டு, அதன் விளைவாக பெரிய அழிவுகளை உருவாக்கிவிடக்கூடாது. பெரும்பான்மையினருக்கோ வலிமை வாய்ந்தவர்களுக்கோ சாதகமாக எடுக்கப்படும் முடிவால், எங்கோ தங்கள் குரல் ஒலிக்காமல் இருக்கும் எளியவர்கள் பாதிப்படையக் கூடாது. உடனடியாக ஒரு தேவைக்காக எடுக்கப்படும் முடிவு, நீண்டகால அளவில், பின்னடைவை உருவாக்கிவிடக் கூடாது.

இந்த கவனத்துடன் செயல்படும் ஒரு அரசு, அனைத்துத் துறைகளிலும் இருந்து விவாதங்களை தான் எதிர்கொள்ளும்.

இந்தியாவின் சாமான்ய மக்களாகிய நாம், ஜனநாயகத்தின் இந்த விவாத தன்மையை புரிந்துகொள்ளவில்லை. எனவே,

யார் மூர்க்கமாகவும் தீவிரமாகவும் பேசுகிறார்களோ, அவர்களே வலிமையான தலைவர் என்று எண்ணுகிறோம். எவருக்கு தன் கட்சிக்குள்ளும் அரசுக்குள்ளும் மாற்றுக்குரலே எழவில்லையோ, அவரே அனைத்தையும் சாதிக்கும் திறனுடையவர் என்று எண்ணுகிறோம். இங்கிருந்து தான் பிரச்சினைகள் ஆரம்பமாகின்றன.

இந்திராவின் மகன் ராஜீவ் காந்தி, ஒப்பு நோக்க, ஜனநாயக குணம் கொண்டவராக இருந்தார். அவரது அரசில், அவருக்கு நிகரான அதிகாரத்துடன், அருண் நேரு, அருண் சிங், வி.பி.சிங் ஆகியோர் இருந்தார்கள். சாம் பிட்ரோடா போன்ற தொழில்நுட்ப நிபுணர்கள் இருந்தனர்.

அவ்வாட்சி காலத்தில் தான், இந்திரா காந்தி காலத்தின் தேக்க நிலையிலிருந்து, இந்தியா மீள்வதற்கான முயற்சிகள் செய்யப்பட்டன. இன்றுள்ள பொருளாதார வளர்ச்சியின் முதல் அசைவு அப்போது தான் தொடங்கியது.

தமிழகத்தில், அப்படி பலகுரல் தன்மையுடன் இருந்த கடைசி அரசு காமராஜருடையது.

அவரது அரசில், ஆர்.வெங்கட்ராமனும், சி.சுப்ரமணியமும், அவருடன் முரண்பட்டு விவாதிக்கக் கூடியவர்களாக இருந்தனர். தமிழகத்தில், இன்றுள்ள அத்தனை பொருளியல் வளர்ச்சிக்கும் காரணம், காமராஜரின் அந்த அமைச்சரவை செய்த பெரும் அடிப்படை பணிகள் தான்.

ஆக, இந்திய வரலாறு நமக்கு காட்டுவது இது, எப்போது ஓர் அரசிலும், கட்சியிலும் வலுவான மாற்றுக்குரல்களுக்கு இடமிருக்கிறதோ, தொடர்ந்து விவாதங்கள் நடந்து கொண்டிருக்கிறதோ, அப்போது தான் உண்மையான வளர்ச்சி சாத்தியமாகிறது. ஒற்றைக்குரல் என்பது கட்டுப்பாடு அல்ல. அதை உருவாக்குவது நிர்வாகத்திறன் அல்ல. உண்மையில், நிர்வாகத்திறன் இல்லாத ஒருவர், பயந்து போய், தன் எதிரிகளை அடக்கி வைத்திருப்பது தான் அது. ஜனநாயகம் விவாதங்களால் மட்டுமே செயல்பட முடியும்.

மதமும் தேசியமும்

இப்போது அடிக்கடி கேட்கப்படும் கேள்வி ஒன்று உண்டு. காந்தி ஏன் நேருவை முன் நிறுத்தினார். உண்மையில் காந்தியின் பொருளாதாரக் கொள்கைகளுக்கு, மிகவும் நெருக்கமானவர் பட்டேல் தான்.

நேரு, காந்தியின் கிராம சுயராஜ்ய சிந்தனைகளை முழுமையாக நிராகரித்தவர். காந்தியின் எளிமை, நேருவைக் கவர்ந்ததில்லை. காந்திக்கும் நேருவுக்கும் இடையே, 1947வாக்கில் சுதந்திரம் கிடைத்த பிறகு, எந்த வகையான அரசு இங்கே அமைய வேண்டுமென்பதில் கடுமையான கடித வாக்குவாதங்கள் நடந்தன. காந்தியின் பெரும்பாலான கோரிக்கைகளுக்கு, நேரு செவி சாய்க்கவில்லை.

இருந்தும், நேருவையே தனது வாரிசாக காந்தி சுட்டிக் காட்டினார். சுதந்திரத்துக்குப் பிறகு இந்தியாவில் நடந்த பொதுத் தேர்தலில், காந்தியின் வாரிசாக தன்னை முன் நிறுத்திக் கொண்டதால் தான், வரலாறே வியக்கும்படியாக பெரும் பான்மையைப் பெற்று நேரு ஆட்சி அமைத்தார். இந்தியாவுக்கு வலுவான ஓர் அரசியல் சட்டத்தை, பாராளுமன்றத்தில் நிறைவேற்றி அளித்தார்.

ஏன் காந்தி நேருவை முன்னிறுத்தினார் என்பதற்கான காரணம் ஒன்றே ஒன்று தான். நேரு சந்தேகத்துக்கு அப்பாற்பட்ட மதச்சார்பின்மை கொண்டவர். பட்டேல் மீது அந்த நம்பிக்கை, இந்தியாவில் இருந்த இஸ்லாமியர்களுக்கு இருக்கவில்லை.

ஒருவகையில் காந்தி அளித்த செய்தியே அதுதான். இந்த தேசம் மதச்சார்பின்மையையே அதன் அடிக்கட்டுமானமாகக் கொண்டிருக்க வேண்டும். ஏனெனில் இங்கு இஸ்லாமியர்கள்,

கிறிஸ்தவர்கள், சீக்கியர்கள், பவுத்தர்கள், சமணர்கள் என்று பல மதத்தினர் வாழ்கிறார்கள். இது அனைத்து மதத்தினருடைய நாடாக இருக்க வேண்டும். அப்போது மட்டுமே நாம் சிறந்த எதிர்காலத்தை நோக்கிச் செல்ல முடியும்.

சுதந்திரத்தை ஒட்டி இந்தியா முழுக்க இஸ்லாமியர்களுக்கும் இந்துக்களுக்கும் இடையே ஏற்பட்ட மதக்கலவரங்களும் அதன் விளைவான கசப்புகளும், அவநம்பிக்கைகளும் தான் காந்தியை பிற அனைத்தையும் விட முதன்மையாக மதச்சார்பின்மை என்ற எண்ணத்தை நோக்கித் தள்ளின.

ஐரோப்பாவில் நவீனத் தேசியம் என்பது கத்தோலிக்க மதத்தின் ஏகாதிபத்தியத்துக்கு எதிராகத் தொடங்கியது. எனவே ஜெர்மனி, பிரான்ஸ், இங்கிலாந்து முதலிய நாடுகள், மதத்திற்கு எதிரான ஒரு பண்பாட்டுத் தேசியத்தை அங்கே உருவகித்துக் கொண்டிருந்தன. அது மொழியைச் சார்ந்திருந்தது.

மொழிவழித் தேசியம் அங்கு மொழிச்சிறுபான்மையினரிடத்து அச்சத்தையும் விலக்கத்தையும் ஏற்படுத்தியதனால் அதையும் உதறி, எந்தவிதமான பழைமையான பண்பாட்டையும் அடிப்படையாகக் கொள்ளாத நவீனத் தேசியத்தை நோக்கி அவர்கள் வந்தார்கள். ஆனால் நவீனத் தேசியம் என்னும் கருத்து, ஐரோப்பாவில் இருந்து ஆசியாவிற்கு வந்தபோது அனைத்து இடங்களிலுமே மதம் அதில் ஒரு முக்கியமான பங்கு வகித்தது.

ஏனெனில் மதத்தின் அடிப்படையில் மக்களைத் திரட்டுவது எளிது. மக்களை ஒன்றாகத் திரட்டும் குறியீடுகளை மதத்தி லிருந்து எடுத்துக் கொள்ளலாம். ஏற்கனவே மக்கள் ஒன்றாகத் திரளும் அமைப்புகளும், விழாக்களும் மதத்தில் இருக்கும்.

ஐரோப்பியர்கள் அரேபியாவில் ஆதிக்கம் செலுத்தத் தொடங்கிய போது, அரேபியா மத அடிப்படையில்தான் எதிர்த்தது. அங்கிருந்து மதரீதியாக ஒருங்கிணைந்து அரசியல் எதிர்ப்பை உருவாக்கும் போக்கு வலுவாக உருவாகியது.

இந்தியாவில் நேரடியாக மதத்தை அரசியலுக்கு பயன் படுத்தும் போக்கு சுதந்திரப் போராட்டம் தொடங்கிய போதே உருவானது. இந்தியாவின் சுதந்திர போராட்டமே இந்து மதச் சீர்திருத்த இயக்கங்களான பிரம்ம சமாஜம், ஆரிய சமாஜம்,

ராமகிருஷ்ண மடம் போன்றவற்றின் தொடர்ச்சியாக உருவானது தான். ஆகவே மதத்தில் இருந்த பல்வேறு குறியீடுகளை எடுத்து பயன்படுத்தினர். பாரத் மாதா என்ற உருவமும் சரி, வந்தே மாதரம் என்ற கோஷமும் சரி, மதத்தில் இருந்து வந்தவை.

கிலாபத் இயக்கம் இந்தியாவில் மதத்தில் இருந்து கிளைத்த ஓர் அரசியல் இயக்கம். அதன்பின், 1924ல் முஸ்லீம் லீக் ஆரம்பிக்கப்பட்டது. அதற்கடுத்த வருடமே நாக்பூரில் ஆர்.எஸ். எஸ். ஆரம்பிக்கப்பட்டது.

இந்தியாவில் மதம் சார்ந்த தேசிய உருவகங்கள் வலுப் பெறத் தொடங்கின. இதே போக்கையே இலங்கையில் நாம் காண்கி றோம். அநகாரிக தம்மபாலா என்பவர் சிங்கள இன பவுத்தத்தை அங்குள்ள தேசியத்தின் அடிப்படையாக முன் வைத்தார். பவுத்தத்தின் அரசியல் முகம் அப்படித்தான் ஆரம்பமாகியது.

எப்போது மதம் தேசியத்தின் அடிப்படையாக அமைகிறதோ, அப்போதே அதற்குள் உள்ள பிற மதங்கள் எதிர்நிலை எடுக்க ஆரம்பிக்கின்றன. அந்தத் தேசியத்தை எதிர்க்கும் அந்நிய சக்திகள் அப்பிரிவினையை பயன்படுத்திக் கொள்ள ஆரம்பிக்கின்றன.

1918ல் இந்தியாவுக்குத் திரும்பி காங்கிரஸ் அரசியலில் ஈடுபட ஆரம்பித்த காந்தி, இங்கிருந்த தேசியப் போராட்டத்தில் இருந்த மத அம்சத்தை கூர்ந்து நோக்கினார். திலகர் போன்றவர்கள் பிள்ளையார் சதுர்த்தியை ஒட்டி உருவாக்கிய சுதந்திரப் போராட்ட நிகழ்வுகள் சிறுபான்மையினரை அந்நியப்படுத்திவிடும் என எண்ணினார்.

அந்த எல்லையை உடைத்து, இந்து முஸ்லிம் இருவரும் இணைந்த ஒரு தேசிய உணர்வு இங்கே பிறக்க வேண்டுமென்று காந்தி விரும்பினார். ஆகவே அவர் இங்கே உருவாகி வந்த முதல் இஸ்லாமிய அரசியல் இயக்கமான கிலாபத் அமைப்பை ஆதரித்தார். இந்து - முஸ்லிம் அவநம்பிக்கையை பிரிட்டிஷார் பயன்படுத்திக் கொள்ளக்கூடாது என்று அவர் எண்ணினார். ஆனால் கிலாபத் இயக்கத்தில் இருந்து இந்தியாவில் இஸ்லாமிய மதவாதம் எழுந்தது. அதற்கு எதிர்வினையாக இந்து தேசியவாதம் எழுந்தது. இஸ்லாமிய தேசியவாதம் பிரிட்டிஷாரால் வளர்க்கப் பட்டு கடைசியில் தேசத்தை உடைத்தது.

சுதந்திரத்திற்கு பின் இந்தியாவில் இரண்டு வாய்ப்புகள் நமக்கு இருந்தன. நவீன ஜனநாயகத்தை அடிப்படையாகக் கொண்ட ஒரு தேசியம். அது எதிர்காலத்தை நோக்கியது. இன்னொன்று மதத்தை நோக்கிய தேசியம். இறந்தகாலத்தை நோக்கியது அது.

சென்ற சில ஆண்டுகளாக சர்வதேச அளவில் இஸ்லாமியத் தீவிரவாதம் வலுவாக வேரூன்றி வருகிறது. சவுதி அரேபியாவை மையமாகக் கொண்ட வஹாபி, சலாபி இயக்கங்கள் இஸ்லாமிய மதத்தை வெறுமொரு அரசியலாகக் குறுக்கி அதைக் கொண்டு உலகத்தை வென்று ஆதிக்கம் செலுத்த முனைகின்றன. அவை மனிதாபிமானம் அற்ற தீவிரவாதத்தை தங்கள் வழியாகக் கொண்டுள்ளன. இஸ்லாமிய தீவிரவாதத்துக்கெதிராக உலகெங்கும் உருவாகும் கோபத்தை இங்குள்ள இந்துத்தேசியம் தனக்காக பயன்படுத்திக் கொண்டுள்ளது. விளைவாக அது இங்கு வளர்ந்து ஆட்சியை பிடித்துள்ளது.

இஸ்லாமியர்களின் ஓங்கி ஒலிக்கும் குரல்கள் அனைத்துமே இந்த வஹாபி, சலாபி இயக்கங்களோடு தங்களை இணைத்துக் கொள்பவையாக உள்ளன என்பதே இங்கே இந்து தேசியம் மேலும் மேலும் வளர வழியமைக்கிறது. ஆக, காந்தி எதைத் தவிர்க்க வேண்டும் என்று நினைத்தாரோ அந்தப் போக்கு மேலும் மேலும் வலுவடைந்து வருகிறது.

ஏன் மதம் தேசியத்தின் அடிப்படையாக இருக்கக் கூடாது? ஒன்று, பெரும்பான்மையினரின் மதத்தை சார்ந்து தேசியம் அமைக்கப்படுமென்றால் சிறுபான்மையினர் அதற்குள் இயல்பாக இருக்க முடியாது; அவர்கள் அந்நியப்படுவார்கள். மிகச் சிறுபான்மையினர் என்றாலும் அனைவருக்கும் இடமுள்ள ஜனநாயகமே நவீன வாழ்க்கைக்கு உரியது. அது பெரும்பான்மையினரின் பெருந்தன்மையாலோ கருணையாலோ அளிக்கப்படுவதாக இருக்கக் கூடாது. அது இயல்பான அடிப்படை உரிமையாக இருக்க வேண்டும். அப்படி உணரப்படவும் வேண்டும்.

அத்துடன் மதத்தை அடிப்படையாகக் கொண்டு இயங்கும் போது அந்த மதத்தின் நிறுவனங்களையும் நம்பிக்கைகளையும் கட்டுப்படுத்துபவர்களின் அதிகாரம் அரசுக்குள் ஊடுருவுகிறது. எந்த மதமாக இருந்தாலும் மதத்தின் அமைப்புகளைச்

சார்ந்தவர்கள் எப்போதும் பழமையானவர்களாகவே இருப்பார்கள். ஏனெனில் அமைப்பின் பழமையைக் கட்டிக் காப்பதே அவர்களது பொறுப்பு. ஆனால் ஓர் அரசு முற்போக் கானதாகவும் எதிர்காலத்தை நோக்கி செயல்படக் கூடியதாகவும் இருக்க வேண்டும். அதில் பழமைவாதிகளின் செல்வாக்கு இருக்குமென்றால் தேசம் அழியும்.

அரேபிய தேசங்களில் நாம் பார்ப்பதும் பாகிஸ்தானில் நாம் காண்பதும் மதப்பழமைவாதிகள் அரசைக் கட்டுப்படுத்துவ தனால் விளையும் பின்னடைவுகளையே.

இறுதியாக, எந்த ஒரு மதமும் தொடர்ச்சியாக தன்னை புதுப்பித்தபடியே வரவேண்டும். ஒவ்வொரு மதத்திற்குள்ளும் மதச்சீர்திருத்தவாதிகள் எழுந்து ஏற்கனவே இருக்கும் நம்பிக்கை களையும் ஆதாரங்களையும் உடைக்க முயல் வேண்டும். நாம் இன்று வழிபடும் நாராயணகுரு, வள்ளலார் போன்றவர்கள் பெரும் மதச்சீர்திருத்தவாதிகளே. மதமும் அரசாங்கமும் ஒன்றாக இருக்கும்போது மதப்பழமைவாதிகள் எதிர்க்க முடியாத ஆற்றல் பெறுவார்கள். மதத்துக்குள் புதுச் சீர்திருத்தவாதிகள் எழமுடியாமல் ஆகும். விளைவாக அந்த மதமே தேங்கி நிற்க நேரும். இதுவும் அரேபிய நாடுகளில் நாம் காண்பது.

இக்காரணத்தால் தான் எதன் பொருட்டும் மதம் அரசிய லாகக் கூடாது. எக்காரணத்தாலும் மதஅடிப்படையிலான தேசியம் அமையக்கூடாது. தேசியம் என்பது வளர்ச்சியின் அடிப்படையில், ஒத்துப்போவதின் அடிப்படையிலேயே அமைய வேண்டும். காந்தி, இந்தியர்களுக்கு அளித்துச் சென்ற பொறுப்பு அதுதான். வாக்களிக்க கையில் ஓட்டுச்சீட்டை ஏந்தும் ஓர் இந்தியன், காந்திக்கு அந்த வாக்குறுதியை அளிக்கிறான்.

புரட்சி வரவேண்டும்

ஓர் எழுத்தாளனாக, இளைஞர்களையும் மாணவர்களையும் தொடர்ந்து சந்தித்து வருகிறேன். அரசியல் குறித்த எந்தப்பேச்சையும் அவர்கள், 'ஒரு புரட்சி வரணும் சார்!' என்று தொடங்குவதைப் பார்க்கிறேன். புரட்சி எவ்விதம் எங்கு நிகழ வேண்டும் என்பதில், அவர்களுக்கு மாற்றுக் கருத்து இருக்கலாம், ஆனால் புரட்சி வந்தே தீரவேண்டும் என்பதில் மாற்றமில்லை.

நானும் அவ்வாறே இருந்தவன் என்பதால், எனக்கு அதில் வியப்போ எதிர்ப்போ இல்லை. ஆனால் என் இளமையில் புரட்சி போன்ற உருவகங்களை, வரலாற்று ரீதியாக புரிந்து கொள்ள நான் முயன்றேன். அவற்றின் இன்றைய பெறுமதி என்ன என்பதையும், காலப்போக்கில் புரிந்து கொண்டேன்.

புரட்சி என்பது தலைகீழான, ஒட்டுமொத்த மாற்றம் என்பதைக் குறிக்கிறது. உண்மையில் எந்தத்துறையிலாவது அப்படிப்பட்ட மாற்றம் சாத்தியமா? ஆம், சாத்தியம் தான். நம்மைச் சூழ்ந்து அப்படிப்பட்ட தலைகீழ் மாற்றங்கள் நடந்தபடியே தான் உள்ளன. உதாரணமாக இன்றைக்கு, நூறு ஆண்டுகளுக்கு முன்பு தமிழகத்தில் ஆ.மாதவய்யா போன்றவர்கள் பெண்கள் கல்வி கற்க வேண்டும் என்று சொல்ல ஆரம்பித்தபோது, தமிழகம் முழுக்க அது, அதிர்ச்சி அலைகளைக் கிளப்பியது.

வீட்டு மிருகங்களை பள்ளிக்கூடத்திற்கு அனுப்பவேண்டும் என்று சொன்னால் இன்று நமக்கு என்ன அதிர்ச்சி வருமோ அதைப் போன்றது அது. ஆனால் இன்று அந்த வரி, ஒரு காலத்தில் சொல்லப்பட்டது என்று ஆச்சரியமூட்டும் அளவுக்கு, பெண்

கல்வியில் நாம் முன்னால் வந்து கொண்டிருக்கிறோம். இது தான் தலைகீழான மாற்றம்; இது தான் புரட்சி.

ஆனால், இந்த மாற்றம் நிகழ்வதற்கு ஒரு குறிப்பிட்ட கால அளவு வேண்டி இருக்கிறது. ஒரு மரம் வளர்ந்து கனி அளிப்பதற்கு, எவ்வளவு காலம் தேவைப்படுமோ அவ்வளவு காலம். கூடையை கவிழ்த்து எடுத்த உடனேயே, மாங்காய் மரமாகி கனி தரும் என்பது, மோடி மஸ்தானின் வாய்ஜாலமாகவே இருக்க முடியும்.

சமூகத்தில் உள்ள ஒவ்வொரு அமைப்பும், ஒவ்வொரு மனநிலையும் பலநூறு ஆண்டுகளாக, சிறிது சிறிதாக உருவாகி வந்தவை. அப்படி இருக்க, அவை ஒரே கணத்தில் எப்படி மாற முடியும்? சமூகம் மாறினாலும் மனநிலைகள் மாற வேண்டாமா? அதற்கேற்ப, வாழ்க்கையின் போக்கையே மாற்ற வேண்டாமா?

அப்படி என்றால் புரட்சி என்ற கருத்து உலகில் எப்படி உருவாயிற்று? பதினாறு, பதினேழாம் நூற்றாண்டுகளில், ஐரோப்பாவில் மன்னராட்சிக்கும், சர்வாதிகார ஆட்சிக்கும் எதிராக மக்களின் உள்ளம், ஜனநாயகத்தை நோக்கி வந்துவிட்டிருந்தது. ஆனால் பழங்கால ஆசாரங்களின் பலத்திலும், ராணுவ ஆதரவின் அடிப்படையிலும், அங்கே மன்னர்களும் சர்வாதிகாரிகளும் அரசுகளில் நீடித்தனர்.

மக்கள் எழுச்சி கொண்டு அவ்வரசுகளை தூக்கி வீசி, ஜனநாயக அரசுகளை அமைத்தார்கள். இதையே ஒட்டுமொத்த மாற்றம் என்ற அர்த்தத்தில், புரட்சி என்று அழைத்தார்கள்.

பிரான்ஸிலும், ரஷ்யாவிலும், இத்தாலியிலும் நிகழ்ந்தது எல்லாம் இத்தகைய புரட்சிகள்தான். ஆகவே இக்காலகட்டத்தில் ஒட்டுமொத்த மாற்றம் அல்லது புரட்சி என்ற கருத்தின் மேல், சிந்தனையாளர்களுக்கு மிகப்பெரிய ஈர்ப்பு உருவானது.

உண்மையில் மன்னராட்சி முடிந்து ஜனநாயக ஆட்சி நிகழும் போது, அந்த மாற்றம் நிகழ்ந்த சந்தர்ப்பத்தை மட்டும் வைத்து பார்த்தால், ஒட்டுமொத்த சமுதாயமே, தலைகீழாக திருப்பப்பட்டு விட்டது போல ஒரு பிரமை நமக்கு ஏற்படும்.

ஆனால், மக்கள் மன்னராட்சி மனநிலையில் இருந்து விடுபட்டு ஜனநாயக கருத்துகளை ஏற்றுக்கொண்டு, அந்த

தருணம் வரைக்கும் வந்து சேர்ந்தடைவதற்கு, நீண்ட காலம் தேவைப்பட்டிருக்கிறது. அதையும் சேர்த்து பார்த்தால், அது உடனடியாக நிகழ்ந்த ஒரு மாற்றம் அல்ல என்பது, நமக்கு தெரியும்.

துரதிர்ஷ்டவசமாக, புரட்சி என்ற கருத்து, அன்றைய ஆங்கிலக் கல்வி மூலம், ஐரோப்பாவிலிருந்து உலகம் முழுக்க சென்று சேர்ந்தது. இளைஞர்கள் அந்த ஒட்டுமொத்த மாற்றத்திற்கான அழைப்பை, வெறியுடன் ஏற்று கொண்டனர்.

அநேகமாக உலகெங்கும் அனைத்து நாடுகளிலும் அரசுக்கு எதிராக இளைஞர்களின் கிளர்ச்சிகள் நிகழ்ந்தன. ஐரோப்பாவில், 19ம் நூற்றாண்டில் பல புரட்சிகள் நிகழ்ந்தன. ஆசிய நாடுகளில், 20ம் நூற்றாண்டில் இப்புரட்சி நிகழ்ந்தன.

மக்கள் எந்த வகையிலும், சிந்தனை அளவில் அந்த மாற்றங் களை அடையாத நிலையில் அரசை மாற்றுவதற்காக மக்களின் சார்பில் புரட்சிகளில் ஈடுபட்ட அனைவருமே தோற்கடிக்கப் பட்டனர்.

சே குவேரா, புரட்சியின் பிம்பம். ஆனால் அவர் ஈடுபட்ட புரட்சிகளில் கியூபா என்னும் சிறிய நாட்டில் மட்டுமே, ஆட்சி மாற்றம் வந்தது. காங்கோ, பொலிவியா போன்ற நாடுகளில், அவர், இளைஞர்களின் அழிவுக்கே காரணமாக அமைந்தார். மக்கள் அவரை ஆதரிக்கவில்லை.

இந்தியாவில் நக்சலைட் புரட்சி, 1960களின் இறுதியில் வெடித்து, அரை லட்சம் பேர் இறக்கக்காரணமாக அமைந்தது. 1971ல் இலங்கையில் ஜனதா விமுக்தி பெரமுனா என்னும் அமைப்பின் புரட்சியால், ஒரு லட்சம் பேர், அரசால் கொல்லப் பட்டனர். இந்தோனேசியாவில், தாய்லாந்தில் என அண்டை நாடுகளில் எல்லாம் புரட்சியின் பெயரில், பல்லாயிரம் பேர் கொல்லப்பட்டனர்.

இவ்வாறு தொடர்ந்து புரட்சிகள் அனைத்தும் தோல்வி யுறுவதைக் கண்டபின் தான், புரட்சி என்பதன் அடிப்படைகள் என்ன என்பது குறித்து ஆராய்ச்சி மேற்கொள்ள, ஐரோப்பிய சிந்தனையாளர்கள் தயாராகினர். இத்தாலிய கம்யூனிஸ்ட் கட்சி யில் இருந்தவரும், முசோலினியின் சிறையில் வாடியவருமான,

அண்டோனியோ கிராம்ஷி என்பவருடைய சிந்தனைகள், அவர்கள் கவனத்துக்கு வந்தன. அவை மொழிபெயர்க்கப்பட்டு உலகம் முழுக்க சென்றன.

கிராம்ஷியின் சிந்தனைகளை மிகச்சுருக்கமாக இப்படி சொல்லலாம். ஓர் அரசாங்கத்தில் உள்ள அமைச்சர்கள் அனைவரையும் கொன்று விட்டால், அந்த அரசாங்கம் மாறுமா? அந்த அரசாங்கத்தின் அதிகாரிகள் அனைவரையும் அழித்தால், அந்த அரசாங்கம் மாறுமா? மாறாது.

அதே போன்றவர்கள் திரும்பவும் வருவார்கள். அதாவது வேர் உள்ளே இருக்கையில், மேலே தெரியும் முளையை வெட்டுவது போன்றது அது. அந்த வேர் என்ன? அது பொதுமக்களிடம் இருக்கும் கருத்து தான். மக்கள் எந்த வகையான அரசாங்கத்தை விரும்புகிறார்களோ அந்த அரசாங்கம் தான் உருவாகி வரும்.

கிராம்ஷி அந்த அரசாங்கத்தை நடத்தும் அனைவரையும் ஒட்டுமொத்தமாக, 'அரசியல் சமூகம்' என்று சொன்னார். மக்களை குடிமைச்சமூகம் என்றார். குடிமைச்சமூகத்திலிருந்து அவர்களின் பிரதிநிதியாக சிலர் கிளம்பி வந்துதான் அரசாங்கத்தை அமைக்கிறார்கள். பாலில் நெய் போல, அதிகாரம், குடிமைச்சமூகத்தில் கலந்திருக்கிறது. குடிமைச்சமூகத்தின் எண்ணத்தை மாற்றாமல் அரசாங்கத்தை மாற்ற முடியாது. ஆகவே, புரட்சி என்பது அடிதடிக் கலவரம் அல்ல. மக்களின் கருத்தை மாற்றுவதற்கான நிதானமான போராட்டம் தான்.

அவ்வாறு மக்களை மாற்றுவது என்பது எளிதல்ல. மக்களின் உள்ளமென்பது அவர்கள் பிறந்து வாழ்ந்த சூழலில் இருந்து உருவாவது. அதற்கு பல்லாயிரம் ஆண்டு பாரம்பரியம் உள்ளது. மதம், பண்பாடு பழக்க வழக்கங்கள் என பல தளங்களில் மக்கள் உருவாகி வந்திருக்கிறார்கள். ஆகவே மிகத்தீவிரமான செயல் பாடுகள் மூலம் மிக மெதுவாகவே மக்களிடம் மாற்றத்தை உருவாக்க முடியும்.

ஒரு அரசியலில் மட்டுமல்ல, சிந்தனையின் எந்தத் தளத்திலும் சிறு மாற்றத்தை உருவாக்குவதற்கு நீடித்த நெடுங்கால அர்ப்பணிப்புள்ள உழைப்பு தேவை. மக்களிடையே கருத்தை கொண்டு சென்று, அதற்கு மக்கள் அளிக்கும் எதிர்ப்பை புரிந்து கொண்டு, அவர்களின் கருத்தை ஏற்று, அக்கருத்தை இன்னும்

கூர்மைப்படுத்தி, சலிக்காமல் தொடர்ந்து முயல வேண்டும். ஒரு சிறிய வியாபாரத்தைச் செய்தாலே இதைப் புரிந்துகொள்ள முடியும்.

ஓராண்டுக்கு முன் நாகர்கோவிலில் கலெக்டர் அலுவலகம் முன்னால் நரிக்குறவர்களின் உரிமைப் பேரணி ஒன்றை பார்த்தேன். கடந்த முந்நூறாண்டுகளாக அவர்கள் இங்கே வாழ்கிறார்கள். தங்களுக்கென்று அரசியல் உரிமையும் உண்டு என்பதே அவர்களுக்குத் தெரியாது. இன்று அவர்கள் அரசாங்கத்தின் முன்வந்து நின்று தங்கள் கோரிக்கைகளை முன் வைக்கிறார்கள் என்பதே ஒரு பெரிய புரட்சி.

நமக்குப் புரட்சிகள் வேண்டும். ஆனால் அவை சோப்பு நுரை போல ஊதி பெருக்கப்பட்டு காற்றடித்தால் உடைந்து கலைந்து விடக்கூடியவையாக இருக்கக்கூடாது. கல் கட்டடங்களை போல, ஒவ்வொரு கல்லாக எடுத்துக்கட்டி எழுப்பக் கூடியவை யாக இருக்க வேண்டும். வெறுமே வாயால் புரட்சிக் கூச்சலிடு பவர்கள் பயனற்றவர்கள். சீராக, தொடர்ச்சியாக மக்களின் எண்ணங்களில் மாற்றத்தை கொண்டு வருபவர்களே உண்மை யான புரட்சியாளர்கள்.

ஒரு ஜனநாயகத்தில் ஒவ்வொரு தேர்தலும், மக்களிடம் கருத்துகளை கொண்டு செல்லும் வாய்ப்பை அளிக்கிறது. உண்மையான புரட்சிக்கு மக்கள் அங்கீகாரம் அளிக்கவும் வாய்ப்பாக அமைகிறது. கல்வி, தொழில், மருத்துவம் என பல தளங்களில் நமக்குத் தேவையான பல புரட்சிகள் இன்றுள்ளன.

சுயேச்சைகளின் அரசியல்

பல ஆண்டுகளுக்கு முன் நான், சாத்தான்குளம் தொகுதியில் சுயேச்சையாகப் போட்டியிட்ட மறைந்த காந்திய வாதியான நெல்லை ஜெபமணி அவர்கள் ஓட்டு சேகரித்துக் கொண்டிருப்பதை பார்த்தேன். கொதிக்கும் வெயிலில் நான் நின்றிருந்த டீக்கடைக்கு வந்து அவர் ஓட்டு கேட்டார்.

"ஐயா இந்த வெயிலிலே ஏன் வர்றீங்க? வயசாச்சில்ல?" என்றார் கடையில் நின்றிருந்தவர் பரிவுடன்.

"நீங்க ஓட்டு போடுங்க ஐயா" என்று கேட்டுவிட்டு அவர் சென்றார். "பாவம் நல்ல மனிதர் வெயிலில் இப்படி அலைந்து கஷ்டப்படுகிறார்" என்றார் அங்கு நின்றிருந்த ஒருவர். "காமராஜர் காலத்திலிருந்தே அரசியலில் இருக்கிறார். எந்த ஊழலுக்கும் அப்பாற்பட்டவர். தொகுதிக்கான எல்லா விஷயத்துக்கும் ஓடி முன்நிற்பார். நிறைய நல்ல விஷயங்கள் பண்ணியிருக்கார்" என்றார் இன்னொருவர்.

அந்தக் கடையிலிருந்த எவருக்கும் அவர் மேல் சிறு விமர்சனம் கூட இல்லை. அவர்கள் நினைத்திருக்கும் லட்சிய அரசியல்வாதி அவர் தான். "அப்படியென்றால் அவர் தான் ஜெயிப்பாரா?" என்று கேட்டேன். "அதெப்படிங்க? அவருக்குத்தான் ஆதரவு இல்லையே?" என்றனர் ஒரே குரலில். "நீங்கள் எல்லாரும் அவர் நல்லவர் என்றுதானே சொல்கிறீர்கள்? நீங்கள் ஓட்டு போட மாட்டீர்களா?" என்றேன். "அவர் ஜெயிக்க வாய்ப்பில்லையே. ஜெயிக்க வாய்ப்புள்ள வேட்பாளருக்குத்தான் போடுவோம்" என்றனர். நான், "ஐயா, நீங்கள் ஓட்டளித்தால் அல்லவா அவர் ஜெயிக்க முடியும்?" என்றேன்.

"இல்லை, இப்போதிருக்கும் வேட்பாளர் வலிமையானவர். அவரை தோற்கடிக்கும் அளவுக்கு வலிமையானவருக்கே ஓட்டளிக்க வேண்டும். நாம் ஓட்டளிக்கும் வேட்பாளர் ஜெயிக்க வேண்டும்; இல்லையென்றால் நம் ஓட்டு வீணாகிவிடும்" என்றனர்.

ஒரு மணி நேரத்துக்கு மேலாக அவர்களிடம் விவாதித்த போதும் கூட, நான் நினைப்பதை அவர்களால் ஏற்றுக்கொள்ள முடியவில்லை. ஒரு சிறந்த வேட்பாளருக்கு ஓட்டளிப்பது தான் வாக்காளராகிய நம் கடமை. எவ்வளவு கீழ்மகனாக இருந்தாலும், வெற்றி பெறும் ஒரு வாக்காளருக்கு நம் ஓட்டை போட்டோம் என்ற நிறைவு நமக்கு ஏற்பட வேண்டும் என்பது, எந்த வகை யிலும் ஜனநாயகத்துக்கு பொருத்தமில்லாத முற்றிலும் அசட்டுத்தனமான நம்பிக்கை. ஆனால், படித்தவர்களிடமும் இது உள்ளது.

இன்னொரு தவறான நம்பிக்கை, வலுவான ஒருவரை இன்னொரு வலுவானவரே வெல்ல முடியும் என்பது. அப்படி யென்றால் ஒரு ரவுடி நமக்கு சட்டசபை உறுப்பினராக வந்தால், இன்னொரு மேலும் வலிமையான ரவுடி தான் அவரை ஜெயிக்க முடியும். அவரை இன்னொரு ரவுடி தான் ஜெயிப்பார். ஆக, நமக்கு ரவுடிகள் மட்டுமே கடைசிவரை சட்டசபை உறுப்பினர்கள் இல்லையா?

கேரளத்தில் நாராணத்து பைத்தியம் என்றொரு சித்தர் இருந்தார். அவருக்கு வலது காலில் மிகப்பெரிய யானைக்கால் வீக்கம் இருந்தது. அவரைப் பார்த்தவர்கள் எல்லாம், "நீங்கள் பெரிய சித்தராயிற்றே, இந்த நோயை அகற்ற முடியாதா?" என்றனர். 'முடியுமே' என்று சொல்லி மறுநாள் தன் இடது காலுக்கு அந்த வீக்கத்தை மாற்றிக் கொண்டார். "அடேய், தலை யெழுத்தை இடமாற்றம் மட்டுமே செய்ய முடியும்" என்று அவர் சொன்னாராம். தமிழகத்தில் நாம் தலையெழுத்தை இடவலமாக மாற்றுகிறோம். மாற்றி எழுதுவதே இல்லை.

ஜனநாயகத்தில் மிக முக்கியமான இடம் வகிப்பவர்கள் சுயேச்சை வேட்பாளர்கள். உண்மையில் பெரிய கட்சிகளின் வேட்பாளர்கள் தொகுதிக்கு நல்லது செய்ய முடியுமென்பதை போன்ற அபத்தமான மாயை பிறிதொன்றுமில்லை.

அப்படி எந்த சட்டசபை உறுப்பினர் தன் தொகுதிக்கு மிகப்பெரிய சேவைகளை செய்திருக்கிறார் என்று கேட்டால், ஒரு இடத்தில் கூட நிறைவான பதிலை பெற முடியாது. இன்னும் சொல்லப் போனால், அமைச்சர்களின் தொகுதிகளில் அவர்கள் எட்டிப் பார்ப்பதே இல்லை என்பது தான் உண்மை.

ஏனென்றால் முதன்மையாக ஒரு கட்சியைச் சார்ந்த அந்தக் கட்சிக்குத்தான் எம்.எல்.ஏ., கட்டுப்பட்டவர். அதிலும் கொள்கையோ, செயல்திட்டமோ இல்லாத இன்றைய அரசியல் கட்சிகள் பெரும்பாலும் கண்மூடித்தனமான அடிமைகளையே வேட்பாளராக நிறுத்துகின்றனர். அவர்கள் வென்று சட்ட சபைக்குச் சென்றாலும் அத்தலைமைக்கு சேவை செய்வரே ஒழிய, மக்களுக்கு எதுவும் செய்ய முடியாது.

ஒரு மாறாக தகுதியும், திறமையும் கொண்டவராயின், சுயேச்சை சட்டசபை உறுப்பினர் தன் தொகுதிக்கு மிகப்பெரிய பணிகளை ஆற்றமுடியும். ஏனென்றால், ஒரு எம்.எல்.ஏ.,வின் பணி என்பது மிகப்பெரிய திட்டங்களைக் கொண்டு வருவதோ, ஒட்டுமொத்த தொழில் வளர்ச்சியை பெருக்குவதோ ஒன்றும் அல்ல. அவை, மத்திய - மாநில அரசுகளின் கடமைகள்.

ஒரு மாநிலம் முழுமைக்குமான திட்டங்களைத்தான் அரசுகள் நிறைவேற்ற முடியும். அந்த ஒட்டுமொத்த வளர்ச்சியின் ஒரு பகுதி, ஒவ்வொரு தொகுதிக்கும் மக்களுக்கும் கிடைக்கும். எம்.எல்.ஏ.,வின் தனிப்பட்ட சேவை என்பது, அந்த தொகுதியில் உள்ள ஒவ்வொருவரும் எளிதில் அணுகக்கூடியவராக இருப்பது.

மக்கள் பிரச்னையை அரசின் கவனத்திற்கும், சட்டசபை கவனத்துக்கும் கொண்டு செல்வது. அரசாங்கத்தை அதன் பொருட்டு எதிர்க்கவும் தயாராக இருப்பது. பெரும்பாலான ஆளுங் கட்சி எம்.எல்.ஏ.,க்கள் அரசுக்கு எந்தவகையிலும் எதிர் மறையான பிம்பம் வந்துவிடக்கூடாது என்பதற்காக, தங்கள் தொகுதியின் அனைத்து பிரச்னைகளையும் மறைப்பதைத்தான் நாம் பார்க்கிறோம்.

எந்த ஆளுங்கட்சி எம்.எல்.ஏ.,வாலும் மக்கள் நலம் பெற்ற தில்லை என்பது தான், கடந்த பல ஆண்டுகளாக நாம் கண்ட உண்மை. இருந்தாலும், எப்போதோ எவரோ சொல்லி நம்பவைக்கப்பட்ட ஒரு பொய்யை நாம் ஏற்றுக் கொண்டு

ஓட்டளிக்கிறோம். ஆளுங்கட்சி எம்.எல்.ஏ., நம் தொகுதிக்கு அமையுமென்றால் அவர் நம் தொகுதியை, உள்ளங்கையில் மணி போல் வைத்துக் காப்பார் என்று நாம் நம்புகிறோம்.

ஜெயிக்கிறவருக்கு ஓட்டு என்னும் அசட்டுத்தனம் இப்படித் தான் வருகிறது. திமிராக, "சரியானவருக்குத்தான் போட்டேன்" என்று சொல்வதே உண்மையான ஜனநாயக மனநிலை.

ஒற்றைப்படையான அதிகாரம், ஒற்றைப்படையான ஆட்சி முறை என்பதே ஜனநாயகத்துக்கு எதிரானது. ஜனநாயகம் என்ற அமைப்பு இருப்பதே, பல்வேறு வகையான குரல்கள் ஒலிக்க வேண்டும் என்பதற்காகவும், அக்குரல்களிடையே ஒரு ஒத்திசைவு உருவாகி முடிவுகள் எடுக்கப்பட வேண்டும் என்பதற்காகவும் தான்.

ஒவ்வொரு தொகுதிக்கும் உரிய பிரச்னைகளும், மனப்போக்கு களும் வெவ்வேறானவை. ஆகவே, பெரிய அமைப்புகளைச் சார்ந்த சட்டசபை உறுப்பினர்களை விட, எப்போதும் அந்தத் தொகுதியில் வாழ்ந்து, அவர்களில் ஒருவராகச் செயல்படும் சட்டசபை உறுப்பினர்களே அவர்களின் பிரதிநிதியாக இருக்க முடியும்.

பழைய மன்னராட்சிக் காலத்திலேயேகூட அப்படித்தான் இருந்தது. குலத்தலைவர்களும், ஊர்த்தலைவர்களும் மக்களிடமிருந்தே உருவாகி வந்தனர். மக்கள் நடுவே வாழ்ந்தனர். இதைப் புரிந்து கொண்டால் சுயேச்சைகள் தான் முதன்மையான வேட்பாளர்களாக இருக்கமுடியும் என்பதை அறியலாம்.

சுயேச்சை வேட்பாளர் என்னும் போது, ஒரு பகுதியை தன் பொருளாதாரச் செல்வாக்கினாலும், ஜாதி அல்லது மதம் சார்ந்த செல்வாக்கினாலும் அல்லது ஆலயம் போன்ற பழமையான அமைப்புகள் மீதான செல்வாக்கினாலும், கையில் வைத்திருக்கும் ஒரு குட்டி சிற்றரசரை அத்தொகுதியின் பிரதிநிதியாகத் தேர்ந்தெடுப்பதைப் பற்றி நான் குறிப்பிடவில்லை.

எவர் அத்தொகுதியின் குரலாக ஒலிக்கிறாரோ அவர் தேர்ந்தெடுக்கப்படுவதைப் பற்றி சொல்கிறேன். உண்மையில் அவர் மக்களை விட கொஞ்சம் சாதாரணமானவராக இருப்பதே நல்லது. பணக்காரர்களும், அதிகாரம் மிக்கவர்களும்

சாதாரணமாகவே மக்களுக்கு அந்நியர்கள். அவர்களுக்கு அரசியலதிகாரமும் வந்தால் அணுகவே முடியாது.

அப்படிப்பட்ட ஒருவர் எங்கள் தொகுதியில் இல்லை என்று ஒருவர் சொல்லலாம். தமிழகத்தில், 234 தொகுதிகளிலும் உறுதியாக அப்படி ஒருவரேனும் போட்டியிட்டுக் கொண்டு தான் இருக்கின்றனர் என்பதே உண்மை. ஒரு தேர்தலில், 10 சுயேச்சைகள் அவ்வாறு வெல்ல முடியுமென்றால், வரும் தேர்தல் அனைத்திலுமே மேலும் மேலும் சுயேச்சை வேட்பாளர்கள் போட்டியிட முன்வருவர்.

சுயேச்சைகளின் அரசியல் உருவாகுமென்றால், பல்வேறு துறைகளைச் சேர்ந்தவர்கள் தேர்தலில் நிற்கக்கூடும். நமக்கு பல வகையான வேட்பாளர்களை தேர்வு செய்யும் வாய்ப்பு அமையும்.

உதாரணமாக, தென்குமரியின் கடற்கரைப் பகுதிகளில் மிக அதிகமாக நெத்திலி போன்ற மீன்கள் கிடைப்பது மழைக் காலத்தில். வெயில் இல்லாமையால் அவற்றில் விற்காமல் எஞ்சியவற்றை உலரச் செய்து கருவாடாக ஆக்க முடிவதில்லை. செயற்கை மீன் உலரகம் அமைக்க வேண்டும் என்னும் கோரிக்கை பல ஆண்டுகளாக மீனவர்களிடம் உள்ளது.

மீன்வள விஞ்ஞானியும், சமூகச் செயல்பாட்டாளருமான வறீதையா கன்ஸ்டண்டீன் இதை விரிவாக எழுதியிருக்கிறார். மீனவர்களின் பிரச்னைகளைப் பற்றி பல நூல்களை எழுதிய அவர், மீனவர்களின் எம்.எல்.ஏ., ஆகமுடியும் என்றால் அவரைப் போல சிறந்த மக்கள் பிரதிநிதி எவர் இருக்க முடியும்? அப்படி ஒரு, நூறு பேர் நம் அரசியலுக்குள் நுழைந்தால் எப்படி இருக்கும்!

ஜனநாயகத்தில் தகுதி உள்ள ஒருவருக்கு அளிக்கப்படும் ஓட்டு மட்டுமே மக்களுக்கு அதிகாரமானது. தகுதியற்ற ஒருவருக்கு அளிக்கப்படும் ஓட்டு, மக்கள் தங்களுக்கு எதிராக போட்டுக் கொள்ளும் ஓட்டு தான்.

துலாக்கோலின் முள்

மகாபாரதத்தை அடிப்படையாக கொண்டு நான் எழுதும் வெண்முரசு என்னும் தொடர் நாவலில் எனக்கு பிடித்த ஒரு வரி வரும். 'அத்தனை போர்வீரரும் பூமித்தாயுடன் தான் போர் புரிகிறார்கள்.'

ஏனென்றால் தொடுக்கப்படும் அம்புகளில் நூற்றில் ஒன்று தான் எதிரியை கொல்கிறது. பிற அனைத்தும் குறிபிழைத்து மண்ணில் தான் வந்து தைக்கின்றன. ஆகவே போரிடும் இரு தரப்புமே பூமாதேவியைத்தான் அம்பால் துளைத்துக் கொண்டிருக்கிறார்கள்.

தேர்தல் பிரசாரங்களையும், விவாதங்களையும் பார்க்கையில் அதேபோல் ஒரு வரி தோன்றுகிறது. 'அத்தனை அரசியல் கட்சியினரும் நடுநிலையாளர்களிடம் தான் போரிட்டுக் கொண்டிருக்கிறார்கள்.' பேஸ்புக் விவாதங்களை சென்று பாருங்கள். மிக அதிகமாக அடிவாங்குபவர்கள் நடுநிலையாளர்கள் தான் என்பதை காணமுடியும்.

ஏதேனும் ஒரு அரசியல் தரப்பை எடுத்து பேசுபவர்களுக்கு, நடுநிலை எடுக்கும் வாக்காளர்கள் மீது கடும் காழ்ப்பு இருக்கிறது. பொதுவாக, தீவிர சார்புநிலை கொண்டவர்களை பொறுத்தவரை, தன்னுடைய தரப்பை எடுக்காதவர்கள் எல்லாருமே தன் எதிரி தரப்பை சேர்ந்தவர்கள் என்பதே இயல்பான உணர்ச்சி நிலையாக உள்ளது.

உண்மையான எதிர்த்தரப்பை அவர்கள் கடுமையாக தாக்குவார்கள். ஆனால், உள்ளூர அவர்களுக்கு தெரியும், எதிர்த் தரப்பும் தன்னை போன்றதே என்று. ஆகவே, எதிர்க்கட்சி

சொல்லும் எல்லா வாதங்களையும், மாற்று கட்சியால் முறியடிக்க முடியும்.

இவர்களுக்கு, அவர்களாலும் பதில் சொல்ல முடியும். எப்படியோ இருதரப்பும் சமானமானவர்கள் தான். "நீங்கள் மட்டும் என்ன யோக்கியமா?" என்ற ஒரு கேள்வியால், எந்த அரசியல் கட்சியும் இன்னொரு கட்சியை மட்டம் தட்டிவிட முடியும்.

ஊழல், அணிமாறல், கொள்கைகளைக் கைவிடுதல், குடும்ப அரசியல் எல்லாமே எங்கும் உள்ளவை தான் இல்லையா? ஆனால், நடுநிலையாளர்களின் கேள்விகளை இருசாராரும் எதிர் கொள்ள முடியாது. அவர்கள் எந்த தரப்பையும் எடுக்கவில்லை என்பதனாலேயே நியாயமான வினாக்களை எழுப்புவார்கள்.

நியாயமான வாதங்களின் வலிமை, புத்திசாலித்தனமான வாதங்களுக்கு ஒருபோதும் கைவருவதில்லை. ஆகவே நடுநிலை யாளர்களை எதிர்கொள்வதற்கு மிகச்சிறந்த வழி என்பது அவர் களை தங்கள் எதிர்த்தரப்பாகவே காட்டிவிடுவது தான்.

எதிர்த்தரப்பினர் நடுநிலையாளர்களாக பாவனை செய்கி றார்கள் என்று குற்றம்சாட்டி, எதிர்த்தரப்பின் மீதுள்ள எல்லா குற்றச்சாட்டுகளையும் அவர்கள் மேல் ஏற்றி விடுவது. உதார ணமாக, அ.தி.மு.க., குறித்து எந்த குற்றச்சாட்டை சொன்னாலும், "நீ தி.மு.க., அனுதாபி. தி.மு.க., மட்டும் யோக்கியமா?" என்று பேச தொடங்குவார்கள்.

தி.மு.க., மீது, நம் விமர்சனங்களை சொன்னால், "நீ அ.தி. மு.க.,வின் ரகசிய ஆதரவாளர்" என்பார்கள்.

ஆகமொத்தம், இருசாராருமே எதிரிகளாக நினைப்பது நடுநிலையாளர்களை தான். அரசியலில் நடுநிலை என்ற ஒன்று சாத்தியமே இல்லை என்று வாதிடக் கூடிய சிலர் இருக்கிறார்கள். ஏதேனும் ஒரு தரப்புக்கு நீங்கள் வாக்களித்தே ஆகவேண்டும். ஆகவே, நீங்கள் அந்தத் தரப்பை சேர்ந்தவர்கள் என்று அவர்கள் சொல்வார்கள். இப்படியெல்லாம் ஏதாவது ஓங்கிச்சொல்வது, ஒருவகையில் சிந்தனையாளன் என்னும் போலி தோரணையையும் அவர்களுக்கு அளிக்கிறது.

ஜனநாயக சோதனைச்சாலையில்... 187

நடுநிலை என்பது என்ன?

ஏதேனும் ஒரு தரப்பை சார்ந்து, தீவிரமான சார்பு நிலையை எடுப்பதற்கு எதிராக இருப்பதே நடுநிலை தான். நான் ஒரு கட்சிக்கு வாக்களிக்கலாம். ஆனால், அதற்காக நான் அந்த கட்சியின் ஆதரவாளனாக இருக்க வேண்டும் என்பது இல்லை.

இரண்டையும் சீர்தூக்கிப்பார்த்து, இப்போதைக்கு இந்த கட்சிக்கு நான் வாக்களிக்கிறேன். இன்னொரு தருணத்தில் வேறு வகையில் வாக்களிக்கவும் கூடும் என்று, ஒரு நிலைப்பாட்டை எடுப்பது சரியான நடுநிலைமை தான். அது சார்புநிலை ஆகாது.

வாக்காளர்களில், கட்சி சார்புள்ளவர்கள் மிகக்குறைவாக இருக்கும்போது மட்டும் தான், உண்மையான மக்கள் நல அரசியல் நிகழும். ஏனென்றால், கட்சி சார்புள்ளவர்கள், அந்தக் கட்சி எதை செய்தாலும் அதை நியாயப்படுத்துவார்கள். அந்தக் கட்சி தன்னை தானே அழித்துக் கொள்ளும் நிலைப்பாட்டை எடுத்தாலும்கூட அதை ஆதரிப்பார்கள். அங்கே தர்க்கமோ நியாயமோ செயல்படுவதில்லை. விசுவாசம் மட்டும் தான் இருக்கும்.

அத்தகையவர்களால் எந்த ஒரு கருத்தையும் நியாயமான முறையில் புரிந்துகொள்ளவோ எதிர்கொள்ளவோ முடியாது. கண்மூடித்தனமான உணர்ச்சி மட்டுமே அவர்களை இயக்கும்.

அதுவும், தேர்தல் போன்ற காலகட்டத்தில், ஒரு தீவிரமான போர் உச்சகட்டத்தை நெருங்குவது போல, ஒரு மிகையான உணர்ச்சி வேகம் தென்படுவதனால் எதையுமே பேசமுடியாத சூழல் இருக்கும்.

பெரும்பாலானவர்கள் கட்சி நம்முடைய சூழலில், சார்புள்ளவர்கள் என்பதனால், எங்கும் எந்த நியாயத்தையும் பேச முடிவதில்லை. தமிழக தேர்தல் சூழலை எடுத்துப் பார்த்தால் மக்களின் தரப்பை பேசக்கூடியவர்கள், மக்கள் நலனுக்காக தங்கள் திட்டங்களை எடுத்துச் சொல்லக்கூடியவர்கள் என்று சில கட்சிகளே உள்ளன.

மற்ற அனைத்து கட்சிகளுமே, தங்களின் எதிரியை குற்றம் சாட்டுவது, அவர்களின் குறைகளை அப்பட்டமாக்குவது,

அவர்களை கேலி செய்வது, அவதூறு செய்வது என்ற அளவிலே தங்கள் பிரசாரத்தை வைத்துக் கொள்கின்றன.

ஒரு தேர்தல் என்பது, அடுத்த ஐந்தாண்டுகளுக்கு இந்த நாட்டை யார் ஆளவேண்டும், இந்த மக்களின் தலைவிதியை யார் தீர்மானிக்க வேண்டும் என்பதை, முடிவு செய்யும் களம். அந்த களத்தில், மக்களின் ஒரு பிரச்னை கூடப் பேசப்படவில்லை என்பதும், மாறி மாறி குற்றம் சாட்டும் கட்சிகளே ஓங்கி ஒலிக்கின்றன என்பதும், மிகப்பெரிய இழிவு.

இதை அகற்றுவதற்கு ஒரே வழி என்பது, மக்கள் ஒரு தருணத்திலும், ஒரு கட்சி சார்ந்தும் நிலைப்பாடு எடுக்காமல் இருப்பதே. அப்போது தான் நியாயம் நம் கண்ணில் படும். நாம் நியாயத்தின் பொருட்டு வாக்களிக்க முடியும்.

எல்லா கட்சியையும் சந்தேகத்துடனும் எதிர்பார்ப்புடனும் அணுகுவது முக்கியம்.

அத்தனை கட்சிகளின் கோஷங்களையும் கோரிக்கைகளையும் நோக்கி, எது சிறந்ததென்று பார்த்து வாக்களிப்பதுதான் நடு நிலைமை. அப்படி ஒரு நடுநிலைமை என்று ஒன்று சாத்தியமா என்று கேட்டால் நீதியுணர்ச்சியில் வேரூன்றிய ஒருவருக்கு நடுநிலைமை மட்டுமே சாத்தியம் என்பது மட்டுமே பதிலாக இருக்கமுடியும்.

இந்தியாவில் படிக்காத எளிய மக்களில் மிகப்பெரும்பா லானவர்கள் எப்போதும் அரசியல் நடுநிலைமையுடன் தான் இருக்கிறார்கள். ஆகவே தான் ஒவ்வொரு முறையும் ஆட்சி மாறி மாறி அமைகிறது. நடுநிலைமையே இல்லை, எல்லாருமே கட்சி சார்பானவர்கள் என்றால் மாற்றம் எப்படி நிகழும்?

ஓரளவு படித்தவர்கள்தான் அதிதீவிரமான கட்சிச் சார்பு நிலைகளை நோக்கிப் போகிறார்கள். அரசியலையும், பொருளி யலையும் ஆழ்ந்து கற்றவர்கள் மீண்டும் நடுநிலைக்கு திரும்புகி றார்கள்.

உண்மையில் இந்த கட்சிச் சார்புநிலைகள் எப்படி எடுக்கப்படுகின்றன என்று பார்த்தால் தான் அரசியலே புரிய ஆரம்பிக்கும்.

பெரும்பாலும் ஒரு சுயஅடையாளம் சார்ந்துதான் சார்பு நிலை எடுக்கப்படுகிறது. 'எனது ஜாதி, எனது மதம், எனது இனம் சார்ந்து நான் இக்கட்சியை ஆதரிக்கிறேன்' என்பதுதான் பெரும்பாலும் சார்புநிலைக்கான காரணம். அந்த அடையாளத்துக்கு எதிராக இருப்பவர்கள் மேல் உள்ள வெறுப்பாலும் சார்புநிலை உருவாகும்.

உதாரணமாக, இஸ்லாமியர்களைப் பொறுத்தவரை பாரதிய ஜனதா மீதுள்ள கடும் காழ்ப்பு காரணமாகவே அவர்கள் அதற்கு எதிரான ஒரு கட்சியுடன் ஆழ்ந்த சார்புநிலை எடுப்பதைப் பார்க்கலாம்.

கடைசியாக, சுயநலம் சார்ந்த சார்புநிலை. ஒரு கட்சி வென்றால் தனிப்பட்ட முறையில் தனக்கு இன்னின்ன லாபங்கள் இருக்கும் என்று எண்ணி அதனுடன் தன்னை இணைத்துக் கொள்வது. பலர் நாவின் எச்சில் தெறிக்க கட்சி நிலைப்பாட்டை எடுத்து வாதிடுவது இத்தகைய காரணங்களால் தான்.

கொள்கைரீதியான சார்புநிலை இருக்கலாம். ஆனால் அது மிகமிகக் குறைவு. அப்படி மாறாத கொள்கை கொண்ட எந்தக் கட்சி இப்போதுள்ளது? சாமானியர்களுக்கு இந்த இரு காரணங்களும் இல்லை. அவர்களிடம் இருப்பது அவர்களுடைய வாழ்க்கை சார்ந்த தேவைகள்.

அவ்வாழ்க்கைக்கு அடுத்த ஐந்தாண்டு காலத்துக்கு இந்த ஆட்சி எவ்வாறு உதவ முடியும் என்பதே அவர்களின் நிலைப் பாட்டுக்கான காரணமாக இருக்க முடியும்.

அதில் எந்தப் பிழையும் இல்லை. 'எனக்கு என்ன செய்வாய்?' என்று அரசியல் கட்சிகளிடம் மக்கள் கேட்பதே இயல்பானது. ஜனநாயகத்தில் பொது மக்களின் உள்ளம் தராசின் முள் போலி ருப்பதே சிறந்தது. தராசின் முள்ளுக்கு தனக்கென நிலைப்பாடு ஏதுமில்லை. அது சற்று ஊசலாட்டத்துடன் தான் இருக்கும். இரு தட்டுகளும் எந்தெந்த அளவுக்கு எடை கொள்கின்றன என்பதை ஒட்டித்தான் அது தன்னுடைய நிலைப்பாட்டை தீர்மானிக்கும்.

சார்புநிலைகள் பொதுமக்கள் நடுநிலைமையுடன், இல்லாமல் இருந்தால் மட்டுமே அவர்களுக்கு தாங்கள் என்ன செய்வோம் என்பதை அரசியல் கட்சிகள் யோசிக்கும். அவர்கள் சார்புநிலை

எடுக்கத் தொடங்கினால் அவர்களுடைய உணர்ச்சிகளை விசிறிவிட்டு எதிர்த்தரப்பை வசைபாடும் அரசியலை நடத்தி வென்று கொண்டே இருப்பார்கள்; ஒருபோதும் அவர்களுக்கான திட்டங்களை முன்னெடுக்க மாட்டார்கள். ஆகவே நடுநிலை என்பது ஒரு பாவனை அல்ல, அதுவே முதிர்ச்சியான அரசியல் நிலைப்பாடு.

நிபுணர்கள் வருக!

எப்போதும் இல்லாதபடி இந்த தேர்தலில் வசந்திதேவி, சிவகாமி ஐ.ஏ.எஸ்., போன்ற படித்தவர்கள் சற்று அதிகமாக போட்டியிடுகிறார்கள். வழக்கமாக தேர்தல்களில் ஒரு படித்தவர்களுக்கு வாய்ப்பு அளிக்கப்படுவதில்லை. தொகுதியை கட்சியரசியல் மூலம் தன் கட்டுப்பாட்டில் ஏற்கனவே வைத்துக் கொண்டிருக்கும் ஒருவருக்கு வாய்ப்பளிப்பதே அரசியல் கட்சிகளுக்கு வசதியானது என்று கருதப்படுகிறது. அவர்களுக்கே வாய்ப்பளிக்கப்படும்.

அப்படி கட்சி அரசியலில் ஈடுபட்டு ஒரு தொகுதியை முழுமையாகக் கட்டுப்பாட்டில் வைத்திருப்பவர், தொழில் முறை அரசியல்வாதியாக இருப்பார். மிக இளம் வயதிலேயே ஏதேனும் கட்சிக்குள் நுழைந்து, ஒரு முன்னோடி தலைவரை பின்பற்றி, அவரால் தூக்கிவிடப்பட்டு, அரசியலில் உயர்ந்து வந்தி ருப்பார். பெரும்பாலும் அந்த தூக்கிவிட்ட அரசியல்வாதி யை கவிழ்த்துவிட்டு, பதவியை அடைந்திருப்பார். பல ஆண்டு காலமாக அப்பகுதியில் கட்சிப்பணியிலேயே அதிகமாக காலத்தை செலவிட்டிருப்பார்.

இப்படிப்பட்ட அரசியல்வாதிகள், சட்டமன்ற உறுப்பினராகி அமைச்சர்களும் ஆகின்றனர். தமிழக அரசியல் வரலாற்றை எடுத்துப் பார்த்தால், காங்கிரஸ் ஆட்சிக்காலங்களில்தான் அதிக மான அளவுக்கு படித்தவர்கள், நிபுணர்கள் ஆட்சியில் இருந்தனர். தி.சு.அவினாசிலிங்கம், தி.சே.சௌ.ராஜன், சி.சுப்ரமணியம், ஆர்.வெங்கட்ராமன் போன்ற பெரும் படிப்பாளிகள், துறை வல்லுநர்கள் தமிழகத்தில் அமைச்சர்களாக இருந்திருக்கிறார்கள்.

இன்று திரும்பிப் பார்க்கும்போது தமிழகத்தின் கல்வி வளர்ச்சிக்கு, தி.சு.அவினாசிலிங்கம் அவர்களின் பங்கு மிகப் பெரியது என்பதை உணரமுடியும். தமிழகம் மருத்துவ மற்றும் அடிப்படை ஆரோக்கியத் துறைகளில் அடைந்த ஆரம்ப வளர்ச்சி என்பது, தி.சே.சௌ.ராஜன் அவர்களால் உருவாக்கப்பட்டது.

அந்த எல்லையை பிற மாநிலங்கள் அடைவதற்கு, மேலும் பல ஆண்டுகள் ஆயின. தமிழகத்தின் மிக முக்கியமான அணைக்கட்டுகள் உருவாக்குவதில், சி.சுப்ரமணியத்தின் பங்கு மிக முக்கியமானது. ஓசூர், கோவை, சிவகாசி போன்ற தொழில் மையங்கள் உருவாகி வருவதில் ஆர்.வெங்கட்ராமன் மிகப் பெரிய பங்களிப்பாற்றினார்.

பின்னர் வந்த ஆட்சிக்காலங்களில் நிபுணர்கள் அமைச்சர் களாவது குறைந்தபடியே வந்தது. கட்சி அரசியலில் ஊறியவர் களே அமைச்சர்களானார்கள். இது நிர்வாக அளவில் மிகப்பெரிய பின்னடைவை உருவாக்கக் கூடியது. படிக்காதவர்கள் நாடாள லாமா என்று கேட்டால், அதற்கான தகுதியிருப்பின் உறுதியாக நாடாளலாம். சிறந்த உதாரணம் காமராஜர்.

ஆனால் படிக்காமல் இருப்பதென்பது தகுதியாவதில்லை. முறையான படிப்போ, நிர்வாக அனுபவமோ இல்லாத ஒருவர் அமைச்சராகும்போது, பெரும்பாலும் அத்துறை சார்ந்த அரசு அதிகாரிகளின் கைப்பாவையாகவே அவர் ஆகிறார் என்பதை, அரசு நிர்வாகத் துறையில் நெருக்கமான நண்பர்கள் பலர் சொல்லி அறிந்துள்ளேன்.

ஓர் அமைச்சர் அதிகாரிகளைக் கட்டுப்படுத்தி, வழிநடத்தி, ஆலோசனை சொல்லுமிடத்தில் இருக்கும்போது மட்டும்தான் அத்துறை சிறப்பாகச் செயல்படமுடியும். தமிழக மின்துறையில், பண்ருட்டி ராமச்சந்திரனுக்கு பிறகு அநேகமாக அமைச்சர் என்ற ஒருவரின் பங்களிப்பே இல்லாமல் தான் இயங்கிக் கொண்டிருக்கிறது என்பது, அத்துறை சார்ந்த அனைத்து நிபுணர் களாலும் தொடர்ந்து சொல்லப்பட்டு வருகிறது.

நிபுணர்கள் அமைச்சரவையில் பங்கெடுக்க வேண்டுமென் பதற்காகவே மேலவை உருவாக்கப்பட்டது. ஏனென்றால், அவர் களால் தேர்தலில் நின்று வென்று வரமுடியாமல் இருக்கலாம்.

தமிழகத்தில், எம்.ஜி.ஆர், மேலவையை ஒழித்தபிறகு அதற்கான வாய்ப்புகளும் அரிதாகியுள்ளன.

தமிழகத்தில் ஓர் அமைச்சரவை அமையும்போது, வசந்தி தேவியைப் போன்ற ஒருவர், கல்வித்துறை அமைச்சராக ஆவாரென்றால், அது மிக முக்கியமான மாற்றத்தை உருவாக்க முடியும். தமிழக சிறுபான்மைத்துறை அமைச்சராக அல்லது சமூக நலத்துறை அமைச்சராக, சிவகாமி ஐ.ஏ.எஸ் வருவாரென்றால், முதன்மையான பங்களிப்பை அவர்கள் ஆற்ற முடியும். ஏனென்றால் அத்துறைகளில் நெடுங்காலம் பயிற்சியும், அனுபவமும் உடையவர்கள் அவர்கள்.

நிபுணருக்கும், மற்ற அரசியல்வாதிக்கும் என்ன வித்தியாசம் என்றால், ஒரு நிபுணர் ஏதேனும் ஒரு துறையில் நுழைந்து, அனைத்து நுண்தகவல்களையும் கற்று, நிர்வாக அனுபவமும் அடைந்து மேலெழுந்து வருபவர். தொழில்முறை அரசியல்வாதி, இளமையிலேயே அரசியலை மட்டுமே அறிந்தவர். அவரால் கட்சியை ஒருங்கிணைக்க முடியும், நிகழ்ச்சிகளை நடத்த முடியும், நிர்வாகத்தை ஆற்ற முடியாது.

இன்றைய மத்திய அரசில் எரிபொருள் துறை அமைச்சர் பியுஷ் கோயல், நெடுஞ்சாலைத்துறை அமைச்சர் நிதின் கட்காரி, ரயில்வேத்துறை அமைச்சர் சுரேஷ் பிரபு போன்றவர்கள் நிபுணர்கள். அவர்களின் பணி புகழ் பெற்றுள்ளது. ஆனால் தமிழகத்தின் சமீபகால பல அமைச்சரவைகளில் தமிழகம் சற்றேனும் நினைவுகூரக்கூடிய, தனித்துவம் கொண்ட அமைச்சராக இருந்தவர், தங்கம் தென்னரசு மட்டுமே என்று இதழாளர்கள் சொல்கிறார்கள். பிறகு எவருடைய பெயரும் எவருக்கும் நினைவில் இல்லை. இது நிர்வாக அளவில், மிகப்பெரிய இழிவு என்றே சொல்ல வேண்டும்.

அவ்வகையில் இந்தியாவில் அமைந்த லட்சிய அமைச்சரவை என்பது, 1956ல் கேரளத்தில் கம்யூனிஸ்ட் கட்சி தேர்தலில் நின்றபோது, இ.எம்.எஸ்.நம்பூதிரிபாடால் அமைக்கப்பட்டது. அதற்கு இருபத்தைந்து ஆண்டுகள் முன்னரே கம்யூனிஸ்ட் கட்சி மிகப்பெரிய போராட்டங்கள் வழியாக, தியாகங்கள் வழியாக ஆட்சிக்கு வந்தது.

கட்சியின் அதிதீவிர உறுப்பினர்களால் தான், அந்த தேர்தல் சந்திக்கப்பட்டது. ஆனால், ஆட்சி அமையும்போது திறமையானவர்கள் வரவேண்டும் என்பதற்காகவே, மிகச்சிறந்த கல்வியாளராகிய ஜோசப் முண்டச்சேரியை அத்தேர்தலில் நிறுத்தினார் இ.எம்.எஸ்.நம்பூதிரிபாடு. சட்ட நிபுணராகிய வி.ஆர். கிருஷ்ணையர் அமைச்சரவைக்கு வந்தார். பல துறைகளிலும் நிபுணர்கள் அடங்கியதாக அந்த அரசு அமைந்தது. அவ்வரசின் குறுகிய கால சாதனைகளை, அதற்குப் பின் கேரளாவில் அமைந்த எந்த அரசும் முறியடிக்கவில்லை. இன்று வரை, கேரளத்தின் பொருளியல் கொள்கைகளைத் தீர்மானித்தது அவ்வரசு தான். குறிப்பாக உண்மையான நிலச்சீர்திருத்தம் செய்யப்பட்டு, லட்சக்கணக்கான எளியவர்களுக்கு நிலம் வழங்கப்பட்டது.

நிபுணர்கள் தேர்தலில் நின்று வெல்வதற்கான தடைகள் என்ன? தொழில்முறை அரசியல்வாதி தொடர்ந்து களத்தில் இருந்து கொண்டிருப்பதால், நன்கு அறிமுகமானவராக இருப்பார். நிபுணர் தன்னுடைய தளத்தில்தான் தொடர்ந்து பணியாற்றி இருப்பார். அவரை பிறருக்குத் தெரிந்திருக்காது. நிபுணர் பேசுவது, அத்துறை சார்ந்த அறிவு இல்லாத எளிய மக்களுக்கு புரிவதில்லை.

அரசியல்வாதி, மக்களிடம் பேசிப்பேசி மக்களுக்கு புரியும் ஒரு மொழியைக் கற்று வைத்திருப்பார். அவரது உடல் மொழிகளும், உணர்ச்சிகளும், மக்களால் எளிதில் அடையாளம் கண்டுகொள்ளக் கூடியவையாக இருக்கும்.

பெரும்பாலான நிபுணர்கள், சிறந்த பேச்சாளர்கள் அல்ல. சி.சுப்ரமணியமும், ஆர்.வெங்கட்ராமனும் மேடையில் பேசும் திறனற்றவர்கள். மக்களை வசீகரிக்கும் ஆளுமை இல்லாதவர்கள். காமராஜர் போன்ற ஒரு மக்கள் தலைவரின் நிழலில் தான் அவர்கள் பதவிக்கு வரமுடிந்தது.

ஏன், இந்தியாவெங்கும் ஒடுக்கப்பட்ட மக்களின் அடையாள மான அம்பேத்கர் பெரும்பாலான தேர்தல்களில் படுதோல்வி அடைந்திருக்கிறார். அவருடைய சொந்த மக்களாலேயே தொடர்ந்து தோற்கடிக்கப்பட்டிருக்கிறார். அரசியலில் தோற்று மனமுடைந்து இருந்தவரைத்தான், காந்தி, இந்திய சுதந்திரத்தின் போது தன் தனிப்பட்ட செய்தியை அனுப்பி அழைத்து,

அன்றைய அரசில் சட்ட அமைச்சராகவும், அரசியல் சட்ட வரைவாளராகவும் பதவியேற்க வைத்தார்.

ஆகவே ஜனநாயகம் தன்னளவில் நிபுணர்களுக்கெதிரானது. மக்கள் தங்களைப் போன்ற ஒருவரையே விரும்புகிறார்கள். அவர் தங்களை ஆளவேண்டுமென்று நினைக்கிறார்கள். மக்களிடமிருந்து உருவாகி வரும் மக்கள் தலைவர், சிறந்த மக்களாட்சியை தரவேண்டுமென்றால் சிறந்த நிபுணர்களை தன்னுடைய வசீகரத்தால் ஆட்சிக்கு கொண்டு வந்தாக வேண்டும்.

நாம் தேர்தலில் எப்போதும், யார் முதல்வராக வேண்டும், எந்தக் கட்சி ஜெயிக்க வேண்டும் என்று தான் முடிவு செய்கிறோம். அதன் அடிப்படையிலேயே வாக்களிக்கிறோம். எவரெவர் அமைச்சராக வேண்டும் என்பதிலும், நமக்கொரு குரல் இருக்க வேண்டும். எந்த துறையானாலும் கல்வி கற்ற நிபுணர் ஒருவர் போட்டியிடுவார் என்றால், அவர் உறுதியாக சட்டமன்றத்திற்கு செல்ல வேண்டும் என்று நாம் எண்ண வேண்டும்.

குறைந்த பட்சம் சுயேச்சையாக நிற்கும்போதேனும் நிபுணர்கள் கணிசமான வாக்கு பெறுவார்கள் என்றால், தொடர்ந்து தங்கள் கட்சி உறுப்பினரை வேட்பாளராக முன் நிறுத்துவதற்கு அரசியல் கட்சிகள் முயற்சி எடுத்துக் கொள்ளும்.

சென்ற சில ஆண்டுகளில் தமிழகத்தில் நடந்த மிகப்பெரிய வீழ்ச்சி என்பது அரசியலில் இருந்து கல்வி கற்றவர்களும், நிபுணர்களும் முழுமையாகவே மறைந்துவிட்டடனர் என்பதே. இந்தத் தேர்தலில் அவர்கள் திரும்பி வருவதற்கான மிகச்சிறிய வாய்ப்பு தென்படுகிறது. அது வளர வேண்டும்.

தனித்து நடப்பவர்கள்

நாகர்கோவிலில் பூமேடை ராமய்யா என்றொருவர் இருந்தார். கொட்டாரத்தில் அவருக்குச் சொந்தமாக இருந்த பெரிய இல்லத்தில், என் இளமைப்பருவத்தில், நாங்கள் வாடகைக்கு குடியிருந்திருக்கிறோம். காந்திய இயக்கத்தில் மிகத் தீவிரமாக ஈடுபட்டு சிறை சென்ற தியாகி அவர்.

அதன் பின்னர், நடைமுறை அரசியல் மீது வெறுப்பு கொண்டு, காங்கிரசில் இருந்து வெளியே வந்தார். இன்னும் சொல்லப்போனால், காங்கிரஸ் சார்பில் டாக்டர் மத்தியாஸ் போன்ற பெரும்பணக்காரர்கள் தேர்தலில் நிற்க ஆரம்பித்தபோது, அதற்கெதிராக ஒரு கலகக்காரனாக தன்னை மாற்றிக் கொண்டவர் பூமேடை. பூமேடை என்ற சிறிய அரசியல் இதழை நடத்தினார். ஆகவே அப்பெயர் வந்தது.

பின்னர் வாழ்நாள் முழுக்க அரசியல் கட்சிகளுக்கும், அரசு அமைப்புகளுக்கும், தனியார் நிறுவனங்களுக்கும் எதிராக குரல் கொடுப்பவராக தன்னை மாற்றிக் கொண்டார். ஒருமுறை, நாகர்கோவிலில், சிறிய மூத்திரச்சந்து ஒன்றில் நான் சிறுநீர் கழிக்க நின்றபோது அதற்குள் சேற்றில் ஏணி வைத்து ஏறி அவரே தன்னுடைய பொதுக்கூட்டத்துக்கான போஸ்டரை ஒட்டிக் கொண்டிருந்ததைக் கண்டேன்.

நான் "இங்கே ஏன் ஒட்டுகிறீர்கள்? மையச்சாலையில் ஒட்டலாமே?" என்றதற்கு "தம்பி, நான் மொத்தமே ஐம்பது போஸ்டர் தான் அடிப்பேன். மையச்சாலையில் ஒட்டினால் அதை யாரும் கவனிக்க மாட்டார்கள். இங்கு என்றால் சில நிமிடங்களாவது நின்றாக வேண்டுமல்லவா?" என்றார்.

நான் சிரித்துவிட்டேன். ஆனால், அதிலிருந்த புத்திசாலித் தனத்தை கண்ட பின்பு தான் அவரை நான் நெருங்கினேன். அவருடைய பல கூட்டங்களை நான் கேட்டிருக்கிறேன். நாகர் கோவிலின் மனசாட்சியின் குரல் என்று அவரை சொல்லலாம். எங்கு அடித்தள மக்களுக்கு எந்த பிரச்னையிருந்தாலும் அவர் கிளம்பி வருவார். சொந்தமாகவே ஒரு மைக்கும் ஒலிபெருக்கி யும் வைத்திருந்தார். ஒரு மேஜையை இழுத்துப்போட்டு, பக்கத்து கடையிலிருந்து மின்சாரம் வாங்கி, அந்த மைக்கை வைத்து பேச ஆரம்பித்தால் அதுதான் பொதுக் கூட்டம்.

அவருக்கு எப்போதும் கொஞ்சம் சபையினர் உண்டு. மற்ற அரசியல்வாதிகள் சொல்லத் தயங்கக்கூடிய விஷயங்களை அப்பட்டமாக கூவிச் சொல்வார். பிறர் அஞ்சக்கூடியவர்களை துணிந்து எதிர்ப்பார். அவருடைய பேச்சுக்களால் பலமுறை அரசியல் மாற்றங்கள் நிகழ்ந்திருக்கின்றன. பலமுறை மிகப் பெரிய அளவில் மக்களுக்கு நன்மை நிகழ்ந்திருக்கிறது.

இதே போன்ற இன்னொருவர் கேரளத்தில் இருந்தார். நவாப் ராஜேந்திரன் என்பது அவர் பெயர். நவாப் என்றொரு பத்திரிகை நடத்தினார். சொந்தமாக வீடோ குடும்பமோ இல்லாமல், திருவனந்தபுரத்தின் உயர்நீதிமன்ற வராந்தாவில் தங்கியிருந்தார். சட்ட அறிவு மிக்கவர்.

அரசியல்வாதிகளுக்கு எதிராக பொதுநல வழக்கு தொடுப்பது அவரது சமூகப்பணி. அவரது வழக்கு காரணமாக கங்காதரன் என்ற அமைச்சர், தனது சிறுமியான மகளுக்குத் திருமணம் செய்தது சட்டபூர்வமாக வெளிப்பட்டு, ஒரு முறை ஆட்சி கவிழ்ந்தது. தண்ணீர் குழாய்கள் பதிப்பதில் உள்ள ஊழலை அவர் வெளிக்கொணர்ந்தார்.

ஒருமுறை, அவரது செயல்பாடுகளால், பொறுமை இழந்த அன்றைய கேரள முதல்வர் கருணாகரன், மிகக்கடுமையான குரலில் அவரை மிரட்டி பேசிய போது; மறுநாள் காலை, உணர்வு ரீதியாக கேரளத்தின் தலைமகன் என்று போற்றப்படும் பாடகர் கே.ஜே.ஜேசுதாஸ், நீதிமன்றத்துக்கு சென்று, நவாப் ராஜேந்திரனின் காலைத் தொட்டு வணங்கி, ஒரு வேட்டி காணிக்கை கொடுத்து வந்தார். தன்னுடையது எந்த அரசியலும் அல்ல, நவாப் ராஜேந்திரன் ஒரு பெரிய மனிதர், அவருடைய

198 ❀ ஜெயமோகன்

வாழ்த்தை பெறவே நான் வந்தேன் என்று, அவர் சொன்னார். அத்துடன், கேரளத்தில், நவாப் ராஜேந்திரனைப் பற்றி இருந்த சித்திரமே மாறியது.

அவர் ஒரு கோமாளியோ பைத்தியமோ அல்ல, ஒரு அரசியல் போராளி என்ற எண்ணம் ஏற்பட்டது.

இங்கும் அப்படிப்பட்ட அரசியல் போராளிகள் நம்மிடையே உள்ளனர். மதுவிலக்கு போராட்டத்தில் களத்தில் இறந்த சசி பெருமாள் அவர்கள் ஓர் உதாரணம். அவரை ஒருமுறை சந்தித்து ஆசி பெற்றிருக்கிறேன்.

நீதிமன்றத்தில், பொதுநலன் நாடி, பல்வேறு வழக்குகளை தொடுக்கும் டிராபிக் ராமசாமி இன்னொரு உதாரணம். இவர்கள், ஊடகங்களால், கோமாளிகளாகவும், கிறுக்கர்களாகவும் காட்டப் படுகிறார்கள். நாமும் அதை நம்ப விரும்புகிறோம். மெத்தப் படித்தவர்கள் கூட அப்படி வாதிடுவதைக் காணலாம்.

ஏனென்றால், இவர்கள் மனசாட்சியின் குரலை எழுப்பு கிறார்கள். அரசியல்வாதியின் மனசாட்சி நோக்கி மட்டுமல்ல, நமது மனசாட்சி நோக்கியும் பேசுகிறார்கள். அதை தவிர்ப்பதற் காகத்தான், நாம் இவர்களை கோமாளிகளாக ஆக்குகிறோம். அதன் வழியாக நாம் தப்பித்து விடுகிறோம்.

இப்படி, விசித்திரமானவர்கள் என்று பலர், தேர்தல் நேரத்தில் நமது கண்களுக்கு படுவதுண்டு. எல்லாத் தேர்தலிலும் போட்டி யிட்டு, வைப்புத்தொகை இழப்பவர்கள், விதவிதமான மாறுபட்ட கோஷங்களுடன் தேர்தலைச் சந்திப்பவர்கள், வெவ் வேறு வகையான தோற்றங்கொண்டவர்கள். சில இடங்களில், மூன்றாம் பாலினத்தவர் தேர்தலில் போட்டியிடுவதும், அவ்வாறே நம்மால் பார்க்கப்படுகிறது.

ஒட்டுமொத்தமாகவே இவர்கள் அனைவரையும் கோமாளிகள் என்றே வகைப்படுத்துவது நம்முடைய பொதுபுத்தியின் இயல்பு. ஊடகங்களால், தேர்தல் சார்ந்த ஒரு கேளிக்கை மனநிலையின் பகுதியாக இவர்கள் கருதப்படுகிறார்கள். வெறும் கொண்டாட்டத்துடனும், ஒருவகை ஏளனத்துடனும் நாம் இவர்களை அணுகுகிறோம். அந்த மனநிலையைப் போல, ஜனநாயகத்துக்கு எதிரான பழைமைவாதம் வேறில்லை.

உண்மையில் இவர்களுக்கு ஜனநாயகத்தில் மிகப்பெரிய பங்குண்டு.

ஜனநாயகத்தில் இரு பகுதிகள் உள்ளன. ஒன்று அரசு, நீதிமன்றம், நாடாளுமன்றம், கட்சிகள் போன்ற அமைப்புகள். இன்னொன்று, மக்களிடம் செயல்படும் அரசியல். இந்த இரண்டும் முரண்பட்டு மோதிக்கொண்டே முன்னகர்வது தான் ஜனநாயகம்.

அரசையும், பிற அமைப்புகளையும், மக்களிடம் செயல் படும் அரசியல் அடிக்கடி கலைத்துக் கொண்டே இருக்க வேண்டும். இல்லாவிட்டால் அவை இறுகிப்போய், பழைய மத நிறுவனங்களைப் போல ஆகிவிடும்.

இக்காரணத்தால், ஜனநாயகத்தில் அத்தனை அமைப்பு களுக்கும் வெளியே நிற்பவர்கள் மிகமிக முக்கியமானவர்கள். அமைப்புக்குள் நிற்கும் மனிதர்கள், காலப்போக்கில் அந்த அமைப்பின் உறுப்புகளாக மாறி, சுயமாக ஏதும் சிந்திக்க முடியாமல் ஆகிவிடுகிறார்கள். கட்சி, அரசு எதுவாக இருந்தாலும் சரி, இதுதான் நிகழ்கிறது. வெளியே நின்றிருக்கும் இந்த உதிரிகளிடமிருந்தே உண்மையான மாற்றங்கள் வரமுடியும்.

இந்த உதிரிகளில் பலவகையினர் உண்டு. எழுத்தாளர்களும், சிந்தனையாளர்களும் இத்தகையவர்கள் தான். புரட்சியாளர்களும் கலகக்காரர்களும் இத்தகையவர்களே. சமூக சேவகர்களிலும் பலர் இவ்வியல்பு கொண்டவர்கள். உண்மையிலேயே கோமாளிகளும் இவர்களில் உண்டு தான்.

ஆனால், இவர்களை நாம் கவனிக்காவிட்டால், சமூக மாற்றத்துக்கான கருத்துகளை செவிகொள்ளாமலேயே போயி ருப்போம். இவர்களை புரிந்து கொள்ளாமல், நாம் ஜனநாய கத்தை புரிந்து கொள்ள முடியாது.

நம்மில் சாதாரணர்களுக்கு ஒரு மனநிலை உண்டு. நாம் மனிதர்களைவிட அமைப்பை மதிப்போம்.

ஒருவர் ஏதேனும் சீருடை அணிந்திருந்தாலே, நமக்கு, அவர் கொஞ்சம் முக்கியமானவராகத் தெரிய ஆரம்பிக்கிறார். நாம் பேசிக்கொள்ளும் போதுகூட, நம் சொந்தக்காரர்கள் எங்கெங்கு எந்தெந்தப் பதவிகளில் இருக்கிறார்கள் என்று, பட்டியல்

போடுகிறோம். இந்த அற்பத்தனம் காரணமாக, நம்மால் மனிதர்களை பார்க்க முடிவதில்லை, அமைப்புகளையே பார்க்கிறோம்.

இந்த மனநிலையே, அமைப்புகளுக்கு வெளியே நின்றிருக்கும் சமூக சேவகர்களை, கலகக்காரர்களை கேலியாகப் பார்க்கச் செய்கிறது. கலகக்காரர்களே, தனித்து நடப்பவர்களே, ஜனநாயகத்தின் ஒளியை முன்னால் கொண்டு செல்லும் வழிகாட்டிகள் என்று மதிப்போம். அவர்கள் நம் சொத்துகள் என்று பாதுகாப்போம். அவர்களுடைய குரலை, ஒவ்வொரு தருணத்திலும் கேட்போம். அது நம் மனசாட்சியின் குரல்.

அனைவருக்குமான அரசு

1987ல் எம்.ஜி.ஆர். இறந்து அதிமுக இரண்டாக உடைந்தது. தேர்தலில் மும்முனைப் போட்டி நிலவியது. ஜெயலலிதா அணி, ஜானகி அணி, திமுக. அந்தத் தேர்தலில் தமிழகத்தில் தொங்கு சட்டசபை அமையும், விளைவாக ஒரு கூட்டணி அரசு பதவியேற்கும் என்று நான் எண்ணினேன். என் ஆசிரியரும், கேரளத்தின் புகழ்பெற்ற சிந்தனையாளருமான பி.கே.பாலகிருஷ்ணன் அவர்களிடம் அதை சொன்னேன்.

உறுதியாக அதை மறுத்தார். "தமிழகத்தில் இன்னும் கால் நூற்றாண்டுக்கு தொங்கு சட்டசபையென எதுவும் அமையாது" என்றார். "ஏன்?" என்று நான் கேட்டேன். "தமிழர்கள் ஓர் அலைபோல ஒட்டுமொத்தமாக, ஒரு தரப்பிற்கு ஆதரவாக வாக்களிக்கும் பழக்கம் கொண்டவர்கள். இத்தேர்தலிலும் அவ்வாறே நிகழும். வெல்லும் கட்சி முழுமையான பெரும் பான்மையுடன் ஆட்சி அமைக்கும்" என்றார். அவ்வாறே நடந்தது. மு.கருணாநிதி ஆட்சியைக் கைப்பற்றினார்.

பின்னர் இதைப்பற்றி பி.கே.பாலகிருஷ்ணனிடம் மூன்று அமர்வுகளிலாக விவாதித்திருக்கிறேன். இவ்வாறு அரசியலில் ஓர் அலை நிகழ்வதென்பது முதிர்ச்சியான ஜனநாயக முறை இங்கு இல்லை என்பதற்கான ஆதாரம் என்றார் பால கிருஷ்ணன். ஏனெனில் மக்கள் தனிமனிதர்களாக சிந்தித்து முடிவெடுக்கவில்லை என்றும், தனித்தனி பகுதிகளாகக்கூட அவர்கள் சிந்திக்கவில்லை என்றும் அது காட்டுகிறது. மாறாக அவர்களுக்குச் சொந்தமாக எந்த முடிவும் இல்லை என்றும்,

தேர்தல் நேரத்தில் பிறர் எந்த முடிவுகளை எடுக்கிறார்கள் என்று பார்த்து அதை தாங்களும் எடுக்கிறார்கள் என்றும் காட்டுகிறது.

ஒரு ஆட்சி மோசமானது என்று மக்களில் ஒருசாரார் நம்ப ஆரம்பித்தால் அவர்களைப்பார்த்து பிறர் நம்பத்தொடங்கி, ஒட்டுமொத்தமாகவே அந்நம்பிக்கை அனைவரிடமும் பரவி விடுகிறது. அனைவரும் இணைந்து ஒற்றைத் தரப்பாக வாக்களிக்கிறார்கள். உண்மையில் இவ்வாறு வாக்களிப்பதற்கு நமது ஊடகங்களும் ஒரு காரணம். அவை ஓர் அலையை உருவாக்கவே எண்ணுகின்றன. அலை என்பது தேர்தலை ஒரு கொண்டாட்டமாக ஆக்குகிறது ஒரு திருவிழாவில் உள்ள அனைவரும் ஒரே உணர்வை அடைவது போல ஒரு களியாட்ட நிலை உருவாகிறது.

தேர்தல் அவ்வாறு கொண்டாட்டமாக ஆகும்போது உண்மையில் மக்கள் அதை விரும்பி திளைக்கத் தொடங்குகிறார்கள். எதிர்ப்பு அலைகூட களியாட்டமாகவே ஆகிறது. அப்போது மக்கள் நாளிதழ்களை வாசிக்கத் தொடங்குகிறார்கள். செய்தி இதழ்களை வாங்குகிறார்கள். அது ஊடகங்களுக்கும் மிகவும் நல்லது. பெரும்பாலான அலைகள் ஊடகங்களால் உருவாக்கப்படுபவையே.

பொதுவாகவே நிலையான அரசு தேவை என நாம் நம்புகிறோம். ஆகவே பெரும்பான்மை கொண்ட அரசு உருவாக வேண்டும் என எண்ணுகிறோம். ஜனநாயகத்தில் இதற்கு எந்த அடிப்படையும் இல்லை. சொல்லப்போனால் அது ஜனநாயகத்துக்கே எதிரானது. நாம் அரசர்களையோ, சர்வாதிகாரிகளையோ ஓட்டுப்போட்டு தேர்தெடுப்பது தான் அது. கூட்டணி ஆட்சி முறைதான் ஊழல் குறைவான, மக்கள் நலம் சார்ந்த அரசை அமைக்க முடியும். கூட்டணி ஆட்சி அமையும்போது மட்டுமே அனைத்து வகையான மக்களுக்கும் அரசியல் அதிகாரம் கிடைக்க முடியும்.

உதாரணமாக தமிழகத்தில் விடுதலைச்சிறுத்தைகள் ஒரு முக்கியமான அரசியல் கட்சி. தமிழக மக்கள் எண்ணிக்கையில் ஏறத்தாழ பதினாறு சதவீதம் வரை இருக்கும் தலித் மக்களின் குரல் அந்தக் கட்சிதான். அக்கட்சி அரசு அதிகாரத்தில் பங்கெடுக்கும்போது மட்டுமே இங்குள்ள அடித்தள தலித்

மக்கள் அதிகாரத்தை பெறுகிறார்கள். அவ்வாறு அதிகாரத்தை அவர்கள் அடையும்போதுதான் அவர்களின் சமூகப்பொறுப்பும் அதிகரிக்கிறது.

ஆனால் ஒரு தருணத்திலும் அக்கட்சியை தமிழகத்தில் உள்ள அனைத்து மக்களும் தங்கள் கட்சியாக வாக்களித்து ஆட்சியில் அமரவைக்கப்போவதில்லை. ஏனென்றால் அது அந்த மக்களின் கட்சியாகவே இன்று உள்ளது. தமிழகத்தில் ஒரு கூட்டணி ஆட்சி ஏற்படாவிட்டால் அக்கட்சி அதிகாரத்தை அடைவதற்கு எந்த வாய்ப்பும் இல்லை. அவ்வாறு பல கட்சிகள் தமிழகத்தில் உள்ளன. கேரளத்தில் சிறுபான்மையினரின் கட்சிகளின் தலைமையிலேயே ஆட்சிகள் அமைந்துள்ளன.

இடதுசாரிகளின் பங்களிப்புள்ள ஓர் அரசு தமிழகத்தில் அமையும் என்றால் உறுதியாகவே ஊழலுக்கான ஒரு கண்காணிப்பு அமைப்பு அரசுக்குள்ளேயே இருக்கும் என்பதை ஐயமின்றி சொல்லலாம். பாரதிய ஜனதாவின் பங்களிப்புள்ள ஓர் அரசு அமையுமானால் அந்த அரசுக்கும் மத்திய அரசுக்குமான ஒரு ஊடகமாக அக்கட்சி செயல்படும் என்று சொல்லலாம்.

நாட்டு நலன் கருதி வலுவான பெரும்பான்மையுடன் ஒரு அரசு அமையவேண்டுமென்பது அரசியல்வாதிகளால் நமக்குக் கற்பிக்கப்பட்டிருக்கும் ஒரு பொய். அவ்வாறு அரசு அமைக்கும் அரசியல்வாதிக்கு மட்டுமே அது நன்மை பயக்கும். ஏனெனில் ஐந்தாண்டுக்காலம் எந்த கேள்வியும் கேட்கப்படாமல் அரசாளலாம். அவர்களின் உள் விவகாரங்கள் எதுவும் வெளி வரப்போவதில்லை. அவர்களின் தலைவர் சக்கரவர்த்தியாக ஐந்தாண்டுகாலம் அமர்ந்திருப்பார். அனைத்து ஊடகங்களும் அவரது புகழைப்பாடும். ஐந்தாண்டுக்காலம் அவரைச் சகித்து, பின்பு அவரை வெறுத்து கசந்து வாக்கை மாற்றி குத்தி அவரைப்போன்ற இன்னொரு நாம் அதிகாரமையத்தை தேர்ந்தெடுப்போம்.

மாறாக ஒரு தொங்கு சட்டசபை அமைந்து, வலுவான கூட்டணி கட்சிகள் இணைந்து மட்டுமே அரசமைக்க முடியு மென்றால் அங்கு முதல்வரின் வரம்பில்லா அதிகாரம் கட்டுப் படுத்தப்படுகிறது. ஊழலோ, கட்சி உள்விவகாரமோ, அரசு

நிர்வாக ரகசியமோ வெளிவரக்கூடுமென்ற வாய்ப்பு இருக்கிறது. மக்களின் கண் ஒன்று அரசாங்கத்தில் இருப்பதற்கு சமம் அது.

அதனால் ஊழல் முற்றாக ஒழிந்துவிடும் என்று சொல்ல முடியாது. ஏனெனில் ஜனநாயக செயல்பாடுகளின் ஒருபகுதியாக எப்போதும் ஊழல் இருந்து கொண்டே தான் இருக்கிறது. ஆனால் கூட்டணி அரசுகள் ஆளும் மாநிலங்களில் ஊழல் மிக மிகக்குறைவு. லல்லுபிரசாத் யாதவ் பீஹாரில் உச்சகட்ட ஊழல் செய்த ஓர் அரசகுடும்ப ஆட்சி நடத்தினார். ஆனால் இன்று நிதிஷ்குமார் உடன் இணைந்து நடத்தும் அரசில் அவர் அந்த ஊழலை செய்ய முடியாது.

கேரளத்து அரசுகள் இடதுசாரி ஆட்சியாக இருந்தாலும் சரி, வலதுசாரி ஆட்சியாக இருந்தாலும் சரி, தமிழக அரசுடன் ஒப்பிடும்போது மிக மிகக்குறைவான ஊழல் கொண்டவை. ஒரு கேரள வாழ்க்கைச் சூழலில் இருக்கும் ஒருவர் அங்குள்ள மக்கள் நலத்திட்டங்களிலும் சரி, அரசு சார்ந்த செயல்பாடுகளிலும் சரி, தமிழகம்போல ஊழல் இல்லை என்பதை அறியலாம். அதற்குக் காரணம் கடந்த பல ஆண்டுகளாக அங்குக் கூட்டணி ஆட்சிதான் இருக்கிறது என்பதுதன்.

கூட்டணி ஆட்சிமுறை காரணமாக கேரள சமுதாயத்தின் அனைத்து பிரிவினருக்கும் எப்போதும் அரசில் ஒரு பங்களிப்பிருக்கிறது. முஸ்லீம் லீக், கேரள கிறிஸ்தவர்களின் கட்சியான கேரள காங்கிரஸ், சில வட்டாரங்களில் மட்டுமே செல்வாக்குள்ள ஆர்.எஸ்.பி போன்ற பல கட்சிகள் கூடித்தான் அங்கு ஆட்சி அமைக்கின்றன. அதுவே இங்கும் நிகழவேண்டும். பலவகையான கட்சிகள் ஆட்சிக்குள் இருக்கவேண்டும்.

ஜனநாயகமென்பது நிர்வாக அமைப்பில் உள்ள அனைவரும் ஒருவரை ஒருவர் கண்காணிக்கும் போது மட்டுமே சரியாக செயல்படமுடியும். நீதிமன்றமும் காவல்துறையும் ஒன்றை யொன்று கண்காணித்தால் மட்டுமே சரியான நீதி அமைய முடியும். ஆனால் திருடனும் காவலனும் ஒன்றாகச் சேர்வது போன்றது இங்குள்ள ஒற்றைக்கட்சி ஏகாதிபத்திய அரசியல்.

இங்கே ஜனநாயகம் வலுப்பெறும்தோறும் அதிகமான மக்கள் பங்கேற்பு அரசியலில் நிகழும். ஒவ்வொருவரும்

தங்களுக்குரியதைக் கேட்பார்கள். வெறும் விசுவாசமும், உணர்ச்சி அரசியலும் இல்லாமலாகும். அதற்கேற்ப கூட்டணி ஆட்சிகளே அமையும். தமிழகத்தில் கடந்த நாற்பதாண்டு களுக்கும் மேலாக நிகழ்ந்துவரும் வரம்பில்லாத பொதுச்சொத்துச் சூறையாடலுக்கு மக்கள் உள்ளிருந்தே ஒரு கண்காணிப்பு அமைப்பை உருவாக்க வேண்டுமென்றால் இங்கொரு கூட்டணி ஆட்சி அமைவதே வழியாகும்.

கேளாக்குரல்களைக் கேட்போம்

ஒவ்வொரு தேர்தலிலும் நாம் அடிக்கடி காதில் கேட்கும் ஒரு ஏளனக்குரல், 'அவர்களுக்கு வைப்புத்தொகைகூட திரும்பக்கிடைக்காது.' டெபாசிட் காலி என்பது ஒரு கேலிச் சொல்லாகவே நம் நாவில் விளங்குகிறது. ஓர் அரசியல் தரப்பை மட்டம் தட்டவும், இழிவுபடுத்தவும் அவர்களுக்கு தேர்தலில் படுதோல்வி தான் கிடைக்கும் என்ற சொற்றொடரைத்தான் நாம் பயன்படுத்துகிறோம்.

ஜனநாயகத்தை புரிந்து கொண்ட ஒருவர் இந்த கூற்றிலுள்ள அபத்தத்தை அறிந்திருப்பார். ஒரு தரப்பு முழுமையாகவே மக்களால் புறக்கணிக்கப்படும் என்றால் அது இழிவானதா என்ன? மக்கள் அத்தனை பேரும் ஒரு தரப்பை எதிர்க்கிறார்கள் என்பதனால் அது தவறானதாகிவிடுமா என்ன? இன்று நாம் எதையெல்லாம் நம்முடைய அடையாளங்களாக தூக்கிப் பிடிக்கிறோமோ அவையனைத்தும் ஒரு காலத்தில் மக்களால் முழுமையாக புறக்கணிக்கப்பட்டவை தானே? எதிர்க்கப் பட்டவை தானே?

மக்களின் மனநிலைகள் எப்போதுமே தற்காலிகமான உணர்ச்சிப் பெருக்குகள் சார்ந்தவை. இயேசுவை சிலுவையில் அறையக் கொண்டுவரும்போது பிலாத்தோஸ் 'இந்த நீதி மானை நான் தண்டிக்கமுடியாது. உங்களுக்கு ஒருவரை விடுதலை செய்வதற்கான வாய்ப்பைத் தருகிறேன்' என்று சொன்னான். மக்கள் இயேசுவை சிலுவையில் அறையும்படியும், தண்டிக்கப்பட்டிருந்த பரபாசை விடுதலை செய்யும்படியும் தான் கோருகிறார்கள். பிலாத்தோஸ் தன் கைகளைக் கழுவி 'இந்த பாவத்தில் எனக்குப் பங்கில்லை' என்று சொன்னான். மக்கள் 'அந்தப்பழி எங்கள் மேல் விழட்டும்' என்று கூச்சலிட்டனர்.

மக்கள் வரலாறு முழுக்க சமகாலத்தில் இயேசுவுக்கு நிகரானவர்களைத்தான் சிலுவையில் அறைகிறார்கள். பரபாஸ் களைத்தான் தங்களுக்குரியவர்களுக்காக தேர்ந்தெடுக்கிறார்கள். மக்கள் மீதான வெற்றி என்பது முக்கியம் தான். ஜனநாயகத்தில் மக்களின் குரலே இறுதியானது. தங்களுக்கு என்ன தேவை என்பதை அவர்கள்தான் முடிவெடுக்க வேண்டும். அவர்கள் தவறாக முடிவெடுத்தாலும் அதுவே அவர்களைக் கட்டுப்படுத்தும். அதன் அழிவுகளை அவர்கள் அடையத்தான் வேண்டும்.

ஆனால் அக்காரணத்தாலேயே மக்களின் தீர்ப்பு உன்னதமானது, சரியானது என்றில்லை. ஓர் அரசியல் தரப்பு அது சொல்வது முற்றிலும் உண்மை என்று நம்பினால், அதை மக்கள் ஏற்றுக் கொள்கிறார்களா என்று பார்க்க வேண்டியதில்லை. தங்கள் அர்ப்பணிப்பினாலேயே அதை மக்கள் முன் தொடர்ந்து முன் வைக்கலாம். பல சமயம் முற்போக்கான, சரியான கருத்து தவறான தருணத்தில் முன் வைக்கப்படுவதனால் மக்கள் ஆதரவில்லாமல் இருக்கும். மக்கள் மனம் அப்பிரச்னையை புரிந்து கொள்ளும் அளவுக்கு நெருக்கடியை அப்போது அடைந்திருக்காது. ஒரு கருத்துக்கான காலம் கனிவதற்கு முன்னாலேயே அந்தக் கருத்து முன் வைக்கப்படும்போது அது எவருக்குமே பொருள்படாது. எவருமே அதைக் கவனிக்கவும் மாட்டார்கள். ஆனால் அதை முன்வைப்பவர்களின் தொடர் செயல்பாடுகள் இருக்கும்போது அதற்கான தருணம் வரும்போது அக்கருத்து அவர்களின் கண்ணுக்குப்படுகிறது.

உதாரணமாக 1985 - 86கள் முதல், ஈரோட்டைச் சேர்ந்த காந்தியவாதியும், சுற்றுச்சூழல் இயக்கங்களின் முன்னோடியுமான டாக்டர் ஜீவானந்தம் அவர்களுடன் எனக்குத் தொடர்பு உண்டு. என் 'இன்றைய காந்தி' என்னும் நூலை அவருக்குத்தான் சமர்ப்பணம் செய்துள்ளேன். அன்று நொய்யல் ஆறு மாசுபடுவது, திருப்பூர் பகுதியின் நிலத்தடி நீர் ரசாயன மயமாவது குறித்து அவர் மக்களிடையே தொடர் பிரச்சாரம்

செய்து வந்தார். தன் சொந்தச்செலவில் துண்டுப் பிரசுரங்களை அச்சிட்டு ஊர் ஊராக கொண்டு சேர்த்தார். அனைத்து இடங்களிலும் அது மக்களால் ஏளனமாகவே பார்க்கப்பட்டது. அன்றிருந்த தொழிலாளர் அமைப்புகள் அது மக்களின் தொழில் வாய்ப்புகளை கெடுக்கும் உத்தியென்றே பார்த்தனர்.

அன்று தேர்தல்களில் அச்செய்தியை முன்வைத்து ஜீவா அவர்கள் பிரச்சாரம் செய்யும்போது பத்து பேர் கூட திரும்பிப் பார்த்ததில்லை. ஆனால் அடுத்த பத்தாண்டுகளில் ஈரோடு, திருப்பூர், கோவை வட்டாரங்களின் மிக முதன்மையான பிரச்னையாக எழுந்து வந்தது சுற்றுச்சூழல் தான். இன்று அங்கு போட்டியிடும் அத்தனை கட்சிகளுமே சுற்றுச்சூழல் சார்ந்த வாக்குறுதிகளை மக்களுக்கு அளித்தாக வேண்டிய கட்டாயத்தில் உள்ளன. மக்களே ஒன்று சேர்ந்து 'சிறுதுளி' போன்ற அமைப்பு களின் வழிகாட்டலில் ஏரிகளை செப்பனிடவும், நொய்யல் ஆற்றின் நீர்வழிகளை மீட்கவும் களமிறங்கிச் செயல்படக்கூடிய நிலை வந்துள்ளது.

தமிழகம் முழுக்க இன்று சுற்றுச்சூழல் சார்ந்த ஒரு மெல்லிய விழிப்புணர்வு பரவி வருகிறது. அடுத்த பத்தாண்டுகளில் முக்கியமான கோரிக்கையாகவே அது அமையும். இந்தியாவிற்கு மன்னர்கள் விட்டுச் சென்ற பெரும் கொடைகள் என்றால் ஏரிகளும் கோயில்களும்தான். தமிழகத்தின் பொற்காலம் என்பது சோழர்களின் ஆட்சிக்காலகட்டம்தான். அதற்கு முக்கியமான காரணம் இன்றும் தமிழகத்தின் வளத்திற்கு அடிப்படையாக அமைந்துள்ள மாபெரும் ஏரிகளில் பெரும்பாலானவை சோழர்களால் வெட்டப்பட்டவை. தமிழகத்தின் விளைநிலங் களின் அளவே மும்மடங்கு பெருகியது.

அதன் பிறகு மதுரை நாயக்கர்களின் ஆட்சிக்காலத்தில் இன்றும் தென்னகத்தின் வாழ்க்கைக்கே ஆதாரமாக இருக்கும் மாபெரும் கண்மாய்கள் வெட்டப்பட்டன. புஞ்சை நிலம் முழுக்க நீர் கொண்டு வரப்பட்டு வேளாண்மை பெருகியது. அவ்வேளாண்மையின் மிச்ச செல்வத்தைக் கொண்டுதான் மிகப்பெரிய கோயில்கள் கட்டப்பட்டன. அவை கல்விக்கும் கலைக்கும் உறைவிடங்களாக இருந்தன.

ஆனால் இன்று தமிழகம் முழுக்க அந்த மாபெரும் ஏரிகள் சிதைந்து கிடக்கின்றன. பெரும்பாலான ஏரிகளுக்கு கரைகள் இல்லை. நீர்வழிகள் ஆக்ரமிக்கப்பட்டுள்ளன. நீர்பிடிப்பு பகுதி களில் கருவேல முட்களை பயிரிட்டு காடாக மாற்றிவிட்டனர். என் இல்லத்துக்கு அருகே நடக்கும் தொலைவுக்குள்ளேயே சோழர்களாலும் நாயக்கர்களாலும் வெட்டப்பட்ட நான்கு

மாபெரும் ஏரிகள் முப்பதாண்டுகளாக புதர்மண்டி நீரின்றி கிடக்கின்றன.

தமிழகம் தன் தேவைக்கு அதிகமாகவே மழை பெய்யும் பகுதி. ஆனால் அந்த மழை வருடத்தில் பதினைந்து இருபது நாட்கள் ஒட்டுமொத்தமாக பெய்து முடிந்து விடுகிறது. ஆகவே தான் இத்தனை ஏரிகளை வெட்டி அந்த மழை நீரை முழுக்க சேகரித்து வருடம் முழுக்க பயன்படுத்தும் முறையை மன்னர்கள் உருவாக்கினார்கள். சுதந்திரத்துக்குப் பிறகு பொதுப் பணித்துறையிடம் ஒப்படைக்கப்பட்ட இந்த நீர்நிலைகள் அனைத்துமே அதிகாரிகளின் உதாசீனத்தால் கைவிடப்பட்டன. முன்பு சோழர் காலத்திலும், நாயக்கர் காலத்திலும் ஏரிகளை பராமரிக்கவும் நீர்நிலைகளை பகிர்ந்து கொள்ளவும் உருவாக்கப் பட்டிருந்த பல்வேறு குடிமராமத்து அமைப்புகள் அழிந்தன.

நமது ஆலயங்களும் அதேபோல கைவிடப்பட்டு வெறும் வணிக மையங்களாக்கப்பட்டுள்ளன. அற்புதமான சிற்பங்கள் மேல் பெயிண்ட் பூசப்பட்டு நாசம் செய்யப்படுகின்றன, மணல் வீச்சு என்னும் முறைப்படி உயர் அழுத்தத்தில் மணலை சிற்பங்களின்மேல் பீய்ச்சி அடித்து அதன் நுட்பங்கள் அனைத் தையும் மழுங்கடிக்கிறார்கள். உண்மையில் தமிழகத்தில் உள்ள மகத்தான சிற்பங்களில் பாதிக்கு மேற்பட்டவை சென்ற இருபதாண்டு காலத்தில் அழிந்து விட்டன.

நம் ஏரிகள், ஆலயங்களின் அழிவைப்பற்றி பல்வேறு இதழாளர்கள் தொண்ணூறுகளிலேயே எழுதிவந்தனர். நானே பல கட்டுரைகள் எழுதியிருக்கிறேன். ஆனால் வாசகர்களின் ஆர்வம் அவற்றின்மேல் உருவாகவே இல்லை. அநேகமாக வாசகர் கடிதங்களே வராது. ஆனால் இன்று நாளிதழ்களில் ஏரிகளின் அழிவைப்பற்றி எழுதினால் பெரும் அளவுக்கு மக்களின் ஆதரவு உள்ளது. பிரச்னை அவர்களை அணுகி விட்டது என்று பொருள்.

ஆகவே மக்களுக்கு ஆர்வமில்லை என்பதனால் ஓர் அரசியல் தரப்பை பேசக்கூடாது என்றில்லை. அப்படி மிகச்சிறு பான்மையினரால் பேசப்படும் அரசியல் தரப்பு வீணானதோ கேலிக்குரியதோ அல்ல. அவ்வரசியல் தரப்பின் பொறுத்தப்பாடு,

அதன் இன்றியமையாமை மட்டுமே நம்மால் கவனிக்கப்பட வேண்டும்.

மக்களுக்குப் பிடித்தமானவை வளரவேண்டும் என்றால் இங்கே சினிமாவும் சாப்பாடும் அன்றி வேறெந்த விஷயமும் பேசப்பட முடியாது. சில சமயம் மக்களுக்கு தேவையானவை அதே மக்களால் புரிந்து கொள்ளப்பட முடியாதவையாகவும், மக்களால் வெறுக்கப்படுவதாகவும் இருக்கக்கூடும். ஜனநாயகத்தில் அவற்றை பேசுபவர்களை முக்கியமானவர்களாகக் கருத வேண்டும்.

எப்போதுமே வெல்லும் தரப்பில் அல்ல தோற்கும் தரப்பில் தான் அதிகமான நியாயங்கள் இருக்கும் என்பதை கருத்தில் கொள்வோம். நாளைக்குரிய விஷயங்கள் மிகக்குறைவானவர்களாலேயே பேசப்படும் என்பதை நினைவில் வைப்போம். நாம் சற்றேனும் சிந்திப்பவர் என்றால் பெரும்பான்மையினர் பேசுவதை அல்ல, குறைவானவர்களால் கவனிக்கப்பட்டதையே நாம் எடுத்துப் பேசுவோம்.

மீளும் வாசல்

தேர்தல் அரசியல் குறித்த விவாதத்தின் ஒரு பகுதியாக என் கோவை நண்பர் நடராஜன் உணர்ச்சிகரமாக ஒரு கேள்வியைக் கேட்டார். ஒரு தொகுதியில் போட்டியிடும் வேட்பாளர்களில் முக்கியமான அனைவருமே தகுதியற்றவர்கள் என்று எனக்குத் தோன்றுமென்றால் நான் யாருக்கு வாக்களிக்க வேண்டும்? தலைவலிக்கு பதிலாக திருகுவலியை தேர்ந்தெடுக்கும் வாய்ப்பு மட்டுமே தமிழர்களுக்கு இன்று உள்ளது ?

தேர்தல் நேரத்தில் நாம் பேசுவது என்ன? எந்தக் கட்சி 'பரவா யில்லை?' என்றுதானே? ஊழலா, எதேச்சாதிகாரப்போக்கா, பொறுப்பின்மையா, குடும்ப ஆட்சியா, உள்ளூர் ரவுடி அரசியலா எது தேவை என்று தானே நம்மிடம் தேர்தல்கள் சொல்கின்றன? எனக்குத்தகுதியான வேட்பாளர் எனக்கு முன் வரவேண்டும் அல்லவா? அப்படி இல்லையேல் நான் என்ன செய்யமுடியும் என்று அவர் கேட்டார்.

வேறு வேறு வார்த்தைகளில் இந்த வினா அரசியலில் ஆர்வமுடைய நடுநிலையாளர்களில் அத்தனை பேரிடமும் எழுகிறது. எனக்கே இந்த கேள்வி சில ஆண்டுகளுக்கு முன்பு வந்திருக்கிறது. கேரளத்தின் முக்கியமான ஜனநாயகப் போராளி யாகிய டாக்டர் எம்.கங்காதரன் எனது ஆசிரியர். அவரிடம் இக்கேள்வியை நான் கேட்டபோது அவர் சொன்ன பதில் தெளிவான ஒன்று.

இந்தியா முழுக்க தேர்தல்களில் வெற்றி தோல்வி என்பது ஐந்து சதவீதம் அல்லது பத்து சதவீதம் வாக்குகளின் வித்தியா சத்தில்தான் அமைகின்றது. தொகுதிகளில் வேட்பாளரை நிறுத்தும்போது சாதி, மதம் எல்லாம் ஏன் பார்க்கிறார்கள்?

மக்களனைவரும் சாதிமதம் பார்த்து வாக்களிப்பதில்லை. வாக்காளர்களில் ஒரு பத்து சதவீதம் பேர்தான் சாதியடிப்படையில் வாக்களிப்பார்கள். ஆனால் அந்த பத்து சதவீத வாக்கே தேர்தல்முடிவை மாற்றிவிடும். அதேபோல ஒருவர் நேர்மையானவர் என்ற ஒரே காரணத்தாலேயே ஒரு தொகுதியில் பத்து சதவீத வாக்குகளை வாங்க முடியுமென்றால் அதற்கு அடுத்த தேர்தலில் அத்தனை கட்சிகளும் அங்கு ஒரு நேர்மையானவரை மட்டுமே தேர்தலில் நிறுத்த முடிவெடுக்கும்.

ஒரு கட்சியின் சின்னத்திலோ ஒரு தலைவரின் ஆதரவிலோ எவர் நின்றாலும் வெற்றி பெற்று ஆட்சி அமைக்க முடியும் என்ற வாய்ப்பு இருக்கும்போது மட்டும்தான் யாரை வேண்டுமானாலும் அங்கு நிறுத்தலாம் என்ற துணிவு அரசியல் கட்சிகளுக்கு வருகிறது. தேர்தலில் சாதி, மதம், உள்ளூர் செல்வாக்கு போன்றவற்றுக்கு சமானமாகவே நேர்மையும் ஓர் அளவுகோலாக ஆகும் என்றால், வெறும் பத்து சதவீதம்பேர் நேர்மையாளருக்கே ஓட்டுப் போடுவார்கள் என்பது தெளிவாகத் தெரிந்தால் உறுதியாகவே மாற்றம் நிகழும். உண்மையில் பல வடஇந்திய மாநிலங்களில் கண்கூடாகவே இந்த மாற்றம் நிகழ்ந்துவருகிறது. நேர்மை, வளர்ச்சி அரசியல் இரண்டும் வாக்குகளைப் பெற்றுத் தரும் என பீஹார், ஒடிசா, சத்தீஸ்கர், கோவா போன்ற மாநில அரசுகளின் அரசியல் நமக்குக் காட்டுகிறது.

நான் அறிந்த காலம் முதலே கேரள அரசியலில் கணிசமான தொகுதிகளில் வேட்பாளரின் தனிப்பட்ட நேர்மை என்பது மக்களிடையே ஒரு முக்கியமான அளவுகோலாகத்தான் உள்ளது. அதனால் தான் இடதுசாரிகள் மட்டுமல்ல காங்கிரஸ் கட்சியும் கூட தன் வேட்பாளரின் தனிப்பட்ட நேர்மையைக் கருத்தில் கொண்டே போட்டியிடுவதற்கு இடங்களை அளிக்கிறது. விதிவிலக்குகள் உண்டு, ஆனால் இங்கு போல நேரடியாகவே அரசியல் ரவுடிகள் ஆட்சிக்கு வருவது அரிது.

ஏறத்தாழ கேரள அரசியலின் சாயல் கொண்ட குமரி மாவட்டத்தில் நான் அறிந்தவரை பெரும்பாலான அரசியல்வாதிகள் தனிப்பட்ட முறையில் நேர்மையானவர்கள் என்றே அறியப்பட்டிருக்கிறார்கள். மிகக்குறைவான அரசியல்வாதிகள் மீதுதான் ஊழலின் கறை உள்ளது இங்கு. அவர்கள் பெரும்பாலும் அ.தி.மு.க, தி.மு.க அரசியலைச் சேர்ந்தவர்கள். வெறும்

விசுவாசிகள். வாக்குகள் அவர்களுக்கு விழுவதில்லை, அவர்களின் கட்சிக்கும் சின்னத்திற்கும் விழுகின்றன. அவர்களுக்கு தனிப்பட்ட முகமோ அடையாளமோ இல்லை. அரசியலில் அவர்கள் நீடிப்பதுமில்லை.

என் இளமைப்பருவத்தில் திருவட்டாறு சட்டமன்றத் தொகுதியில் மார்க்ஸியக் கம்யூனிஸ்டுக் கட்சியைச் சேர்ந்த ஜே.ஹேமச்சந்திரன் ஸ்தாபனக் காங்கிரஸ் கட்சியையும் பின்னர் ஜனதாக்கட்சியையும் சேர்ந்த ஜேம்ஸ் என்ற இருவர் மாறி மாறி போட்டியிட்டு வென்றிருந்தனர். பல ஆண்டுக்காலம் தொடர்ந்து சட்டமன்ற உறுப்பினராக இருந்தனர் அவர்கள். இருவருமே ஒருவர் மீது ஒருவர் தனிப்பட்ட முறையில் எந்த குற்றச்சாட்டுகளையும் சுமத்தமாட்டார்கள். ஏனென்றால் இருவருமே அப்பழுக்கற்ற நேர்மை உடையவர்கள் என்பது மக்களுக்குத் தெரியும்.

இந்தக் கட்டுரைக்காக நாகர்கோவில் நாடாளுமன்ற உறுப்பினர்களின் பட்டியலை எடுத்துப்பார்த்தேன். நேசமணி, தாணுலிங்கநாடார், காமராஜர், குமரி அனந்தன், டென்னிஸ், பொன்.ராதாகிருஷ்ணன், ஏ.வி.பெல்லார்மின். காங்கிரஸ், கம்யூனிஸ்டு, பாரதிய ஜனதாக் கட்சியைச் சேர்ந்தவர்கள். ஆனால் அனைவருமே அரசியல் நேர்மை கொண்டவர்கள். அவர்கள்மேல் தேர்தலின்போதுகூட குற்றச்சாட்டுகள் எழுந்ததில்லை. அவர்களை எதிர்த்துப் போட்டியிட்ட பொன் விஜயராகவன், இஸ்மாயீல் சாகிப் போன்றவர்கள் கூட நேர்மையான அரசியல்வாதிகளே.

ஏனென்றால் இன்னமும்கூட குமரி மாவட்டத்தில் வாக்களிக்கும் கணக்கில் அரசியல்நேர்மை ஒரு அளவுகோலாக மக்களிடையே உள்ளது. அதிதீவிரமான கட்சி விசுவாசம், தலைமை விசுவாசம் போன்றவை நாகர்கோவில், அகஸ்தீஸ்வரம் போன்ற தமிழக மையநிலத்துக்கு அணுக்கமான பகுதிகளில், திராவிட அரசியல் கொண்ட கட்சிகளுக்குள் மட்டுமே உள்ளன. அவர்கள் தான் எப்போதும் ஊழல்வாதிகளை, விசுவாசிகளை தேர்தலில் வேட்பாளர்களாக நிறுத்துகிறார்கள்.

அப்படியென்றால் சிக்கல் இருப்பது அரசியல்வாதிகளிடம் அல்ல. நேர்மையை மக்கள் ஓர் அளவுகோலாக கொள்வதில்லை

என்று அரசியல்வாதிக்கு தெரியுமென்பதனால் தான் தொடர்ந்து நேர்மை இல்லாதவர்கள் தேர்தலில் நிற்கிறார்கள். கட்சிகளுக்கு அப்பாலும் நேர்மையானவர்கள் அரசியலில் இருக்கிறார்கள். ஏன் அவர்களுக்கு வாக்களிக்கக் கூடாது? நமக்கு நேர்மை தேவை, அதை நாம் கணக்கில் கொள்கிறோம் என ஏன் நாம் அரசியல்வாதிகளுக்குக் காட்டக் கூடாது?

தமிழகம் முழுக்க இந்தத் தேர்தலில் ஐம்பதே தொகுதிகளில் நேர்மையான சுயேச்சைகள் ஆளுக்கு இருபதாயிரம் வாக்குகள் பெற்று அந்தத் தொகுதிகளின் வெற்றி தோல்வியைத் தீர்மானிப் பார்கள் என்றால் என்ன ஆகும்? நேர்மை ஒரு அரசியல் கணக்கு என்பதை அரசியல்வாதிகள் புரிந்துகொள்வார்கள். அது உடனடியாக தேர்தல் சார்ந்த அனைத்து கணிப்புகளிலும் கண்கூடான மாற்றத்தை உருவாக்கும் என்பதில் எந்த சந்தேகமும் கிடையாது.

இதற்கு எதிராக இருக்கும் மனநிலை என்ன? தேர்தலை கிரிக்கெட் போல இரண்டு கட்சிகளின் போட்டியாக மட்டுமே பார்ப்பதுதான். மிகமிக முதிர்ச்சியற்ற, சிறுவர்களுக்குரிய, மனநிலை இது. ஆனால் இங்கே படித்தவர்களுக்குக்கூட இந்த மனப்போக்கே உள்ளது. இந்த மனநிலையை நாம் எள்ளி நகையாடவேண்டும். மூர்க்கமாக நிராகரிக்க வேண்டும். தேர்தல் என்பது ஒரு விளையாட்டு அல்ல. இரு தரப்பினர் விளையாட நாம் வேடிக்கை பார்க்கவில்லை. அது ஒரு சந்தை. நமக்குத் தேவையானவற்றை நாம் தேர்வு செய்கிறோம். நமக்கு பிடித்ததைத்தான் தேர்வு செய்யவேண்டும். கடைக்காரன் தூக்கி நம் முன்னால் போடும் இரண்டு துணிகளில் ஒன்றை தேர்ந்தெடுக்க ஒப்புக்கொள்வோமா என்ன? மேலே அடுக்கில் மறைந்திருப்பதைக்கூட எடுத்துபோடும்படிக் கேட்கிறோம் அல்லவா?

எங்கள் தொகுதியில் அப்படிப்பட்ட நேர்மையாளர்கள் போட்டியிடவில்லை என்றால் என்ன செய்வது என்ற கேள்வி எழும். ஒவ்வொரு தொகுதியிலும் வாக்காளர்ப் பட்டியலை பார்த்தீர்கள் என்றால் மக்களுக்கு நன்மை செய்யும் எண்ணம் கொண்ட ஒரு வேட்பாளராவது இல்லாமல் இருக்க மாட்டார்கள். அது இந்தியாவின் அடிப்படை ஜனநாயக பண்பின் ஓர் இயல்பு. நாம் அவர்களை தெரிந்து கொள்வதில்லை நம்மிடம் வந்து

சேருமளவுக்கு பிரச்சாரம் செய்வதற்கு அவர்களிடம் பணபலம் இருப்பதில்லை.

சரி, நேர்மையானவர்கள் சட்டமன்ற உறுப்பினராக வந்தாலும் கூட ஆட்சியைப் பிடிக்கும் கட்சிகள் ஊழலில் மிதப்பவைதானே என்ற கேள்வி எழலாம். ஆனால் எந்தக் கட்சியாயினும் அந்தக் கட்சிக்குள் நேர்மையை தங்கள் அடையாளமாக கொண்டவர்கள் மேலெழுந்து வருவார்கள் என்றால், அவர்களுக்கு கட்சிக்குள் ஒரு குரல் இருக்கும். உடனடியாக திடீரென்று மாற்றங்களை அவர்களால் செய்ய முடியாமல் போகலாம். ஆனால் அவர்களுடைய பங்களிப்பு அரசியலில் ஒரு திருப்பு முனையாகத்தான் அமையும். மாற்றங்கள் அப்படி மெல்லமெல்லத்தான் நிகழும். ஓர் எளிய தொடக்கமாகவே தென்படும்.